பின் நவீனத்துவவாதியின் மனைவி

பின் நவீனத்துவவாதியின் மனைவி
சுரேஷ்குமார இந்திரஜித் (பி. 1953)

ராமேஸ்வரத்தில் பிறந்து, மதுரையில் வளர்ந்து படித்தவர். மதுரை வருவாய்த்துறையில் சிரஸ்தகராகப் பணியாற்றி 2011இல் ஓய்வு பெற்றவர்.

இவரது சிறுகதைத் தொகுப்புகள்: 'அலையும் சிறகுகள்' (1982), 'மறைந்து திரியும் கிழவன்' (1993), 'மாபெரும் சூதாட்டம்' (2005), 'அவரவர் வழி' (2009), 'நானும் ஒருவன்' (2012), 'நடன மங்கை' (2013), 'இடப்பக்க மூக்குத்தி' (2017).

மனைவி: மல்லிகா, மகள்கள்: அபிநயா, ஸ்ரீஜனனி.

தொடர்புக்கு: *sureshkumaraindrajith@gmail.com*.

சுனில் கிருஷ்ணன் (பி. 1986)
தொகுப்பாசிரியர்

காரைக்குடியில் வசிக்கும் ஆயுர்வேத மருத்துவர். 2018ஆம் ஆண்டுக்கான சாகித்திய அகதாமி யுவ புரஸ்கார் விருது முதல் சிறுகதைத் தொகுப்பான 'அம்புப் படுக்கைக்கு' கிடைத்தது. காந்தி – இன்று (www.gandhitoday.in) எனும் இணையதளத்தை நடத்தி வருகிறார். விமர்சன கட்டுரைகள், நேர்காணல்கள், சிறுகதைகள், கட்டுரைகள் எழுதி வருகிறார்.

தொடர்புக்கு: drsuneelkrishnan@gmail.com

தொலைபேசி: 99944 08908

சுரேஷ்குமார இந்திரஜித்

பின் நவீனத்துவவாதியின் மனைவி

தொகுப்பாசிரியர்
சுனில் கிருஷ்ணன்

காலச்சுவடு பதிப்பகம்

அன்பார்ந்த வாசகருக்கு,

வணக்கம்.

காலச்சுவடு நூலை வாங்கியமைக்கு நன்றி.

நூலின் உள்ளடக்கம், உருவாக்கம், அட்டைப்படம் இன்ன பிற அம்சங்கள் பற்றிய உங்கள் கருத்துகளையும் ஆலோசனைகளையும் காலச்சுவடு வரவேற்கிறது. தகவல், எழுத்து, வாக்கியப் பிழைகள் தென்பட்டால் கட்டாயம் தெரிவித்து உதவுங்கள். நூல் தயாரிப்பில் கடும் குறைபாடு இருப்பின் மாற்றுப் பிரதி உங்களுக்குக் கிடைக்கக் காலச்சுவடு ஏற்பாடு செய்யும்.

மின்னஞ்சல்: publisher@kalachuvadu.com

காலச்சுவடு நாகர்கோவில் தலைமையகத்துக்கும் கடிதம் அனுப்பலாம்.

தங்கள்

எஸ்.ஆர். சுந்தரம் (கண்ணன்)

பதிப்பாளர் — நிர்வாக இயக்குநர்

பின் நவீனத்துவவாதியின் மனைவி ❖ சிறுகதைகள் ❖ ஆசிரியர்: சுரேஷ்குமார இந்திரஜித் ❖ தொகுப்பாசிரியர்: சுனில் கிருஷ்ணன் ❖ © சுரேஷ்குமார இந்திரஜித் ❖ முதல் பதிப்பு: டிசம்பர் 2018 ❖ வெளியீடு: காலச்சுவடு பப்ளிகேஷன்ஸ் (பி) லிட்., 669, கே.பி. சாலை, நாகர்கோவில் 629001

காலச்சுவடு பதிப்பக வெளியீடு: 860

pin naviinattuvavaatiyin manaivi ❖ ShortStories ❖ Author: Sureshkumara Indrajith ❖ Compilor: Sunil Krishnan ❖ © Sureshkumara Indrajith ❖ Language: Tamil ❖ First Edition: December 2018 ❖ Size: Demy 1 x 8 ❖ Paper: 18.6 kg maplitho ❖ Pages: 208

Published by Kalachuvadu Publications Pvt. Ltd., 669 K.P. Road, Nagercoil 629001, India ❖ Phone: 91-4652-278525 ❖ e-mail: publications@kalachuvadu.com ❖ Wrapper printed at Print Specialities, Chennai 600014 ❖ Printed at Mani Offset, Chennai 600077

ISBN: 978-93-86820-92-1

12/2018/S.No. 860, kcp 2207, 18.6 (1) ILL

பொருளடக்கம்

முன்னுரை: உலககளந்த பெருமாளும் கரப்பான் பூச்சிகளும்	9
கால்பந்தும் அவளும்	23
மனைவி	30
அப்பத்தா	36
ஆங்கிலப் புத்தகம் படிக்கும் பெண்	43
நடன மங்கை	49
பீஹாரும் ஜாக்குலினும்	56
பின் நவீனத்துவவாதியின் மனைவி	63
சந்திப்பு	72
ரகசிய வார்த்தை	77
பறக்கும் திருடனுக்குள்...	83
ஒரு திருமணம்	88
அறிக்கை	99
அவரவர் வழி	106
இடப்பக்க மூக்குத்தி	110
காலத்தின் அலமாரி	117
மறைந்து திரியும் கிழவன்	134
புதுவிதமான செடிகளும் வர்ணப் பூக்களும்	140
விரித்த கூந்தல்	153

மனைவிகள்	157
மாபெரும் சூதாட்டம்	166
ஒரு காதல் கதை	172
எலும்புக்கூடுகள்	179
முற்றுப் புள்ளி	187
உருமாற்றமும் சாமியாரும்	195
தோழிகள்	201

முன்னுரை

உலகளந்த பெருமாளும் கரப்பான் பூச்சிகளும்

சுரேஷ்குமார இந்திரஜித்தின் படைப்புலகம்

'தற்செயல் என்பது ஒரு சொகுசு அல்ல, அது விதியின் மறுபக்கம், அதைத் தவிரவும் வேறேதோவும்கூட... மறு எல்லையில் தற்செயல் என்பது பூரண சுதந்திரம். தற்செயல் எந்த விதிகளுக்கும் உட்பட்டதில்லை, ஒருவேளை அப்படியே கட்டுப்பட்டாலும் அவை எவை என்று நாமறிய முடியாது.' – ராபர்டோ போலனோ, 2666.

'எந்தப் போக்கும், வாழ்வினுடைய காலத்தி னுடைய சூதாட்டங்களினால் கணிப்பிற்குட்படுவ தில்லை. நடந்த காரியத்தின் காரணங்களை ஆராய்ந்து அடுக்குவது சுலபம். வலுவான காரணங்கள் இருக்க, அவற்றிற்கான காரியங்கள் ஏன் நடக்கவில்லை என்பதை எவரும் அறிய முடியாது. நடந்ததை நடக்க விதிக்கப்பட்டதாக நினைத்து ஏற்றுக்கொள்ள, சூதாட்டம் வெற்றிகரமாக ஆட்டத்தை நடத்திக்கொண்டிருக்கிறது' – மாபெரும் சூதாட்டம், சுரேஷ்குமார இந்திரஜித்.

தமிழ்ச் சிறுகதை மரபு காத்திரமானது. புதுமைப்பித்தன், கு. அழகிரிசாமி, கு.ப.ரா., மௌனி, சுந்தர ராமசாமி, ஜெயகாந்தன், அசோகமித்திரன்

எனக் பல்வேறு மாபெரும் எழுத்தாளுமைகள் புழங்கிய களம். இந்த நூற்றாண்டுகாலத் தமிழ்ச் சிறுகதைப் பரிணாமத்தில் தவிர்க்க முடியாத கண்ணியாக சுரேஷ்குமார இந்திரஜித்தைச் சுட்ட முடியும்.

1953ஆம் ஆண்டு பிறந்த சுரேஷ்குமார இந்திரஜித்தின் இயற்பெயர் சுரேஷ்குமார். தாசில்தாராக, பின்னர் சிரஸ்தாராக இருந்து ஓய்வு பெற்றவர். இளமைக் காலத்தை ராமேஸ்வரத்தில் கழித்தவர். 1982ஆம் ஆண்டு இவருடைய முதல் சிறுகதைத் தொகுப்பான 'அலையும் சிறகுகள்' வெளியாகிக் கவனிக்கப்பட்டது. முப்பது ஆண்டுகளுக்கு மேலாகத் தொடர்ந்து சிறுகதைகளை எழுதி வருகிறார். 'அலையும் சிறகுகள்' (1982), 'மறைந்து திரியும் கிழவன்' (1993), 'மாபெரும் சூதாட்டம்' (2005 – அதுவரையிலான சிறுகதைகளின் மொத்த தொகுப்பு), 'அவரவர் வழி' (2009), 'நானும் ஒருவன்' (2012), 'நடன மங்கை' (2013), 'நள்ளிரவில் சூரியன்' (2014) 'இடப்பக்க மூக்குத்தி' (2017) என மொத்தம் எட்டு சிறுகதைத் தொகுதிகள் வெளியாகியுள்ளன. இத்தொகுப்புக் களில் 83 சிறுகதைகள் உள்ளன.

தமிழில் தனித்துவமான கூறுமுறை கொண்டவர். சிறுகதை களை மட்டுமே புனைந்த சுரேஷ்குமார இந்திரஜித்தை எந்த ஒரு எழுத்தாள வரிசையிலும் கச்சிதமாகப் பொருத்திவிட முடியுமா எனத் தெரியவில்லை. எழுத்தாளர்கள் சுகுமாரனும், கே.என். செந்திலும் அவரை மௌனியின் வழி வந்தவர் என அடையாளப்படுத்துகிறார்கள். கதைகளின் ஊடாக ஒருவிதப் புலன் மயக்கத்தை ஏற்படுத்துபவர்கள் என்ற தளத்திற்கு அப்பால் அவர்களுக்குள் எந்த ஒற்றுமையும் இல்லை என்றே எண்ணுகிறேன். சுரேஷ்குமார இந்திரஜித் தன் நேர்காணலில் தன்னைப் பாதித்த எழுத்தாளர் என ஜெயகாந்தனைக் குறிப்பிடுகிறார். ஆனால் அவருடைய தாக்கமும்கூட பெரும்பாலான கதைகளில் தென்பட வில்லை. பெண் பாத்திர வார்ப்புக்களையும் சமூக விமர்சனக் கூறுகளையும் ஜெயகாந்தனிடமிருந்து அவர் பெற்றிருக்கலாம்.

எழுத்தாளனின் இயங்குவிசையை ஒரு கிடைமட்டக் கோடாக உருவகித்தால் அதன் ஒரு எல்லை கற்பனை, மறு எல்லை சமூக – வரலாற்றுப் பிரக்ஞை எனக் கொள்ளலாம். ஒரு எல்லையில் மிகுபுனைவுகள் உருவாகின்றன, மறு எல்லையில் அப்பட்ட மான பிரகடன எழுத்துக்கள் வெளிப்படுகின்றன. சுரேஷ்குமார இந்திரஜித் புதிர்த்தன்மை கொண்ட வாசிப்பின்பம் அளிக்கும் மிகுபுனைவுகளை எழுதியிருக்கிறார், அரிதாக, சற்றே அவருடைய இயல்புக்கு மீறி வலுத்து ஒலிக்கும் சமூக – அரசியல் சார்ந்த கதைகளையும் எழுதி இருக்கிறார், அதுவும் பிரகடனத்தின்

எல்லையை அடையவில்லை. இவ்விரு இழுவிசைகள் சமன்படும் புள்ளிகளில் கதைகள் உருவாகும்போது அபூர்வமான வாசிப்பனுபவத்தை அளிக்கின்றன. சுரேஷ்குமார இந்திரஜித்தின் பல கதைகள் இத்தன்மை உடையவை. கற்பனை ஆற்றலும், சமூக வரலாற்றுப் பிரக்ஞையும் ஊடுபாவாக அவருடைய கதைகளைப் பின்னிச் செல்கின்றன. 'எலும்புக்கூடுகள்' கதை சட்டென நினைவுக்கு வருகிறது. கதைகளைத் தேர்ந்தெடுப்பதில் இறுதிவரை எனக்குக் குழப்பங்கள் நீடித்ததற்குக் காரணமும் இதுவே. முதல் வாசிப்பில் கவனத்தை ஈர்க்காத கதைகள் இரண்டாம் வாசிப்பில் வேறோர் கோணத்தைத் திறந்து காட்டி என்னை வியப்பில் ஆழ்த்தின.

சுரேஷ்குமார இந்திரஜித் நவீனத்துவ எழுத்தாளரா பின் நவீனத்துவ எழுத்தாளரா என்றொரு கேள்வியும் எழுவதுண்டு. கூறுமுறைகளில் புதுமையைப் புகுத்தியவர். ஒரு கர்நாடக சங்கீதப் பாடலின் வடிவத்தில் சாதிக் கலவரத்தின் கதையை அவரால் எழுத முடிந்திருக்கிறது. தமிழ் வணிகத் திரைப்படத்தின் திரைக்கதையுடன் இந்தியப் பொருளாதார அறிக்கையைச் சேர்த்து எழுத முடிந்திருக்கிறது. ஒரே கதைக்குப் பலவிதமான முடிவுகளை, பல்வேறு சாத்தியக்கூறுகளைச் சுட்டிக் காட்டுபவர். தொன்மங்களைக் கட்டுடைப்பு செய்யும் சில கதைகளையும் எழுதி இருக்கிறார். நிலக்காட்சி விவரணைகள், சிந்தனைத் தத்தளிப்புகள் என அவருடைய மொழி எங்கும் கட்டற்றுப் பாய்ந்தோடுவது இல்லை. நவீனத்துவத்திற்கு உரிய செறிவான, இறுக்கமான மொழி அவருடையது. இந்தப் பகுப்புகளின் மீதும், கோட்பாடுகளின் மீதும் நம்பிக்கையற்றவர். ஒருவகையில் அவருடைய 'பின் நவீனத்துவவாதியின் மனைவி' இத்தகைய வரையறையாக்கத்தைப் பகடி செய்கிறது. கதையில் தோன்றும் போர்ஹெஸ், தான் நவீனத்துவரா பின் நவீனத்துவரா எனக் கேள்வி எழுப்பிக் கொள்கிறார். 'மாபெரும் சூதாட்டம்' தொகுதியின் பின்னிணைப்பாக 'மறைந்து திரியும் கிழவன்' தொகுப்பின் முன்னுரை அளிக்கப்பட்டிருக்கிறது. "அக உலகு, புற உலகு, ஃபாண்டஸி, குறியீடு, சர்ரியலிசம் மற்றும் இன்னோரன்ன சொற்கள்/கலைச்சொற்கள் வெளிப்பாட்டு முறையை வகைப்படுத்த உருவாக்கப்பட்டவை. இவற்றைச் சார்ந்து எண்ணங்கள் உருவாகப் பழக்கம் ஏற்பட்டுவிட்டது. இவற்றை விலக்கிவிட்டு வாசகனோ விமர்சகனோ படைப்பு எழுப்பும் உணர்வுகளையும் விஷயங்களையும் கூற முனையும்போது அவன் அதிகப் பிரயாசை எடுத்துகொள்ள நேரிடலாம். அந்தப் பிரயாசை படைப்பை, கலைச்சொற்கள் இறுக்கும் பிடியிலிருந்து விடுவிக்க சாத்தியம் உண்டு. புதிய வெளிப்பாட்டு முறை

கலைச்சொற்களுக்குச் சவால் விட்டுக்கொண்டிருக்கிறது," என எழுதுகிறார். நவீனத்துவ, பின் நவீனத்துவப் பகுப்புக்கு அப்பால், அல்லது அவற்றைப் பொருட்படுத்தாமல் தன் கதைகளை சுரேஷ்குமார இந்திரஜித் எழுதிக்கொண்டிருக்கிறார் என்றே சொல்ல வேண்டும். 'நானும் ஒருவன்' தொகுப்பின் முன்னுரையில் 'இவை உத்திகளின் விளையாட்டு அல்ல. பல திறப்புகளுக்காக இக்கதைகள், உத்திகளை இவ்விதமாகத் தேர்வு செய்துகொண்டன,' என்று எழுதுகிறார். அவருடைய பெரும்பாலான கதைகள் உணர்வு நீக்கம் செய்யப்பட்டவை. சில மெல்லிய கோடுகள் மட்டுமே தீட்டப்படுகின்றன. வாசகனே முழு உருவையும், விழைவையும் கற்பனை செய்துகொள்ள வேண்டும். உணர்வுகளின் தீவிரத்தை அடைய வேண்டிய பொறுப்பும் அவனைச் சார்ந்ததே.

வாசகர் சிறுசிறு குறிப்புகளைக் கொண்டு கதையைத் தன் மனதில் பின்னியபடி வருகிறார். நுட்பங்களின் சங்கிலிப் பிணைப்பு இதில் முக்கியம். நுட்பங்களைத் தவறவிடத் தவறவிட கதை அவருக்குப் பிடிபடாமல் ஆகிறது. இறுதியில் அவர் இலக்கை அடையும்போது அது கதாசிரியர் உத்தேசித்த இலக்காக இருக்க வேண்டியதில்லை. இன்னும் சொல்வதானால் எழுத்தாளர் எந்த இலக்கையுமே உத்தேசிக்கவில்லை என்பதே உண்மை. ஜெயமோகன் 'இடப்பக்க மூக்குத்தி' தொகுப்பின் வெளியீட்டின் போது சுரேஷ்குமார இந்திரஜித் வரைபடம் மட்டுமே அளிக்கிறார், வாசகரே பயணித்து தங்களது இலக்குகளை அடைய வேண்டும் என்று கூறினார். அவருடைய கதைகள் ஒன்றின் தலைப்பே அவருடைய கதைகளின் இந்தத் தன்மையைச் சுட்டுகிறது. 'ஓர் இடத்திற்குப் பல வரைபடங்கள் ஒரு காலத்திற்குப் பல சரித்திரங்கள்' ('மாபெரும் சூதாட்டம்'). 'நடன மங்கை', 'இடப்பக்க மூக்குத்தி', 'புதிர்வழிப் பயணம்', போன்ற கதைகள் இத்தகைய தன்மை உடையவை. நிகழ்தகவுகளின் தொகை என்று சில கதைகளைச் சுட்டிக்காட்டலாம். 'நானும் ஒருவன்', 'ஒரு திருமணம்' போன்ற கதைகள் இரண்டு வெவ்வேறு முடிவுகளைக் கொண்டிருக்கின்றன. தமிழில் வாசக சுதந்திரத்தை அதிகமாக அளிக்கும் எழுத்துக்கள் என்று சுரேஷ்குமார இந்திரஜித்தையும் யுவன் சந்திரசேகரின் எழுத்துக்களையும் கூறலாம். நாம் எண்ணுவது போல் வாழ்க்கையோ காலமோ நேர்க்கோட்டில் இல்லை. எத்தனையோ தளங்கள் உள்ளன. இணை வரலாறுகள் இயங்குகின்றன. 'மறைந்து திரியும் கிழவன்', 'சமூரியா கதைகள்', போன்றவை அப்படி அவர் உருவாக்க முனையும் இணை வரலாற்றின் பிரதிகள். நியதிகள்

அற்ற அல்லது நியதிகள் பிடிபடாத இந்தச் சிடுக்குகள் மிகுந்த பேரியக்கத்தின் குறுக்குவெட்டுத் தோற்றத்தைக் காணும்போது ஏற்படும் பிரமிப்பை சுரேஷ்குமார இந்திரஜித்தின் கதைகள் வாசகருக்குக் கடத்த முயல்கின்றன.

அவருடைய 'புனைவுகளின் உரையாடல்' கதையில் கதைசொல்லி ஒரு கதை சொல்லிக்கொண்டே வருகிறார், அந்தக் கதை முடிவதற்குமுன் இப்படி எழுதுகிறார் – "நடந்த சம்பவமாக நான் கூறியது அனைத்தும் புனைவு என்று கூறினேன். நண்பர் சிகரெட்டை இழுத்து புகையைவிட்டார். 'உண்மையைச் சொல்லிவிட்டுப் புனைவு என்று ஏமாற்றுகிறீர்களா?' என்றார். 'இல்லை; புனைவை உண்மைபோலச் சொன்னேன்' என்றேன். நண்பர் மௌனமாக சிகரெட் பிடித்துக்கொண்டிருந்தார்." இது சுரேஷ்குமார இந்திரஜித்தின் கதைகளைப் புரிந்துகொள்ள உதவும் மிக முக்கியமான பகுதி. நம்பகமற்ற கதைசொல்லி நம்முடன் விளையாடுகிறான் எனும் பிரக்ஞை வந்துவிடுகிறது. 'நள்ளிரவில் சூரியன்', 'ஆங்கிலப் புத்தகம் வாசிக்கும் பெண்' இப்படிப் பல கதைகளை உதாரணம் அளிக்கலாம். நேர்காணலில் அவரே தனக்கு 'ரீல்' விடுவது பிடிக்கும் என்கிறார். புனைவு உண்மையைச் சொல்லவில்லை என்றாலும் உண்மையின் சாரத்தை வெளிப்படுத்துகிறது. ஆனால் சுரேஷ்குமார இந்திரஜித் உண்மை, பொய், புனைவு, எனும் பிரிவினையை அழித்து வாசகரின் நம்பிக்கையைக் கேள்விக்குட்படுத்துகிறார். காலம்காலமாக இலக்கியம் வலியுறுத்தும் சத்தியம், தரிசனம் போன்றவற்றைத் தலைகீழாக்குகிறது இவ்வகைக் கதைகள். இத்தன்மை காரணமாக அவரது எழுத்து பிற நவீனத்துவ எழுத்துக்களிலிருந்து பெரிதும் வேறுபடுகிறது. உண்மைக்கும் பொய்க்குமான இடைவெளிகள் மறைந்து, அவரவர் அவரவருக்கான உண்மையை உற்பத்தி செய்துகொள்ளும் இந்தக் காலகட்டத்தில் சுரேஷ்குமார இந்திரஜித்தைத் தமிழின் பின்னை – வாய்மைக்கால (*post – truth*) எழுத்தாளர் என்று அடையாளப்படுத்தலாமா என்பதை நாம் பரிசீலிக்க வேண்டும்.

சுரேஷ்குமார இந்திரஜித்தின் முதல் கதையான 'அலையும் சிறகுகள்' கதையில் "இவளும் காலப்போக்கில் மூப்படைந்து, அந்தி வேளைக்கும் கட்டிடத்திற்கும் நீலவானத்திற்கும் அழகையுண்டு பண்ணுகிற தனது சோபிதத்தை இழந்து போகப் போவதையும் துக்கமில்லாமல் செரித்துக்கொள்ள முடியவில்லை உலகின் எல்லாமே மாறிக்கொண்டுதான் இருக்கிறது. நமக்குப் பிடித்தமான இடத்தில் நின்றுவிடுகிற அளவுக்கு வாழ்க்கை

அவ்வளவு வசதியாக இல்லை. நுணுக்கங்கள் நிறைந்த மனசு நுணுக்கங்கள் நிறைந்த துக்கங்களைத் தர வல்லதாக இருக்கிறது," என்று எழுதுகிறார். ஏறத்தாழ அக்காலகட்டத்துப் பொதுவான நவீனத்துவ மனநிலையைப் பிரதிபலிக்கும் வரிகளாக இவை தோன்றினாலும், இந்த உணர்வுநிலை சுரேஷ்குமார இந்திரஜித்தின் படைப்புலகில் ஏதோ ஒருவகையில் தொடர்ச்சியாக நீடிப்பதாகத் தோன்றியது. அவருடைய ஒரு கதையில் ஒருகாலத்துப் பேரழகி பொக்கை வாயுடன் கொட்டைப் பாக்கு வாங்கக் கிளம்பி வருகிறாள் ('நள்ளிரவில் சூரியன்'). சுரேஷ்குமார இந்திரஜித்தின் பல கதைகளில் கனவு கலைந்து நிதர்சனத்தை எதிர்கொள்ளும் சித்திரம் மீண்டும்மீண்டும் வருகிறது. அவருடைய கதைமாந்தர்கள் பகல் கனவு காண்பவர்களாக, கற்பனையில் திளைப்பவர்களாக இருக்கிறார்கள். 'சந்திக்கும் இரு உலகங்கள்' கதையில் வீணைக் கச்சேரியைக் காபரே நடனமாகக் கற்பனை செய்கிறான் ஜடாமுனி. ஒரு ஆட்டோவில் மயங்கி விழும் பெரியவரை ஏற்றிச் செல்லும் சிறிய இடைவெளிக்குள் முழு வாழ்க்கையைப் பற்றி 'சொப்பன வாழ்வில் மகிழ்ந்து' கனவு காண்கிறார்கள். 'கடந்து கொண்டிருக்கும் தொலைவில்' ஒரு தொலைபேசி அழைப்பிற்கு எழுந்து செல்வதற்குள் முழு வாழ்வை வாழ்ந்து விடுகிறான். காலத்தை நீட்டவும் சுருக்கவும் தெரிந்த வித்தகராக சுரேஷ்குமார இந்திரஜித் திகழ்கிறார். 'நள்ளிரவில் சூரியன்' அவ்வகையில் தமிழ் எழுத்தாளனின் வாழ்வில் நிகழ சாத்தியமற்றதை, ஒரு பகல் கனவை சொல்லும் பகடிக் கதை.

கற்பனையின் வீச்சில் சில அபராமான இடங்களைக் காட்சிப்படுத்துகிறார். "'உலகளந்த பெருமாள் ஒரு காலினால் உலகத்தை அளந்தார்...' அப்போது உலகளந்த பெருமாளின் கையிடுக்கில் இருந்து ஒரு கரப்பான் பூச்சி வந்து அவர் மார்பில் ஊர்ந்தது." ("ஓர் இடத்திற்குப் பல வரைபடங்கள், ஒரு காலத்திற்குப் பல சரித்திரங்கள்"– 'மாபெரும் சூதாட்டம்'). உலகளந்த பெருமாளை ஒரு கரப்பான் அளந்துகொண்டிருக்கிறது எனும் காட்சி சட்டென வாசிக்கையில் ஒரு திடுக்கிடலை ஏற்படுத்துகிறது. இந்தக் காட்சி அவருடைய ஒட்டுமொத்தப் படைப்புலகையும் விளக்கும் படிமமாக என்னுள் உருப்பெற்றது. உன்னதங்களைப் பூச்சியைக்கொண்டு அளப்பது. இந்தக் காட்சி மனதில் மீண்டும்மீண்டும் ஊறிக்கொண்டே இருந்தது. மற்றுமொரு கதையில் ஒரு காவலரின் உடலை விராட வடிவமாகக் கற்பனை செய்கிறார். "கரியமாலின் உடல் சக்தியிழந்து கிடந்தது. வலது கையைத் தூக்க முயன்றார். முடியவில்லை. உடல் அவர் இச்சைக்கு உட்படாது கிடக்க, அதன்மேல் பெண்கள் சிறு உருவத்துடன் சஞ்சரித்துக்கொண்டிருந்தனர். பெரும்பாலான

பெண்கள் மூக்குத்தி ஒளிரும் கிராமப்பெண்களாக இருந்தனர். வலது உள்ளங்கையில் ஒரு பெண் விறகுக் கட்டை இறக்கி வைத்துவிட்டு வெற்றிலை போட்டுக்கொண்டிருந்தாள். இழுத்துச் செருகிய சேலைக் கட்டுடன் ஒரு பெண் அவர் தோள்பட்டையில் துணி துவைத்துக்கொண்டிருந்தாள். அவர் காலில் ஒரு பெண் படுத்து உறங்கிக்கொண்டிருந்தாள்." ("அந்த முகம்", 'மாபெரும் சூதாட்டம்). 'ஒரு திருமணம்' கதையில் பாம்பணை பெருமாள்' கற்சிலையாக முழு உயரத்துடன் எழுந்து நிற்கும் காட்சியை விவரித்திருப்பார். சுரேஷ்குமார இந்திரஜித்தின் முதல் தொகுப்பில் உள்ள 'பூமி' கதையிலேயே கனவு அம்சம் வெளிப்படுகிறது. கற்பனையின் உந்துதலில் அவருடைய படைப்புலகம் முழுக்க ஆங்காங்கு கனவுக் காட்சிகள் விரவிக் கிடக்கின்றன. சுரேஷ்குமார இந்திரஜித்தின் கதைகளில் நிலக்காட்சி, புறச் சித்தரிப்பு என்பது அநேகமாக எங்குமே வர்ணிக்கப்படவில்லை. ஆனால் இத்தகைய கனவுக் காட்சிகள் அபாரக் கற்பனைத்தன்மை கொண்டவையாக வருகின்றன.

சுரேஷ்குமார இந்திரஜித் இளமைக்காலத்தை ராமேஸ்வரத்தில் கழித்தவர். நேர்காணலில் கடவுளின் மீதான தனது ஈர்ப்பு இளமையிலேயே கலைந்துவிட்டதைச் சொல்லி யிருக்கிறார். புனிதத் தலத்திற்கே உரிய கோட்டிகளால் நிறைந்த ஊர். கடவுளை ஒரு வியாபார நிமித்தக் கருவியாக அவர்கள் பயன்படுத்துவதை அறிந்து வளர்ந்தவர். இந்தத் தாக்கம் அவருடைய கதைகளில் பலவகையில் வெளிப்படுகிறது. எந்தவிதமான உன்னதங்களையும் புனிதங்களையும் மறுக்கும், ஐயம் கொள்ளும் மனப்பாங்கை ஏற்படுத்துகிறது. முதல் தோற்றத்தில் உன்னதமாகத் தென்படும் எதுவுமே ஒரு முகமூடி என்பது அவருடைய படைப்புலகின் முக்கியப் பார்வைகளில் ஒன்று. ஆகவே அவருடைய கதைகள் முகமூடியைக் கழட்டி ஆழத்தில் என்ன இருக்கிறது என்பதை ஆராய்ந்து வெளிக்கொணர முயல்கின்றன. தனது பகுத்தறிவைக் கொண்டு கடவுளின் தேவை சமூகத்தில் என்னவாக இருக்கிறது என்பதையும் கதைகளின் ஊடே ஆராய்ந்து பார்க்கிறார். ஈழ இனப்படுகொலையின் காட்சிகளைப் பார்க்கும் தாயை இழந்த ஒருவன் "காலைத்தூக்கி நின்றாடும் தெய்வமே" என தெய்வத்திடம் அரற்றுகிறான் ('அம்மாவின் சாயல்'). மாபெரும் துயரத்தில் தோள் சாய தெய்வமும் தொன்மமும் இருந்துவிட்டுப் போகட்டும் எனும் நிலையை கதைகளினூடாக அவர் அடைவதாக எனக்குத் தோன்றியது.

சுரேஷ்குமார இந்திரஜித் இளமையிலேயே செவ்வியல் இசையில் பரிச்சயம் உடையவர். தனது இசை ரசனையை

வளர்த்துக்கொண்டவர். "நான் கேக்கறது சாமி பாட்டில்லை. சங்கீதம். நானும் சாமி இல்லேங்கறவன்தான். சங்கீதந்தானே கேக்கறேன். பாட்டு எதைப் பத்தி இருந்தா என்ன? பாட்டு சங்கீதமா இருந்தா கேக்கலாம்," என்று ஒரு பாத்திரம் 'அம்மாவின் சாயல்' கதையில் சொல்வதாக வரும் வரி அவருக்கும் பொருந்தும். 'வழி மறைத்திருக்குதே' போன்ற கதையைக் கர்நாடக சங்கீத தேர்ச்சியின் ஊடாக எழுதி இருக்கிறார். 'சந்திக்கும் இரு உலகங்கள்', 'புதுவிதமான செடிகளும் வர்ணப்பூக்களும்', உட்பட வேறு பல கதைகளில் கர்நாடக சங்கீதம் பற்றிய அவருடைய ஈடுபாடு புலப்படுகிறது. பகுத்தறிவின் பேரால் செவ்வியல் கலைகளை விலக்குவதை அவர் ஏற்கவில்லை. கோவில், சிற்பங்கள், திருவிழாக்கள் குறித்த பார்வையும் இத்தகையதாகவே இருக்கிறது.

சுரேஷ்குமார இந்திரஜித் தனது பணியின் காரணமாகக் குற்றங்களை விசாரிக்கும் அதிகாரம் படைத்தவராக இருந்திருக் கிறார். இந்தப் பணி அனுபவம் அவருடைய படைப்புலகில் மிக முக்கியமான தாக்கம் செலுத்தியிருக்கிறது. குறிப்பாகக் குற்றங்கள், அதற்குப் பின்பான உளவியல், சார்ந்து பல நுண்மையான கதைகளை எழுதியிருக்கிறார். 'மினுங்கும் கண்கள்', 'நானும் ஒருவன்', 'அந்த மனிதர்கள்', 'உறையிட்ட கத்தி', 'ரெட்டை கொலை', 'வழி மறைத்திருக்குதே', 'பங்குப் பணம்', 'பறக்கும் திருடனுக்குள்', எனப் பல கதைகளைச் சொல்லலாம். உன்னதங்களுக்குப் பின்னுள்ள அழுக்குகளை அடையாளம் காண்பது போல் கீழ்மை எனச் சமூகத்தால் ஒதுக்கப்படும் ஒன்றின் மறுபக்கத்தை உன்னதப்படுத்தாமல் கரிசனத்தோடு எழுதிச் செல்கிறார். முன்பு எப்போதோ இறந்துபோன சிறுமியின் புகைப்படத்தைப் புதைத்து வைத்திருக்கிறான் திருடன் மஞ்சக்காளை ('பறக்கும் திருடனுக்குள்'), கொலை செய்வதற்குச் செல்லும் முன் வழியில் விபத்தில் அடிபட்டுக் கிடப்பவனை மருத்துவமனைக்குக் கொண்டு செல்கிறான் ஒருவன் ('அந்த மனிதர்கள்'). உணவு உண்ட வீட்டிலேயே கழுத்தைக் கீறிவிட்டுத் தப்பிச் செல்பவனை மனைவி சபிக்கும்போது, அந்தச் சிறுவன் நன்றியுடையவன் என்பதால்தான் கொல்லாமல்விட்டான், என நம்புகிறார் அந்தோணி ('மினுங்கும் கண்கள்'). இப்படி குற்ற உளவியலை மிக நுட்பமாகப் பதிவுசெய்த கதைகள் பலவற்றை சுரேஷ்குமார இந்திரஜித் எழுதி இருக்கிறார். உறவுக்குள் ஏற்படும் வன்மத்தை சொல்கிறது அவருடைய 'உறையிட்ட கத்தி.'

சுரேஷ்குமார இந்திரஜித் ஈழ அரசியல் சாதிய மனநிலை என இவ்விரு தளங்களில் சமூக – வரலாற்று – அரசியல் பிரக்ஞை

சார்ந்த கதைகளை அதிகமும் எழுதியுள்ளார். 'எலும்புக்கூடுகள்', 'காலத்தின் அலமாரி', 'சந்திப்பு', 'அம்மாவின் சாயல்', 'கலந்துரையாடல்', ஆகிய கதைகள் ஈழப் போராட்டத்தை நேரடியாகவும் மறைமுகமாகவும் பேசுகின்றன. சமூரியா, கரெஷியா, மரேலியா எனக் கற்பனையான தேசங்களைப் புனைந்தாலும் நம்மால் அந்தக் கதைகளுடன் பிணைந்து கொள்ளமுடிகிறது. இந்த வகையான சிருஷ்டியில் சற்றே விலகல் தன்மையோடு சமூக வரலாற்றுப் போக்குகளை அவதானிக்கப் பயன்படுத்துகிறார். கற்பனையான நிலப்பரப்பில் கதைகளை எழுதுவது நாம் எண்ணும் அளவிற்கு அத்தனை எளிமையானதும் அல்ல. சாதிப் பாகுபாடு சுரேஷ்குமார இந்திரஜித்தை வெகுவாகத் தொல்லை செய்கிறது. 'அழியாத சித்திரங்கள்' எளிய நினைவேக்கக் காதல் கதையாகப் பயணிக்கத் துவங்கி சாதியின் கோர முகத்தைச் சொல்லி முடிகிறது. 'வழி மறைத்திருக்குதே' சாதிக் கலவரத்தை முன்வைத்து நூதனமான முறையில் எழுதப்பட்ட கதை. 'சிலந்தி வலை' கதையும் சாதியத்தைப் பின்புலமாகக் கொண்டதே. ஆதிக்க சாதி – தலித் முரண்பாட்டைச் சுட்டிக்காட்டும் கதைகள் இவை. இவை தவிர பிராமணர்களின் வீழ்ச்சியைச் சித்திரிக்கும் சில கதைகளையும் அவர் எழுதியிருக்கிறார். 'கோவில் பிரகாரம்', 'கணியன் பூங்குன்றனார்', 'மூன்று பெண்கள்', ஆகிய கதைகளை அவ்வகையில் குறிப்பிட்டுச் சொல்லலாம்.

சுரேஷ்குமார இந்திரஜித்தின் புனைவு வெளியின் தனித்துவ மான பங்களிப்பு என நான் கருதுவது ஆண் – பெண் உறவு சார்ந்து அவர் எழுதிய கதைகளைத்தான். இந்த வகையில் கணிசமான கதைகளை சினிமாத்துறையைப் பின்புலமாகக் கொண்டு எழுதியிருக்கிறார். இத்தனைக்கும் சினிமாவில் அவருக்கு எந்த நேரடி அனுபவமும் கிடையாது. முன்னரே சுட்டியது போல் பகற்கனவுகளும் அவை கலைந்து போவதும் சுரேஷ்குமார இந்திரஜித்தின் படைப்புலகின் ஆதார அம்சங்களில் ஒன்று. இதைப் பேச சினிமாவைக் காட்டிலும் வேறு எந்தத் துறை பொருத்தமானதாக இருக்க முடியும்? அவருடைய சினிமா கதைகளில் பெரும்பாலான பெண்கள் வாய்ப்புக்களின் ஏணியைத் தவறவிட்டவர்கள். துணை நடிகைகளாக, குழு நடனக்காரி களாக இருப்பவர்கள். ஆண்களின் உலகில் தங்களுக்கென அடையாளத்தை உருவாக்கிக்கொள்ள முனைபவர்கள். 'நிகழ்காலமும் இறந்தகாலமும்', 'எழுத்தாளன், நடிகை, காரைக்கால் அம்மையார்', 'ரகசிய வார்த்தை', 'முற்றுப்புள்ளி', ஆகிய கதைகளைக் குறிப்பிடலாம்.

மத்திய வயது முதுமைக்கால ஆண் பெண் சிக்கலை சுரேஷ்குமார இந்திரஜித் அளவிற்கு எழுதியவர்கள் குறைவு. லா.ச.ரா. எழுதியது போல் புலிக்கூண்டுக்குள் அடைப்பட்ட இரு புலிகள் மாதிரி கணவனும் மனைவியும் ஒருவரையொருவர் பிராண்டிக்கொள்கிறார்கள். 'அப்பத்தா' கதையில் மருமகளின் தோற்றம் மனைவியை இழந்த ரத்தினகுமாருக்குக் கிளர்ச்சியை ஏற்படுத்தும். ஆகவே மூத்த மகனின் வீட்டுக்குச் செல்வதைத் தவிர்ப்பார் என்பது மிக நுட்பமான இடம். 'முற்றுப்புள்ளி' கதையில் ஒரு நோட்டு முழுவதும் தனக்குப் பிடித்த கவர்ச்சி நடிகையின் படத்தை ஒட்டி வைத்திருப்பவர், வயோதிகத்தில் நொடிந்து கிடக்கும் அவரைக் காணச் செல்வார். அவர் தன் அன்னையை நினைவுபடுத்துகிறார் என்று சொல்லி அழுதுவிட்டு அந்த நோட்டுப் புத்தகத்தை அவரிடம் கொடுத்துவிட்டு வெளியேறுவார். இவற்றை விளங்கிக்கொள்ள முடியாது. 'அப்பத்தா' கதையில் வைஜயந்திமாலாவின் தோற்றம் கதைசொல்லிக்குத் தன் அப்பத்தாவை நினைவூட்டும். அத்தனை நாட்களாக தள்ளிப்போட்ட ஒரு முடிவை எடுப்பார். இந்த வகையான கதைகளில் 'அவரவர் வழி' மிக நல்ல கதை. ஒரு சின்ன சமிக்ஞை வழியாக அத்தனையாண்டு காலப் பிரிவும் அன்பும் குறிப்புணர்த்தப்படுகிறது. இதே போல் அபூர்வமான வாஞ்சை வெளிப்படும் மற்றொரு கதை 'கால்பந்தும் அவளும்.'

கணவன் மனைவி உறவுக்கிடையே வன்முறையை மட்டுமல்ல விந்தையான சமரசங்களையும் கதையாக்குகிறார். பரத்தையரும், திருமணத்திற்கு அப்பாலான உறவுகளும் பல கதைகளின் பேசுபோருட்கள் ஆகின்றன. 'ஒரு காரும் ஐந்து நபர்களும்', 'ஒரு காதல் கதை', 'அவரவர் வழி', 'வீடு திரும்புதல்', 'கால்பந்தும் அவளும்', ' கணவன் மனைவி', 'மனைவிகள்', 'மாயப் பெண்', 'காமத்தின் வாள்', 'மல்லிகைச் சரம்', எனப் பெரும் பட்டியலிடலாம். எதுவுமே புனிதம் அல்ல எனும் சுரேஷ்குமார இந்திரஜித்தின் வாழ்க்கைத் தரிசனம் குடும்பம் எனும் அமைப்பின் உன்னதப்படுத்துதலையும் கேள்விக்கு உட்படுத்துகிறது. மனைவி பிற எந்த உறவையும் காட்டிலும் ஒரு படி நெருக்கமானவள். உடலையும் பகிர்ந்து கொள்பவள். ஆகவே இயல்பாக அகங்கார மோதல்களும் நெருக்கடி களும் உருவாகின்றன. இரண்டாம் தாரமாக, வைப்பாக வரும் கதைமாந்தர்கள் ஆண்களால் பெரும்பாலும் கவுரவமாக நடத்தப்படுகிறார்கள். கைவிடப்படும் அச்சம் அவர்களை இயக்குகிறது.

'கிளர்ச்சி' சுரேஷ்குமார இந்திரஜித்தின் சில கதைகளில் பேசப்படும் உணர்வாக இருக்கிறது. 'நடன மங்கை' ஒரு அசைவு

கொடுக்கும் கிளர்ச்சியைச் சொல்கிறது. 'நடன மங்கை'க்கு வெகுகாலம் முன் எழுதப்பட்ட கதை 'இருள்'. அதிலும் ஒரு நடன மங்கை வருகிறாள். அவளுடைய நடனத்தின்போது அணிந்திருக்கும் மெட்டியும் சிலுவையும் கதைசொல்லியைத் தொந்திரவு செய்கிறது. 'இடப்பக்க மூக்குத்தி' கதையில் அந்த மூக்குத்தி அணிந்த பக்கவாட்டுத் தோற்றம் அவனைக் கிளர்த்துகிறது. அவள் யாரென வினவும்போது 'ஆண்களின் ரகசிய வேட்கை' என்றொரு விடை கிடைக்கிறது. 'நானும் ஒருவன்' வேறு வகையான கிளர்ச்சியை, வன்முறை முகிழும் கணத்தை, அதன் கிளர்ச்சியைச் சொல்கிறது.

சுரேஷ்குமார இந்திரஜித் அரிதாகவே தொன்மங்களைக் கதையாக்குகிறார். 'ஒரு திருமணம்' அவ்வகையில் மிக முக்கியமான முயற்சி. காரைக்கால் அம்மையார் தொன்மத்தையும் ஒரு கதையில் பயன்படுத்துகிறார். தொன்மம் வழியாக ஒரு மனமாற்றம் நிகழ்கிறது. அவ்வகையில் அவருடைய 'விரித்த கூந்தல்' ஒரு அமானுஷ்யமான கதை. பாஞ்சாலியைப் பற்றிய நேரடியான தொன்மக் கதையாக இல்லாமல் ஒரு தொல் படிமத்தை சுரேஷ்குமார இந்திரஜித் அதிர்ச்சியோடு எதிர்கொள்ளும் தீவிரமான தருணம் பதிவான கதை.

சுரேஷ்குமார இந்திரஜித்தின் பகடி முகம் அவ்வளவாக இதுவரை அங்கீகரிக்கப்பட்டதில்லை. 'அறிக்கை', 'பின் நவீனத்துவவாதியின் மனைவி', 'கமூரி ரிடாகவின் பேட்டி', போன்ற கதைகள் நல்ல பகடிக் கதைகளும்கூட. இவை தவிரவும் ஆங்காங்கு நுட்பமான நகைச்சுவையை அவர் கதைகளில் கையாள்கிறார். 'ரகசிய வார்த்தை' கதையின் முடிவு அப்படியான புன்னகையைத் தருவிக்கும் தருணம். 'பீஹாரும் ஜாக்குலினும்' கதையில் ஜெர்மானிய தம்பதியர்களைப் பார்த்து நீங்கள் சார்த்தர் பிறந்த நாட்டிலிருந்து வந்தவர்கள்தானே என்று தன் அறிவை பாவனையாக காட்டிக்கொள்வது ஒரு வேடிக்கையான தருணம். 'பறக்கும் திருடனுக்குள்' கதையில் திருடன் தன்னை அரசனாகக் கற்பனை செய்துகொண்டு அரசவை நடத்துவான். 'உனக்குத் தப்பிப்பதற்குரிய திறமை போதாது. உனக்குத் திருடுவது தவிர வேறு தொழிலும் தெரியும். எனவே திருடுவது தவறு' என்பதாக பிடிபட்ட இன்னொரு திருடனைப் பார்த்து தீர்ப்பளிப்பான். 'அமானுஷ்ய பயம் எதுவும் கிடையாது. ஆனால் நாய்களைப் பற்றிய பயம் யதார்த்தமானது என்பதால் அது மட்டும் உண்டு.' ('பூமி') என்ற வரி அவருடைய கூர்மையான அங்கத உணர்வுக்கு உதாரணம். அவருடைய 'மட்டாஞ்சேரி ஸ்ரீதரன் மேனன்' ஊரெல்லாம் கடவுளாக வணங்கப்படும் ஒருவனுக்கு யார் கடவுளாகத் தென்படுகிறார் என்பதைச் சொல்லும் கதை.

ஒரு தீர்மானமான உறவுமுறையைத் தலைகீழாக்குவதன் வழியாக அங்கே ஒரு பகடி உருவாகிறது. எந்த ஒன்றையும் அப்பட்டமாக நுணுக்கமாகச் சித்திரிக்கும்போதே அதன் அபத்தம் வெளிப்பட்டு இயல்பாகக் கேலிக்குள்ளாகும் எனும் நம்பிக்கை தனக்குண்டு என்று நேர்காணலில் சொல்கிறார். இந்த உத்தியே ஒரு திரைக்கதை, ஒரு சாமியார் சடங்கு, பின் நவீனத்துவக் கோட்பாட்டு விளக்கம் ஆகியவை கேலிக்குரியதாக ஆவதற்கு காரணமாகிறது.

பல கதைகள் மொத்த வாழ்வையும் ஆறேழு பக்கங்களில் சாராம்சப்படுத்தும் வகையில் எழுதப்படுகின்றன. ஒரு முழு வாழ்வையும் சுருக்கி அளிக்கும்போது சிறுகதை அதன் பக்கங்களைக் காட்டிலும் அதிக அடர்வு உள்ளதாக, பிரம்மாண்டமாக விரிவதாக தோற்ற மயக்கத்தை உருவாக்குகிறது. ‘மாபெரும் சூதாட்டம்’ தொகுப்பிற்குப் பின்பான பல தொகுப்புக்களில் பல கதைகளில் இத்தகைய வாழ்க்கைச் சரிதைத்தன்மையைக் காண முடிகிறது. அவருடைய கதைசொல்லல் பாணியில் நிகழ்ந்த முக்கியப் பரிணாமம் என இதைக் கொள்ளலாம். ‘பீகாரும் ஜாக்குலினும்’ கதையில் வரும் இந்தப் பத்தி நம் கவனத்திற்கு உரியது. “புத்தரைக் கண்ட, மௌரியர்களைக் கண்ட, அசோகரைக் கண்ட, ஷெர்ஷாவைக் கண்ட பின்னர் வங்காள நவாபிற்குச் சொந்தமாகி, 1764ஆம் ஆண்டு நடைபெற்ற பக்ஸார் போரில் பிர்டிஷாருக்குக் கை மாறி, தற்போது சுதந்திர இந்தியாவில் உள்ள இந்தப் பூமியில் நான் கைகளைத் தூக்கிக்கொண்டே வெளியே வந்தேன்.” ஒரு பெரும் வரலாற்றுப் பின்புலத்தில் அற்ப செயலை நிறுத்துவது. இந்த யுத்தியின் வழியாகக் கதைகளுக்குக் கூடுதல் அடர்த்தியை அளிப்பது. இந்த வரலாற்று மாற்றங்களை அற்பச் செயலுக்கு இணையாக வைப்பதன் வழியே அதன் அதீத முக்கியத்துவத்தை, புனிதத்தன்மையை நிராகரிக்கிறார். கையைத் தூக்கிக்கொண்டு வெளியே வருவது போன்ற செயலைப் போன்றதுதான் போரும் என்கிறார். ஜெயமோகன் சுரேஷ்குமார இந்திரஜித்தை ‘மினிமலிச’க் கலைஞன் என்கிறார். ந. ஜயபாஸ்கரனும்கூட குறைந்த சொற்களின் கலைஞன் என்றே சொல்கிறார். ஒரே கதையில் பல்வேறு கோணங்களில் சொல்வதன் மூலம் ஒரு கதையை பல தளங்களில் வாசிக்க வாய்ப்புண்டு என்பதை சுரேஷ்குமார இந்திரஜித் நிறுவுகிறார்.

சுரேஷ்குமார இந்திரஜித்தின் சிறுகதைத் தொகுப்புக்களுக்கான முன்னுரைகள் கூர்மையானவை. தன் கதைகளில் தான் என்ன நிகழ்த்த முயல்கிறேன் என்பதைப் பற்றிய தெளிவு அவருக்கு எப்போதும் உண்டு. முன்னுரைகளின் வழியாக

ஒவ்வொரு தொகுப்பின் ஊடாகவும் அவருடைய கதைகள் அடையும் பரிணாமத்தை அவதானிக்க முடியும். கதைகளை வாசித்துவிட்டு முன்னுரையை வாசிக்கும்போது முதல்முறை அவரை வாசிப்பவர்களுக்கு ஒரு பிடி கிடைக்கலாம். அவருடைய படைப்பூக்கத்தைக் காணும்போது பணி ஓய்வுக்குப் பின் குறுகிய காலத்தில் அதிக கதைகளை எழுதியிருக்கிறார். 'நானும் ஒருவன்', 'நடன மங்கை', 'இடப்பக்க மூக்குத்தி' ஆகிய தொகுதிகள் 2011 பணி ஓய்வுக்குப் பிந்திய காலகட்டத்தைச் சேர்ந்தவை. அதேபோல் அவருடைய படைப்பூக்கமும் ஒரு காலகட்டத்தில் தீவிரமாக இருப்பதாகத் தோன்றியது. 'மறைந்து திரியும் கிழவன்' தொகுப்பில் அடுத்தடுத்த கதைகள் அபாரமான வாசிப்பனுபவத்தை அளிப்பவை. 'நடன மங்கை'யும், 'இடப்பக்க மூக்குத்தி'யும் கூட குறுகிய காலத்தில் எழுதப்பட்டவை.

ஒட்டுமொத்தமாக சுரேஷ்குமார இந்திரஜித் தற்செயல்களின் ஊடாட்டங்களைக் கதைகள் ஆக்கியவர் புனைவுக்கும் பொய்க்கும் உண்மைக்கும் இடையிலான உறவைக் கதைகளில் கையாண்டவர் எனும் இரு பரவலான சித்திரங்களுக்கு அப்பால் ஆண் – பெண் உறவின் நுட்பங்களை, குறிப்பாக வயோதிகத்தின் உறவுச் சிக்கலைப் பேசியவர், பிரியம் சுரக்கும் உறவுகளுக்குள் கரவாக ஒளிந்திருக்கும் வன்மத்தை எழுதியவர், குற்றங்களின் உளவியலை எழுதியவர், உன்னதங்களை, தொன்மங்களை தலைகீழாக்கியவர், கனவுகளையும் அவை கலைந்து நிதர்சனத்தை எதிர்கொள்வதைப் பற்றியும் எழுதியவர், வாழ்க்கைச் சரிதைத்தன்மை உடைய கதைகளை எழுதியவர், இணை வரலாற்றுக் கதைகளை எழுதியவர், பகடிக் கதைகளை எழுதியவர், சாதி ஈழம் குறித்து அக்கறைகொண்ட கதைகளை எழுதியவர் எனப் பல்வேறு முகங்கள் கொண்டவரும்கூட. பொதுவாக மனிதர்களின் உன்னதங்களின்மீது அவநம்பிக்கை கொண்ட கதைசொல்லி என்றாலும் மானுட நேயத்தையும், அன்பின் வெம்மையையும் சுமந்து செல்லும் கதைகளையும் அவர் எழுதியிருக்கிறார்.

அவருடைய அனைத்துச் சிறுகதைகளையும் குறைந்தது இருமுறை வாசித்தவன் என்ற முறையிலும், அவருக்காக இந்த ஆண்டு சிறப்பிதழைக் கொணர்ந்தவன் என்ற முறையிலும் அவருடைய சிறுகதைகள் குறித்துத் தீவிர இலக்கியப் பரப்பிலேயேகூட சரிவர விவாதங்கள் நிகழவில்லை எனும் ஆதங்கம் எனக்குண்டு. இந்தத் தேர்ந்தெடுத்த சிறுகதைத் தொகுப்பு அவருடைய பன்முகத்தை வெளிக்கொணரும் நோக்கில் தொகுக்கப்பட்டுள்ளது. இதற்கப்பால் பல சிறந்த கதைகளை

அவர் எழுதியிருக்கிறார். புதிய தலைமுறை வாசகனாக, எழுத்தாளனாக என்னை ஈர்த்த கதைகளைத் தொகுத்திருக்கிறேன். என்னைப் போன்ற புதிய தலைமுறை வாசகர்கள் அவரை கண்டுகொள்ளவும், வாசிக்கவும், அவருடைய முக்கியத்துவத்தை உணரவும் இத்தொகுதி உதவும் என நம்புகிறேன். இந்த வாய்ப்பை நல்கிய எழுத்தாளர் சுரேஷ்குமார இந்திரஜித்துக்கு காலச்சுவடு பதிப்பகத்தின் கண்ணனுக்கும் எனது நன்றிகள்.

காரைக்குடி
21-7-2018

சுனில் கிருஷ்ணன்

கால்பந்தும் அவளும்

அவன் வெள்ளை நிறமாக, மொட்டைத் தலையுடன், பூனைக் கண்களுடன் இருந்தான். "பேரென்ன?" என்று கேட்டேன். அவன் பேச வில்லை. படுக்கையருகே நின்றுகொண்டிருந்த அவன் மனைவி 'அவர் பேரு பிடரிக்' என்றாள். நூல் சேலை அணிந்திருந்தாள். கழுத்தில் அழுக்கான தாலிக்கயிறு. பளபளக்கும் கருப்பு நிறத்தில் உறுதியான உடலமைப்புடன் இருந்தாள்.

அவன் 'பிரடெரிக் ஜான்சன்' என்றான். சரியான ஆங்கில உச்சரிப்பில். அந்த கணம் அவன் ஆங்கிலோ இந்தியன் என்று எனக்குத் தோன்றியது. அவன் தலையணைக்குப் பக்கத்தில் ஓர் ஆங்கில நாவல் படித்த நிலையில் பிரித்துக் கவிழ்க்கப்பட்டிருந்தது.

அவனுக்கும், அவளுக்கும் உள்ள வித்தியாசத்தை நான் உணர்ந்ததை அறிந்தவள் போலும். "என் வூட்டுக்காரரு" என்றாள். "எப்படி இருக்காரு"? என்றேன். "இப்ப குடி நெனைப்பில்லாமத்தான் இருக்காரு. ஆசுபத்திரியை விட்டுப் போக முடியாதுல்ல. வூட்டுக்குப் போனா எப்படி இருப்பாருனு தெரியலை. நல்லபடியா இருக்கணும்" என்றாள். "நல்லா கவனிச்சிக்கிறாங்களா" என்றேன். "நல்லா" என்று சொல்லிச் சிரித்தாள். உடம்பில் எண்ணெய் தேய்த்திருந்தாற் போன்ற பளபளப்பு. சிரித்ததில் அவள் வசீகரம் கூடியது.

நான் அடுத்த படுக்கைக்குச் சென்றேன். என் நண்பரான டாக்டர் தேவசகாயம் அவர்

நடத்தும் *De-addiction Centre*–க்கு வருமாறு என்னை அழைத்துக் கொண்டேயிருந்தார். இன்று அவருடைய மையத்தைச் சுற்றிப் பார்த்துக்கொண்டிருக்கிறேன். அங்கிருந்த அட்டெண்டரை அழைத்து அந்தக் குடும்பத்தைப் பற்றி விசாரித்தேன்.

"அவன் ஆங்கிலோ–இந்தியன் கலப்பு ஸார். அவன் வொய்ப் பேரு மாடத்தி. பாத்தீங்களா காம்பினேஷனை. அவனோட அப்பா தேவரு. சர்வேயரா இருந்திருக்காரு. அவன் அம்மா ஆங்கிலோ – இந்தியன். ரெண்டு பேருக்கும் எப்படியோ தொடுத்துக்கிச்சி. சொந்தக்காரங்கள்லாம் ஆஸ்திரேலியா போயிட்டாங்களாம். அவன் ஸ்கூல்ல வாட்ச்மேனா இருக்கான். அவன் பொஞ்சாதி, ஸ்கூல்ல அடிசனல் பில்டிங் கட்றப்ப சித்தாளா வந்திருக்கு. தொடுத்துக்கிச்சி" என்று சிரித்தான்.

"ரிஜிஸ்தர்லே அவன் அப்பா பேரை எழுதியிருப்பீங்கள்ல. பாத்துச் சொல்லுங்க." என்றேன்.

அவன் உள்ளே போய், ரிஜிஸ்தரைப் பார்த்துவிட்டு வந்து "அவுங்க அப்பா பேரு ஈஸ்வரன் என்ற டேவிட்சன்" என்றான்.

அட்டெண்டர், அவர்களுடைய குடும்பக்கதையைச் சொன்ன போதே மனத்தில் தோன்றிய விஷயம் தற்போது உறுதியானது. "அவுங்க அப்பாவை எனக்குத் தெரியும். ஏன்ட்டே வேல பாத்திருக்காரு. அவுங்க அம்மாவையும் பாத்திருக்கேன்" என்றேன் அட்டெண்டரிடம்.

பல ஆண்டுகளுக்கு முன் அப்போது நான் பணியிலிருந்தேன். அன்று என் சொந்த வேலைகளுக்காக ஜீப்பில் சென்றுவிட்டு அலுலகத்துக்கு வந்திருந்தேன். வியர்த்திருந்தது. டீ கொண்டு வரச்சொல்லிவிட்டு, மேசை டிராயரிலிருந்த நிலக்கடலைப் பொட்டலத்தை எடுத்தேன். ஜன்னலருகே சென்று நிலக்கடலையை இரண்டு கைகளாலும் கசக்கி ஊதினேன். மேல் தொலிகள் பறந்தன. ஜன்னலுக்கு வெளியேயும், உட்புறத்திலும் விழுந்தன. மேல் தொலிகள் இல்லாத கடலைகளைச் சேகரித்துப் பேப்பரில் வைத்து டிராயரில் வைத்துக் கொண்டேன். டிராயரைப் பாதித் திறந்தநிலையில் வைத்துக் கடலையைக் கொறித்துக் கொண்டிருந்தேன்.

அலுவலக உதவியாளர் உள்ளே வந்து, ஒரு சட்டைக்காரி என்னைப் பார்க்க வந்திருப்பதாகக் கூறினான். "என்னைப் பார்க்க சட்டைக்காரிக்கு என்ன வேலை" என்று நினைத்துக்கொண்டு, வரச்சொன்னேன். கவுன் அணிந்த ஓர் ஆங்கிலோ இந்தியப் பெண் உள்ளே நுழைந்தாள். கூட ஒரு பையன். லிப்ஸ்டிக்

இட்டிருந்தாள். வெள்ளையாக இருந்தாள். சராசரி அழகு. இடது கன்னத்தில் ஒரு கருப்பான மரு இருந்தது. முழுங்காலுக்குக் கீழே முடியற்ற கால்கள் வெள்ளையாகத் தெரிந்தன. ஹைஹீல்ஸ் அணிந்திருந்தாள்.

"நான் உங்களிடம் பணிபுரியும் ஈஸ்வரனின் மனைவி" என்று ஆங்கிலத்தில் கூறினாள். எனக்கு ஒன்றும் புரியவில்லை.

"நீங்க எந்த ஈஸ்வரனைச் சொல்றீங்க. அவரு தேவமாருல்ல."

"அவருதான் டேவிட்சன்னு மாறி என்னை மேரேஜ் பண்ணிட்டாரு. இதோ அவரு போட்ட ரிங்" என்று கைவிரலில் அணிந்திருந்த மோதிரத்தைக் காண்பித்தாள்.

"சரி, ஈஸ்வரன் ஏதோ செட்டப் பண்ணிட்டான்" என்று நினைத்துக்கொண்டே "என்ன விஷயம்" என்று கேட்டேன்.

"அவரு வீட்டுக்கு வரமாட்டேங்கிறார். பணமும் கொடுக்கலை. நீங்கதான் சொல்லி சரி பண்ணனும்" என்றாள்.

"நான் சொல்லிப் பாக்கறேன். என்னாலே முடிஞ்ச உதவி பண்றேன். அவரை எப்படிக் கல்யாணம் பண்ணினீங்க" என்றேன்.

"தேட்மேன் இஸ் எ புட்பால் பிளேயர். உங்களுக்குத் தெரியாதா?" இதைச் சொல்லும்போது அவள் முகம் ஒளிர்ந்தது. நான் "தெரியாது" என்றேன்.

அவளின் மொழி நடை அழகான ஆங்கிலத்திற்கு மாறியது. "அவர், தனது அழகான கால்களால் பந்தைத் தள்ளிக்கொண்டு செல்லும் காட்சியை நீங்கள் பார்த்ததில்லையா. என்ன ஒரு அழகான ஆட்டம். அவருடைய ஆட்டம் அவ்வளவு அழகாக இருக்கும். அரைக்கால் டிரவுசர் அணிந்திருப்பார். பந்தைத் தள்ளும்போது, கால் தசைகள் அசையும். அவரிடமிருந்து எவரும் பந்தைக் கடத்திச் செல்ல முடியாது. பந்தும் அவருடைய கால்களும் இணைந்து செல்லும் அழகை என்னால் விவரிக்க இயலாது. பந்து அவருடைய கால்களுடன் கொஞ்சும். விருப்பப்பட்டு, அவரிடமிருந்து விடுபட்டு, கோலியிடம் சிக்காமல் கோலுக்குள் சென்று சிரிக்கும். என்ன ஒரு ஆட்டக்காரர்" என்றாள்.

எனக்கு ஆச்சரியமாக இருந்தது. நான் அவளுக்கு அன்னியன். அவருடைய கால்பந்தாட்டத்தைப் பற்றிப் பேசும்போது இப்படித்தான் பேசுவாள் என்றும் வாய்ப்பிருந்தால் இதைவிடக் கூடுதலாகவும் பேசுவாள் என்றும் தோன்றியது.

"அந்த ஈஸ்வரப் பையனுக்கு அதிர்ஷ்டம். பந்தை வைச்சு ஒருத்தியைக் கவுத்திப்புட்டானே" என்று எனக்குத் தோன்றியது.

சற்று நேரம் பொதுவாகப் பேசிக் கொண்டிருந்துவிட்டு விடை பெற்றுக்கொண்டாள். போகும்போது, முழங்கால்களுக்குக் கீழே தெரிந்த அவளுடைய வெள்ளைக் கால்களைப் பார்த்தேன். அவளுடைய மகன் என்னைப் பார்த்துக் கையை ஆட்டிவிட்டுச் சென்றான். பூனைக்கண்கள், செம்பட்டை மயிர், வெள்ளை நிறம், ஈஸ்வரனின் மகன்.

அன்றைக்கு ஈஸ்வரன் அலுவலகத்திற்கு வரவில்லை. அடுத்தநாள் வந்தான். நான் அவனை வரவழைத்து அமரச் சொன்னேன். அலுவலகத்தில் உள்ளவர்கள் அவள் வந்து போனதைச் செல்லியிருப்பார்கள் போல. அவன் நெளிந்து கொண்டே உட்கார்ந்தான். வெட்கப்படுவது போல இருந்தது. நான் அவளைப் பற்றி விசாரித்தேன்.

“பத்து வருஷத்துக்கு மின்னாடி நான் ரயில்வே காலனிக்கு புட்பால் வெளையாடப் போவேன். அப்ப கிரவுண்டிலே தினமும் புட்பால் ஆட்டம் நடக்கும். இப்ப எப்பவாவது மேட்ச் நடந்தாத்தான் உண்டு. நான் சின்ன வயசிலேயிருந்து புட்பால் ப்ளேயரு. இப்பத்தான் முன்ன மாதிரி வெளையாட முடியலை. அப்ப தினமும் அவ ப்ரெண்ட்ஸோட வேடிக்கை பாக்க வருவா. அவ வீட்லே தண்ணி வாங்கிக் குடிப்போம். ஆட்டம் முடிஞ்சபொறகு அவுங்க வீட்லே டீ கொடுப்பாங்க. இஞ்சி டீ. அவ்வளவு ருசியாயிருக்கும். ஒருநாள் தனியா நான் வந்தப்ப என்னோட ஆட்டத்தைப் பாராட்டிப் பேசி கை கொடுத்துச்சு. அப்புறம் அடிக்கடி சந்திக்க ஆரம்பிச்சோம். ரீகல் டாக்கீஸிலே சினிமாவுக்குப் போனோம். அப்படியே தொடர்ந்திருச்சு. அவளைக் கலியாணம் பண்ணிக்கிட்டேன்.”

“ஒங்க வீட்டுக்காரம்மாவுக்கு இந்த விஷயம் தெரியுமா” என்றேன்.

“தெரியும். ஒருநாள் வரலைன்னா மூஞ்சியைச் சுளிச்சிக்கிட்டு டார்ச்சர் பண்றா.”

“அப்படித்தான் இருக்கும். யாரு விட்டுக்கொடுப்பா. சரி அந்தப் பொண்ணுக்குச் செலவுக்குப் பணம் கொடுக்க வேண்டாமா? என்றேன்.

“உங்களுக்குத் தெரியாதா. வருமானம் குறைஞ்சிபோச்சு. அதனாலேதான் வேறே ஆபீசுக்கு டிரை பண்ணிக்கிட்டிருக்கேன்.”

“ஏதாவது கொடுங்க. அவுங்களும் உங்களை நம்பித்தானே இருக்காங்க.”

“அவ ஸ்கூல்ல வேல பாக்குறா. ஏதாவது பணம் வரும். வீட்ல கட்டி வைச்சது வீட்லேதான் இருக்கு. பணத்துக்கு எங்கே போகும். சரி. நான் அட்ஜஸ்ட் பண்ணிக் கொடுக்கறேன். அதான் ஜி.பி.எப். போட்டிருக்கேன். நீங்கதான் கையெழுத்துப் போடணும்.”

“எங்கே இருக்கு?”

“இங்கேதான் இருக்கு” என்று எடுத்துக் கொடுத்தான். கையெழுத்துப் போட்டு அவன் கையிலேயே கொடுத்தேன்.

ஒரு சில மாதங்களில் அவன் வருமானம் வரும் வேறு ஆபீசிற்கு மாறிவிட்டான். போகும்போது ‘ரெண்டு குடும்பங்களையும் கவனிச்சுக்குங்கன்னு’ சொன்னேன். சில மாதங்கள் கழித்து கிறிஸ்துமஸ்ஸிற்கு முந்திய நாள் என்னைப் பார்த்து, மதியம் வீட்டுக்கு வருமாறு கூறினான், நானும் வீட்டுக்குச் சென்றேன்.

வீடு கிறிஸ்துமஸ்ஸிற்காக சீரியல் மின் விளக்குகளால் அலங்கரிக்கப்பட்டிருந்தது. முன் அறையில் யேசுநாதர் படம் மாட்டப்பட்டிருந்தது. வீடு துப்புரவாகவும் அழகாகவும் இருந்தது. ஈஸ்வரனும் அவன் மனைவியும் திருமணக் கோலத்தில் இருக்கும் புகைப்படங்கள் மாட்டப்பட்டிருந்தன. அவனுடைய தந்தை நோயுற்றவராக ஓர் அறையில் இருந்தார். எனக்கு முகமன் கூறிவிட்டு, அறைக்குள் சென்றுவிட்டார். வீட்டைக் காண்பித்தார்கள். எனக்கு ஆச்சரியமாக இருந்தது. படுக்கையறையில் படுக்கையின் மீது இரண்டு கால்பந்துகள் கிடந்தன. எனக்கு அந்தப் பந்துகள் பற்றியே சிந்தனையாக இருந்தது.

சாப்பாட்டிற்கு முன் அழகான ஒயின் கிளாஸில் அவள் ஒயின் ஊற்றி எனக்கும் ஈஸ்வரனுக்கும் கொடுத்தாள். அவளும் ஓர் ஒயின் கிளாஸை எடுத்து ஒயினை ஊற்றி இருகைகளாலும் கிளாஸை உருட்டிக்கொண்டே பேசினாள்.

பிரியாணி தயார் செய்திருந்தார்கள். மோரும், சாதமும் இருக்கிறாற் போல் தெரியவில்லை. நானும் கேட்கவில்லை. தயிர்ப்பச்சடி இருந்தது. சாப்பிடும்போது அவனுடைய கால் பந்தாட்டத்தைப் பற்றி அவள் பேசுவதைக் கேட்க வேண்டும் போலிருந்தது. அவள் சரளமாகப் பேசும்போது ஆங்கிலத்தில் பேசினாள். அழகான உச்சரிப்புடன் சரளமாகப் பேசுவது என்னை ஈர்த்தது.

“அந்தக் காலத்தில் இவர் ஆட்டத்தைப் பார்க்க எனக்கு வாய்ப்பில்லாமல் போய்விட்டது” என்றேன் ஆங்கிலத்தில்.

“ஆமாம். அவர் கால்பந்தாடும் அழகே அழகு. அவரைத்தவிர மற்றவர்கள் எல்லாம் என் காட்சியிலிருந்து மறைந்துபோய் விடுவார்கள். கெண்டைக்கால் சதை அசைய அவர் பந்தைத் தள்ளிக்கொண்டு வருவார். யேசுவினால் பந்தாட்டகாரனாக ஆசீர்வதிக்கப்பட்டவர். இவர் வழக்கமாக நீலநிற டிராயர் அணிவார். அது மேகத்தின் நிறத்தில் இருக்கும். அவர் மேகத்தில் கால்பந்து விளையாடும் ஆட்டக்காரர். எத்தனை கோல்கள். அவர் வந்து மைதானத்தில் இறங்கும்போது, மைதானம் பூரிக்கும். மலர்கள் பூரிப்பதை நீங்கள் பார்த்திருக்கிறீர்களா? அதைப்போல். எதிர்த்து விளையாடுபவர்களிடம் அச்சம் கவிந்துகொள்ளும். அவர்களின் கால்கள் பின்னிக்கொள்வது போல் இருக்கும். அவரிடம் கால்பந்து கொஞ்சிக்கொஞ்சிச் செல்லும். பந்தின்மீது நடப்பார். நிற்பார். பந்தைப் பாதங்களால் மேலெழுப்பித் தலையினால் கோலுக்குள் தள்ளுவார். பந்து அவர் கால்களுக்கிடையே இருக்கும் போது கர்வமாகப் பார்க்கும். அவர் கால்பட்டு பந்து தானாகவே ஓடும். அவர் அதைத் தள்ளுகிறாரா என்றே தெரியாது. அவர் மீதுள்ள பிரியத்தில் பந்து ஓடும். காலால் தட்டினால் அந்தத் தட்டிற்கு ஏற்ப குறிப்பிட்ட தூரம்தானே பந்து ஓட வேண்டும். ஆனால், கூடுதலான தூரம் ஓடுவதை நான் அடிக்கடி பார்ப்பேன். எப்படி இந்த அதிசயம் நிகழ்ந்தது என்றே தெரியவில்லை. எல்லாம் யேசுவின் ஆசீர்வாதம்.” அவள் ஒயினை அருந்திக்கொண்டே அந்தக் கிளாஸை இரண்டு கைகளினாலும் உருட்டிக்கொண்டே பேசிக்கொண்டிருந்தாள். ஈஸ்வரனுக்கு அவள் கூறுவது காதில் விழுகிறதா என்று தெரியவில்லை. மேலும், அவனுக்கு ஆங்கில அறிவு போதாது. அவன் பிரியாணியிலிருந்த எலும்புடன் இருந்த இறைச்சித்துண்டைத் தின்பதிலேயே குறியாக இருந்தான்.

அவர்களின் மகனைப் பற்றி விசாரித்தேன். பக்கத்து வீட்டுக்குச் சென்றிருப்பதாகவும், அங்கேயே எப்போதும் இருப்பதாகவும், அவளுடைய பெரியம்மா வீடு அது என்றும் கூறினாள். நான் கிளம்பும் சமயம் அந்தப் பையன் அவனுடைய நண்பனுடன் வந்தான். கோட், சூட், டை அணிந்திருந்தான். சுறுசுறுப்பான பையனாகத் தோன்றினான். என்னைப் பார்த்து “ஹை அங்கிள், கிளாட்டு மீட் யூ” என்று கை நீட்டினான். நான் அவன் கையை பற்றிக் குலுக்கினேன்.

பிறகு, சில மாதங்களில் நான் வேறு ஊருக்கு மாறுதலாகிச் சென்றுவிட்டேன். ஈஸ்வரனுடன் தொடர்பில்லை. அவன் நினைவும் எனக்கு இல்லை. நான் பணி ஓய்வு பெற்று இரண்டு வருடங்கள் ஆகின்றன. ஏதோ ஒரு நாள் சர்வே துறையில் வேலை பார்க்கும் ஒருவரைச் சந்தித்தபோது ஈஸ்வரனைப்

பற்றிக் கேட்டேன். அவன் இறந்து சில வருடங்கள் ஆகிவிட்டன என்றார்.

நான் அட்டெண்டரிடம் பிரடெரிக் ஜான்சனை நன்றாகக் கவனித்துக்கொள்ளும்படி கூறிவிட்டு, பிரடெரிக் ஜான்சனிடம் சென்றேன். அவன் ஆங்கில நாவல் படித்துக்கொண்டிருந்தான். ஸ்டூலில் உட்கார்ந்திருந்த மாடத்தி என்னை பார்த்ததும் எழுந்து நின்றாள்.

நான் அவனிடம், "உங்க அப்பா என்கூட வேலை பார்த்தவரு. இப்பத்தான் எனக்கு தெரிஞ்சது. ரொம்ப வருஷங் களுக்கு முன்னால் கிறிஸ்துமசுக்கு முந்தினநாள் உங்க வூட்டுக்கு வந்திருக்கேன். உங்க அப்பா என்னை விருந்துக்கு கூட்டி வந்தாரு. நீங்க அப்ப சின்னப் பையனா இருந்தீங்க. உங்க அம்மா இருக்காங்களா?" என்றேன்.

"அப்பா குடும்பத்தைக் கைவிட்டுட்டுப் போயிட்டாரு. அம்மா, அப்பாவுக்கு முன்னாடியே இறந்து போயிருச்சி. இறந்ததுக்குகூட அப்பா வரலை" என்று சொல்லிக்கொண்டே "இதோ என் மதர்" என்று தலையணைக்குக் கீழிருந்து பிரேம் போட்ட புகைப்படத்தை எடுத்துக் காண்பித்தான். புகைப்படத்தில் அவனுடைய அம்மா ஒரு கால்பந்தை நெஞ்சில் அணைத்தவாறு இருந்தாள்.

***உயிர் எழுத்து*, ஆகஸ்டு 2013**

கணவன், மனைவி

கணவனின் தோள்பட்டையில் அடி கொடுத்தாள் ரோசாப்பூ. அவர் ஏதோ உளறிக் கொண்டே, உடலை நெளித்தார். அவளுக்கு மேலும் ஆத்திரம் ஏற்பட்டது. இடது கன்னத்தில் ஓங்கி அறைந்தாள். அவர் உளறிக்கொண்டே ஒரு நிலைக்கு வந்தார். அந்த நிலை ஓரளவுக்கு ரோசாப்பூவிற்கு வாகனதாக இருந்ததால் மேலும் அடிக்காமல் கரைத்து வைத்திருந்த கஞ்சியை வாயில் ஊற்றினாள்.

ரோசாப்பூவின் கணவர் ரங்கநாதன் வாதம் வந்து வலது பக்கம் பாதிக்கப்பட்டு கிட்டத்தட்ட ஓராண்டாகிவிட்டது ஒரே மகன். ஹாஸ்டலில் தங்கி கடலூரில் படித்துக்கொண்டிருக்கிறான். ரங்கநாதன் இறந்துவிட்டால் இந்த வீட்டைக் காலி பண்ணிவிட்டு நல்லதுக்கோ, கெட்டதுக்கோ – வேறு வழி இல்லையே – அவனுடன் போய் இருந்து கொள்ள வேண்டியதுதான் என்று ரோசாப்பூ நினைக்கிறாள். ஆனால் ரங்கநாதன் இறக்கமாட்டேங்கிறார்.

ரோசாப்பூவின் இயற்பெயர் சௌந்தரவல்லி. அவள் சிவப்பாக இருந்ததால் சிறுவயதிலிருந்தே ரோசாப்பூ என்றழைக்கப்பட்டு எல்லோருக்குமே அவளை ரோசாப்பூ என்றால்தான் தெரியும் என்றாகிவிட்டது. ரோசாப்பூவின் தாயார் இரண்டு வீடுகளில் வீட்டு வேலை செய்துதான் வாழ்க்கையை நடத்திக்கொண்டிருந்தாள். ஒரு நாயக்கருக்கு அவள் வைப்பாட்டியாக இருந்தாள் என்றளவில் அவளுக்குத் தெரியும். ரோசாப்பூவிற்கு மூன்று வயதாகும்போதே அவர் வருவதை நிறுத்தி

விட்டிருந்தார். அவர் எங்கிருக்கிறார் என்பதே ரோசாப்பூவின் தாயாருக்குத் தெரியவில்லை. கார்ப்பரேஷனில் காண்ட்ராக்ட் வேலை பார்த்தார். எல்லிஸ் நகரில் வீடு என்றளவில்தான் அவளின் தாயாருக்கு விவரம் தெரிந்திருந்தது. மேலும் அவளுடைய தாயார் பயந்துகொண்டு அவரைத் தேடவில்லை. ரோசாப்பூவிற்கு அவளின் தந்தை உருவம் நினைவில் இல்லை. சிவப்பாக ஒரு நாயக்கர் வந்து செல்வார் என்று சொல்வார்கள்.

ஒரு கட்டத்தில் ரோசாப்பூவின் தாயார், வீட்டு வேலைகள் பார்ப்பதை விட்டுவிட்டு மெஸ்ஸில் வேலைக்குச் சேர்ந்தாள்.

அப்போது ரோசாப்பூவையும் ஒத்தாசையாக கூட வைத்துக் கொண்டாள். ரோசாப்பூ ஏற்கனவே பெரிய மனஷியாகியிருந்தாள். அந்த மெஸ்ஸை ரங்கநாதன் நடத்திவந்தார். அவருக்குத் திருமணமாகி இரண்டு மகன்கள் இருந்தார்கள்.

ரோசாப்பூவும், அவளுடைய தாயாரும் மெஸ்ஸிலேயே தங்கியிருந்தனர். உணவு தயாரிப்பதில் ஒத்தாசை, பாத்திரங்கள் கழுவுவது மற்றும் பிற வேலைகளை ரோசாப்பூவும், அவள் தாயாரும் சேர்ந்து பார்த்துக்கொள்வார்கள். வாடகைக்கும், சாப்பாட்டிற்கும் கழித்துக் கொண்டு ஒரு தொகையைக் கொடுத்து வந்தார்.

ரோசாப்பூவிற்கு வயது ஏறிக்கொண்டிருந்தது. ஆரம்பத்தில் சர்வ சாதாரணமாக ரோசாப்பூவைப் பார்த்துக்கொண்டிருந்த ரங்கநாதன், பின்னர் ஒரு காலகட்டத்தில் கவனித்துப் பார்ப்பதாக அவளின் தாயாருக்குத் தோன்றியது. இந்த மெஸ்ஸை விட்டுச் சென்றால் எங்கு செல்வது என்று ரோசாப்பூவின் தாயாருக்குத் தெரியவில்லை. மேலும் தங்கும் இடமும், சாப்பாடும் அதுபோக சம்பளமும் இந்த மாதிரி வேறெங்கும் கிடைக்காது என்று நினைத்தாள்.

ரோசாப்பூவின் உடல் நாளுக்கு நாள் பூரிப்படைந்து கொண்டிருந்தது. மெஸ்ஸிற்கு வந்து செல்பவர்கள் அவளைப் பார்த்தனர். அவளைப் பார்ப்பதற்கென்றே சிலர் வர ஆரம்பித்தனர். ஒருநாள், ரங்கநாதன் ரோசாப்பூவின் கையைப் பிடித்து இழுப்பதையும், அவள் அவரைத் தட்டிவிட்டுச் சென்றதையும், அவளின் தாயார் பார்த்தாள். எப்படி ஒருவனைக் கண்டுபிடித்து அவளைக் கட்டிக் கொடுப்பது என்ற கேள்விக்கு அவளிடம் பதில் இல்லை. உரித்தான உறவினர்கள் இல்லாத தன்னுடைய காலத்திற்குப் பின் ரோசாப்பூ என்னாவாள் என்று யோசித்தபோது அவளுக்குப் பயம் ஏற்பட்டது. ரோசாப்பூவும், ஒரு பையனும் ரோட்டோரத்தில் நின்று பேசிக்கொண்டிருப்பதை

ஒரு தடவை அவள் பார்த்தபோது அவள் பயத்தில் மனம் குழம்பினாள்.

இந்த நிலையில்தான் ஒருநாள் அவள் சட்னி அரைத்துக் கொண்டிருந்தபோது, ரங்கநாதன் வந்து நாற்காலியை இழுத்துப் போட்டுக் கொண்டு உட்கார்ந்தார். அவரைப் பார்த்து எழுந்த அவளை அவர் உட்காரச் சொன்னார். அவள் தரையில் உட்கார்ந்தாள். அவர் பொதுவாக அவளிடம் பேசிவிட்டு, ரோசாப்பூவைத் திருமணம் செய்து தனிக்குடித்தனம் வைத்துக் கொள்வதாகவும் ரோசாப்பூவுடன் அவளும் இருக்கலாம். அந்த வீட்டிற்குச் செல்லாமல் இருந்தால் பிரச்சினை ஏற்படும் என்பதால் அங்கும் சென்று வந்தால்தான் நமக்கு நல்லது என்றும் அவர் கூறினார். அவள் யோசித்துச் சொல்வதாகக் கூறினாள்.

அன்று சாயந்தரம், ரோசாப்பூவிடம் ரங்கநாதன் தன்னிடம் கூறியதைச் சொல்லி, நமக்கும் வேறு வழியில்லையே என்றாள். இப்படி ஒரு பேச்சு வரும் என்று ரோசாப்பூ எதிர்பார்த்துத்தான் இருந்தாள். ஆனால் அவளுக்குத் தன்னைவிட இருபது வயது மூத்தவருக்கு அதுவும் வைப்பாட்டி போல் இருப்பதில் விருப்பம் இல்லாமலிருந்தாள். அந்த வீட்டுப் பையன்கள் வந்து சண்டை போட்டால் என்ன செய்வது என்ற எண்ணமும் ஏற்பட்டது.

பலசரக்குக் கடையில் வேலை பார்க்கும் கோபிக்கு அவளைத் தொடுவதில்தான் ஆர்வம் இருக்கிறதே தவிர, ரோசாப்பூ கல்யாணப் பேச்சை எடுத்தால் தட்டிக்கழித்து விடுகிறான். நகை கொண்டு போக முடியாது. சீர் கொண்டு போக முடியாது. வசதியில்லை. கோபி எப்படி தன்னைத் திருமணம் செய்துகொள்ள விரும்புவான் என்றும் அவள் நினைத்தாள். ரங்கநாதனைக் கல்யாணம் செய்துவிட்டு, ரகசியமாக கோபி யிடமும் உறவு வைத்துக்கொள்ளாமா என்றும் யோசித்தாள். ஆனால் தெரிந்துவிட்டால் எல்லாமே குழம்பிப்போய் விடும். அதை அப்புறம் பார்த்துக்கொள்ளலாம் என்று நினைத்தாள்.

வேறு வழியில்லாமல் ரோசாப்பூவும் சரி என்று சொல்லி விட்டாள். ஊருக்கு வெளியே ஒரு வீடு பார்த்து வீட்டு உபயோகப் பொருட்கள் வாங்கிப் போட்டு ரோசாப்பூவிற்கு ஆடைகள் வாங்கிக்கொள்வதற்குப் பணம் கொடுத்து கோயிலில் வைத்துத் திருமணம் செய்துகொண்டார். ரோசாப்பூவிற்கு ரங்கநாதனின் அக்குள் வியர்வை நாற்றம் பெரும் பிரச்சினையாக இருந்தது. பவுடர் போட்டும் அதை மீறி வருவதாகத் தோன்றியது.

சிலகாலம் கழித்து ரங்கநாதன் வீட்டாருக்கு விவரம் தெரிந்து, அந்த வீட்டாரைச் சேர்ந்த யாரோ வந்து வெளியே

நின்று கத்தி விட்டுச் சென்றனர். அவள் கதவடைத்துக்கொண்டு உள்ளேயே இருந்துவிட்டாள். இந்நிழ்ச்சிக்குப் பின் வீட்டுக்கு வந்த ரங்கநாதனிடம் அவள் கோபித்துக்கொண்டாள். அன்று சேரத்துடித்த அவரை, அவள் சேரவிடவில்லை.

முதல் குடும்பத்திடம் என்ன பஞ்சாயத்து பண்ணினார் என்று தெரியவில்லை. பிறகு அவர்கள் தகராறுக்கு வரவில்லை. நாளடைவில் அவர் முதல் குடும்பத்தாரிடம் செல்லாமல் இங்கேயே இருந்துவிட்டார். ரங்கநாதன் தனக்கு வாழ்க்கையைக் கொடுத்திருக்கிறாரா என்று அடிக்கடி யோசிப்பாள்.

திடீரென்று ஒருநாள் குடித்துவிட்டு வந்தார். அவள் கோபித்துக் கொண்டும் பயனில்லை. அடிக்கடி குடித்துவிட்டு வர ஆரம்பித்து பிறகு தினமும் குடிக்க ஆரம்பித்தார். அவருக்கு வயதாக ஆக, இயலாமை கூடக்கூட அவளைத் திட்ட ஆரம்பித்தார். தனியாகப் படுத்துக்கொள்வதற்காக அவ்வாறு சண்டை போட்டார். அவளுடைய நடத்தையைச் சந்தேகித்துத் திட்டுவார். கொஞ்சம் கொஞ்சமாக அவர் மிருகமாக மாறினார்.

இடையில் ரோசாப்பூவின் அம்மா இறந்துபோனாள். பையனை வெளியூரில் தங்கும் விடுதியில் சேர்த்துப் படிக்க வைத்தார். விடுமுறைகளில் வீட்டிற்கு வரும்போது அவனுக்கும் ரங்கநாதனுக்கும் சண்டை ஏற்படுவது சகஜமாகிவிட்டது. அதனால் பெரும்பாலும் அவன் வருவதில்லை.

அவர்களுக்குள் நடந்த சண்டையில் ஒரு தடவை அவளுடைய கைவிரல்களை அவர் முறுக்கியதில் எலும்பு முறிவு ஏற்பட்டுவிட்டது. ஒரு தடவை தப்பிக்க ஓடியதில் பாதம் பிசகி, அதைச் சரி செய்வதற்கும் பல நாட்கள் ஆகிவிட்டன.

அன்று சற்று கூடுதலாக மது அருந்தியதால் மிகவும் சிரமப்பட்டுத்தான் இரு சக்கர வாகனத்தில் வீட்டுக்கு வந்தார். வரும்போதே அவர் மனத்தில் ஆசை எரிந்து கொண்டிருந்தது. அவளைப் பார்த்ததும் இன்னும் எரிந்தது. ஆனால் 'இயலாது' என்று அவர் மனதில் பட்டது. அவள் தளுக்கும் நிறமும் அவருக்கு ஆத்திரத்தை ஏற்படுத்தின. 'தேவடியாள் முண்டை இதை வைத்துத்தானே என்னைப் பாடாப் படுத்தறே' என்ற எண்ணம் தோன்றியது.

"என்னத்துக்கு நீ அவனோட ஆட்டோவுல போறே?" என்றார்.

"எவனோடே?"

"அதான் அந்த ரவியோட."

“அவன் ஆட்டோ ஓட்றான். அவன் ஆட்டோவுலே கோயிலுக்குப் போனேன்.”

“அவன் ஓட்ற ஆட்டோவுலேதான் போகனுமா? வேற ஆட்டோ இல்லையா?”

“அப்புறம் முருகேசன் ஆட்டோவுலே போனா ... ஏன் அவன் ஆட்டோவுலே போறம்பே... இதே வேலையாப் போச்சு. பாவி மனுஷன்... ராத்திரி ஆனா சண்டைக்கு இழுக்கணும்னே வர்றியா?”

“சென்ட் அடிக்காதேன்னு சொன்னா கேக்குறியா. போற வர்றவனையெல்லாம் இழுக்கறதுக்குத்தானே அடிக்கறே.”

“உன் கையைத் தூக்கு. அங்கேயிருந்து உன் உடம்பிலேருந்து வர்ற நாத்தம் தாங்காமத்தான் எம்மேலே சென்ட் அடிச்சுக்கறேன்.”

ரங்கநாதனுக்கு ஆவேசம் வந்தது. “இந்த நாத்தம் புடிச்சவன் போடற சோறு மட்டும் மணக்குதா” என்று கெட்டவார்த்தை சொல்லி வைதுகொண்டே அவள் கன்னத்தில் தொடர்ந்து அறைந்தார். அவள் முடியைப் பிடித்து உலுக்கிக் கீழே தள்ளினார். காலால் அவள் இடுப்பிலும், தொடையிலும் மிதித்தார். அவள், அவரிடம் போராடினாள். பின்னர், அவள் சுருண்டு கிடந்தாள். அவர் நாற்காலியில் அமர்ந்து எதுவும் நடக்காதது போல தொலைக்காட்சி பார்த்துக் கொண்டிருந்தார். அப்போது அவருக்கு உடலில் ஏதோ மாறுதல் ஏற்படுவதுபோல் தோன்றியது. காட்சிகள் தடுமாறுவதுபோல் இருந்தது. எழுந்து நின்றார். அடுத்த கணம் கீழே சரிந்தார். வலது கை இருந்த நிலையிலேயே நின்றுவிட்டது. ரோசாப்பூ, பக்கத்து வீட்டுக் காரர்களின் துணையோடு மருத்துவமனையில் சேர்த்தாள். ‘இப்படியே தான் இருக்கும். ஓரளவிற்குச் சரியாகலாம்’ என்று கொஞ்ச நாட்கள் மருத்துவமனையில் வைத்திருந்துவிட்டு வீட்டுக்கு அனுப்பிவிட்டார்கள்.

மெஸ் நொடித்திருந்தது. ஏதாவது ஒரு தொழில் பார்ப்பதாக இருக்க வேண்டும் என்பதற்காகத்தான் மெஸ்ஸை வைத்து அவர் இழுத்துக்கொண்டிருந்தார். அவருக்கு மாதச் செலவிற்கு வீட்டு வாடகை வந்து கொண்டிருந்தது. மேலும் அவ்வப்போது இடம், நிலம் முடித்துக் கொடுக்கும் வேலையையும் செய்து வந்தார். ரங்கநாதனுக்கு முடியாமல் போய்விட்ட பின்பு மெஸ்ஸை, ஆட்டோ ரவி மூலம் வேறு ஆளுக்கு மாற்றிவிட்டு ஒரு தொகையைப் பெற்றுக்கொண்டாள். அவருக்கு ஒரு முடிவு வந்துவிட்டால், மகனுடன் வாழ்வை அமைத்துக்கொள்ளலாம் என்று நினைக்கிறாள். முடிவுதான் வரவில்லை.

லட்சுமி மருத்துவமனையில் வேலை பார்க்கும் காளீஸ்வரன், காலையில் வந்து மலம் எடுத்துவிட்டு, சிறுநீர் இருக்கும் பையைக் காலி செய்து மாட்டிவிட்டுப் போவான். இன்று காலையில் அவன் வரவில்லை. அவரைப் புரட்டி மலம் எடுப்பதற்குள் அவளுக்கு பெரும் அவதியாகிவிட்டது. அவர் கனத்த உடம்புடன் படுத்திருப்பதைப் பார்க்கும்போது எரிச்சலாக இருந்தது. திடீரென்று அவளுக்கு ஆத்திரம் ஏற்பட்டது. 'எத்தனை தடவை என்னை அடிச்சிருப்பே. மிதிச்சிருப்பே. அதுக்குத்தான் இப்படி கிடக்கிறே...' என்று நினைத்துக்கொண்டாள்.

அவர் ஏதோ பேசுகிறார். ஆனால் வார்த்தை தெளிவில்லாமல் உளறல்போல் கேட்கிறது. அவர் முக அசைவிலிருந்து தன்னைத் திட்டுவதுபோல் உணர்ந்தாள். அருகில் வந்தாள். வியர்வை நாற்றத்தை உணர்ந்தாள். காலினால் அவர் நெஞ்சில் ஒரு மிதி விட்டாள். கதவைச் சத்தமாகச் சாத்திவிட்டு வெளியே வந்து ஃபேனுக்குக் கீழ் உட்கார்ந்தாள். அடுக்களை வேலைகளை முடித்துவிட்டுக் கதவைத் திறந்தாள். அவர் ஒரே நிலையிலே இருப்பதாகத் தோன்றியது. தலையைத் தூக்கினாள். அவளுக்கு தெரிந்துவிட்டது, அவர் இறந்துவிட்டார் என்று.

இறந்துவிட்ட அவரைப் பார்க்கும்போது, அவர் பரிதாபமாகத் தெரிந்தார். வியர்வை நாற்றம் அவளைத் தாக்கவில்லை. அவர் இனி இல்லை என்ற பின்னணியில் அவளை, அவர் திருமணம் செய்த நாள் அவள் மனத்தில் தோன்றி மறைந்தது. அவள் பெருங்குரலெடுத்து அழலானாள். அக்கம்பக்கத்திலுள்ளவர்கள் அழுகுரலைக் கேட்டு ஓடி வந்தார்கள்.

தீராநதி, ஜூலை 2013

அப்பத்தா

ரத்தினகுமார், அந்தப் பரதநாட்டிய நிகழ்ச்சிக்குச் செல்லத் தயாராகிக்கொண்டிருந்தார். வைஜயந்திமாலா வாழ்த்துரை வழங்குவதாக அந்த நிகழ்ச்சி அமைக்கப்பட்டிருந்தது. அவரின் நண்பர் செல்வின் ராஜதுரை, வைஜயந்திமாலாவின் ரசிகர். ராஜ்கபூரும் வைஜயந்திமாலாவும் நடித்த சங்கம் திரைப்படத்தை இருவரும் பலமுறை பார்த்திருக்கிறார்கள்.

மனைவி லலிதா இறந்தபின், தனிமை எவ்வளவு சிக்கலானது என்று ரத்தினகுமார் உணர்ந்து கொண்டிருக்கிறார். மகன்களுக்கும் தனக்கும் இடையே ஊடகமாக லலிதா இருந்திருக்கிறாள் என்று தோன்றியது. அவள் இல்லாத நிலை தனக்கும் மகன்களுக்கும் இடையே இடைவெளியையும் வெற்றிடத்தையும் மேலும் உருவாக்கியுள்ளதை அவர் உணர்ந்திருந்தார். இனி; போகப்போக, இந்த வெற்றிடமும் இடைவெளியும் கூடிக்கொண்டே போகுமே என்ற எண்ணம் அவர் மனத்தில் எழுந்தது. மனைவி இருந்தபோது அவளின் இருப்பு தனக்கு அத்தியாவசியமானது என்று அவருக்குத் தோன்ற வில்லை. தற்போது அவள் இல்லாத நிலையில், நிர்க்கதியாக இருப்பதாக அவருக்குத் தோன்றியது. மூத்த மகன் சென்னையிலும் இளைய மகன் கோவையிலும் குடும்பத்துடன் இருக்கிறார்கள்.

அவருக்கு மீண்டும் மீண்டும் பழைய நினைவுகள் மனத்தை அலைக்கழித்துக்கொண்டிருக்கின்றன. இருசக்கரவாகனத்தில் செல்லும்போதும் வேறு

வாகனத்தில் செல்லும்போதும் விபத்துக்குள்ளாகி விடுவோமோ என்ற தேவையற்ற அச்சம் அவர் மனத்தைக் கவ்விக் கொண்டிருக்கிறது. தனியாக இருக்கும் தனக்குத் திடீரென்று உடல் நலக்குறைவு ஏற்பட்டுவிடுமோ என்ற பயமும் அவரைப் பாதித்துக்கொண்டிருக்கிறது. வீட்டை வாடகைக்கு விட்டுவிட்டு முதியோர் இல்லத்தில் தங்கிக்கொள்ளலாமா என்ற எண்ணமும் ஏற்பட்டுக்கொண்டிருக்கிறது.

கடந்த காலத்தைப் பரிசீலிக்கையில், அவர் மகன்களை நல்லவிதமாகத்தான் நடத்தியிருந்தார். ஆனால் எதனாலோ மகன்கள் இருவருக்கும் தேவைப்படும்போது உதவிசெய்ய வேண்டிய கடமைக்குரியவராக மட்டுமே ரத்தினகுமார் தோன்றினார். அதை ரத்தினகுமாரும் உணர்ந்திருந்தார். சிறு வயதிலிருந்தே லலிதாதான் அவர்களின் தேவைகளைக் கவனித்துப் பூர்த்தி செய்துகொண்டிருந்தாள். அவர்களும் சிறுவயதிலிருந்தே தங்களின் தேவைகளை லலிதாவிடம்தான் முறையிட்டுக்கொண்டிருந்தார்கள். ரத்தினகுமார் தூரத்தேதான் இருந்தார்.

மனைவி இருந்தபோது, சிலகாலம் இரண்டு மகன்கள் வீட்டிலும் மாறிமாறி இருந்து பார்த்தார்கள். அவர்களுக்கு மனநிறைவு ஏற்படவில்லை. இரு மகன்களுமே நன்றாகப் படித்திருந்தாலும் வேலைக்குச் செல்லாமல் சொந்தமாகத் தொழில் செய்து வந்தார்கள். நிலத்தை விற்று அவர்கள் தொழில் தொடங்க ஏற்பாடு செய்துகொடுத்திருந்தார். அவர்களின் பணத்தேவை ரத்தினகுமாரை அச்சுறுத்திக்கொண்டேயிருந்தது.

இரு மகன்களுக்கும் இன்னும் குழந்தைகள் பிறக்கவில்லை. மகன்கள் இருவருமே ரத்தினகுமாருக்குச் சற்றுத் தாமதமாகத்தான் பிறந்தனர். மூத்தமகன் சூர்யப்பிரகாஷின் மனைவி பெரியநாயகி யைப் பார்க்கும்போது ரத்தினகுமாருக்கு மன சஞ்சலம் ஏற்படும். பெரியநாயகியின் உடல் அமைப்பும் முக அமைப்பும் அவரின் விருப்பத்திற்குரியதாக இருந்தன. பெண் பார்க்கும்போதே தன்னைத் தொந்தரவு செய்யும் உடலமைப்பும் முக அமைப்பும் உடையவளை எதற்காக மருமகளாக்கிக்கொள்ள வேண்டும் என்று உள்மனக் குழப்பம் அவருக்கு ஏற்பட்டது. லலிதாவிற்கும் சூர்யப்பிரகாஷிற்கும் அவள் அழகு பிடித்திருந்து, பிற விஷயங் களும் கூடி வந்து விட்டதால் திருமணம் நடந்துவிட்டது.

சூர்யப்பிரகாஷின் வீட்டில் இருக்கும்போது, அவர் பெரியநாயகியைப் பார்த்துப் பேசுவதையே தவிர்த்துவிடுவார். குறிப்பாக, பெரியநாயகி குளித்துவிட்டு ஈரக்கூந்தலில் துண்டைச் சுற்றிக் காட்சியளிக்கும்போது அவர் மனம் தன்னையறியாது

கிளர்ச்சியடையும். 'இதென்ன சோதனை, கடவுளே' என்று கவனத்தை வேறு பக்கம் திருப்பிக்கொள்வார்.

லலிதா எப்போதும் பண விஷயத்தில் கவனமாக இருப்பாள். அவ்வாறு இருந்ததினால்தான் ரத்தினகுமாருக்குச் சொத்து சேர்க்க முடிந்தது. பெரியநாயகியை சூர்யப்பிரகாஷுக்குத் திருமணம் செய்தபோது, பண விஷயத்திலும் நகை விஷயத்திலும் கறாராக இருந்ததால் லலிதா மீது பெரியநாயகிக்கு வெறுப்பு ஏற்பட்டிருந்தது.

'தொழிலை அபிவிருத்தி செய்ய கணவன் பணம் கேட்டால், சொத்தை விற்றுப் பணம் கொடுக்க வேண்டியதுதானே. இவர் களுக்குப் பின் கணவனுக்கும் அவர் தம்பிக்கும்தானே சொத்து வந்து சேரும். ஆபத்திற்கு உதவாத சொத்து இருந்து என்ன பயன். அதை விட்டுவிட்டு மாமனார் வீட்டிலிருந்து கொண்டு வா என்றால் எங்கிருந்து கொண்டுவருவது. திருமணம் முடித்தபோது எங்கள் பொருளாதார நிலை தெரியாதா? அழகாக இருக்கிறாள் என்று அவர்கள்தானே வந்து வந்து விழுந்தார்கள்.' இப்படிப் பலவாறான எண்ணங்கள் ஓடி பெரியநாயகிக்கு, லலிதா மீதான வெறுப்பு கூடியிருந்தது.

இளைய மகன் சந்திரபிரகாஷின் திருமணம், காதல் திருமணம். அவனது மனைவி செந்தாமரையை ரத்தினகுமாருக்கும் லலிதாவிற்கும் பிடிக்கவில்லை. மெத்தப்படித்தவள் போலவும் மேலானவள் போலவும் கர்வமாக நடந்துகொள்வதாக இருவருக்கும் தோன்றியது. மூத்த மகனுக்குத்தான் பெரிய சொத்துக்கள் பின்புலமாக இல்லாத இடத்தில் அழகாக இருக்கிறாள் என்பதற்காகப் பெண் எடுத்துவிட்டோம்; இளைய மகனுக்குப் பெரிய சொத்துக்கள் உள்ள இடத்தில் பெண் எடுக்க வேண்டும் என்று லலிதா நினைத்திருந்தாள். ஆனால் பல பிரச்சினைகள் உருவாகி வேறு வழியில்லாமல், செந்தாமரையைத் திருமணம் செய்துவைக்க வேண்டிய நிலை ஏற்பட்டு விட்டது. லலிதா எதிர்பார்த்திருந்ததற்குச் சம்பந்தமில்லாத வகையில்தான் திருமணம் நடந்தது.

லலிதாவும் ரத்தினகுமாரும் சில நாட்கள் சந்திரபிரகாஷின் வீட்டில் தங்கியிருக்கும்போது, செந்தாமரை தங்களை நடத்திய விதம் அவர்களுக்குப் பிடிக்கவில்லை. மாமனார், மாமியாரை அதிகம் பொருட்படுத்தாது, அலட்சியமாக நடத்தினால்தான் தன்மீது அவர்கள் அதிகாரம் செலுத்தமாட்டார்கள் என்று செந்தாமரை கருதி அவ்வாறே நடந்துகொண்டிருந்தாள். கணவன் அவள் மீது கொண்ட மோகத்திற்குப் பிரதியாகக் கிடைத்த

அதிகாரத்தைக் கணவன் மீதே செலுத்துவதில் செந்தாமரை கெட்டிக்காரியாக இருந்தாள்.

'எப்படி இருந்த பையன், இப்படி அந்தக் கருவாச்சியைச் சுற்றியே, அவள் சொன்னதைக் கேட்டு நடக்கிறானே, என்ன சொக்குப்பொடி அவளிடம் இருக்கிறதோ. நம்மைக்கூட மதிக்க மாட்டேன் என்கிறானே. அவள்தான் அவனுக்கு முக்கியமாகப் போய்விட்டது' என்று லலிதா தனது கணவனிடம் அடிக்கடி புலம்பியிருக்கிறாள்.

ரத்தினகுமாரைப் பொறுத்தவரை விருந்தாளிகளை வைத்துக்கொண்டு, அவரைக் கடைக்குச் சென்று பாலும் நொறுக்குத் தீனிகளும் வாங்கி வரச் சொல்லிப் பணம் கொடுத்தது அவரைப் பாதித்துவிட்டது. வருகிறவர்களுக்குக் கொடுக்க வீட்டில் ஏதாவது வைத்திருக்க வேண்டும். பாலும் வைத்திருக்க வேண்டும் அல்லது ஏதாவது சமாளித்து அனுப்பி வைக்க வேண்டும். அப்படி இல்லாமல், அவரைக் கூப்பிட்டு வாங்கி வரச் சொல்லி அவரும் கடைக்குச் சென்று வாங்கி வந்தார். கடைக்குச் சென்று வரும்போது செந்தாமரை தன்னை அவமதித்துவிட்டாள் என்று நினைத்துக்கொண்டார். செந்தாமரை இதையெல்லாம் யோசிக்கக்கூடிய ஆளாக இல்லை.

இருமகன்களும் குடும்பத்துடன் விநாயக சதுர்த்திக்கு வருவதாகத் தெரிவித்ததும் அவர்கள் இருவரும் ஏதோ காரியமாகத் தான் வருகிறார்கள் என்று ரத்தினகுமாருக்கும் லலிதாவிற்கும் தோன்றியது. சொத்தை விற்றுப் பணம் கொடுக்குமாறு கேட்டால் அந்த நெருக்கடியை எவ்வாறு சந்திப்பது என்று குழம்பிக் கொண்டிருந்தார். லலிதாவோ சொத்து பிறக்கப் போகும் பேரக்குழந்தைகளுக்குத்தான், இவர்களுக்கு இல்லை; சொத்து அழிந்துவிடக் கூடாது என்பதில் உறுதியாக இருந்தாள்.

விநாயக சதுர்த்தி அன்று சாயங்காலம் அமர்ந்து பேசிக் கொண்டிருக்கும்போது, இரு மகன்களும் தொழிலை அபிவிருத்தி செய்ய கூடுதல் முதலீடு தேவைப்படுகிறது என்றும் கையிருப்பு பணம் இல்லாததால் சொத்தை விற்று முதலீடு செய்யலாம் என்றும் தெரிவித்தனர். 'சொத்து பேரக்குழந்தைகளுக்குத்தான் போய்ச்சேர வேண்டும். விற்றால் மீண்டும் வாங்க முடியாது. இது பூர்வீகச் சொத்து அல்ல. உங்கள் அப்பா சம்பாத்தியத்தில் வாங்கியது. பணம் வேண்டுமென்றால் அவரவர்களின் மாமனார் களிடம் கேட்டுப் பாருங்கள்' என்று லலிதா பேசினாள்.

'திருமணம் செய்யும்போதே எங்கள் பொருளாதார நிலைமை அறிந்துதானே திருமணம் செய்தீர்கள். நீங்கள்தான்

உங்கள் மகன்களுக்கு உதவ வேண்டும்' என்று பெரியநாயகி பேசினாள். பெரியநாயகி, பக்கவாட்டுத் தோற்றத்தில் மிக அழகாக இருப்பதாக ரத்தினகுமாருக்குத் தோன்றியது. நீண்ட கூந்தலை அவள் குறைத்து வெட்டியிருந்ததுதான் அவருக்குக் குறையாக இருந்தது. அவரும் பக்குவமாக 'உங்கள் அம்மா சொல்வதுதான் சரி, வருங்கால சந்ததிகளுக்குச் சொத்தை விட்டுச் செல்ல வேண்டும்' என்றார்.

'அப்படியென்றால், எங்களால் சந்ததிகளுக்கு சொத்து வாங்க முடியாது என்று சொல்கிறீர்களா?' என்று மூத்தவன் கேட்டான். மௌனம் நிலவியது.

'சொந்த மகன்கள் மீது பாசம் இல்லாத பெற்றோரை இப்போதுதான் பார்க்கிறேன்' என்றாள் செந்தாமரை.

'நீ ஒண்ணும் எனக்குப் பாசத்தைக் கற்றுத்தர வேண்டாம்' என்றாள் லலிதா.

இருவரும் கடுமையாகப் பேசிக்கொண்டனர். அடுத்த நாள் காலையில் இருமகன்களின் குடும்பமும் அவரவர்கள் ஊருக்குக் கிளம்பின. போகும்போது 'யோசித்துச் சொல்லுங்கள்' என்று மூத்தவன் கூறிவிட்டுச் சென்றான்.

ரத்தினகுமாருக்கும் சொத்தை விற்றுப் பணம் கொடுப்பதில் விருப்பம் இல்லை. லலிதா உறுதியாக இருப்பதால், அவளிடம் வேண்டுமென்றே 'சொத்தை விற்றுக் கொடுக்கலாம்' என்று சும்மாவாக, பின்னால் எதற்காவது உபயோகப்படும் என்று சொல்லி வைத்தார். ஆனால் அதற்கான அவசியம் ஏற்பட வில்லை. இச்சம்பவம் நடந்து ஒரு மாதம் கழிந்து ஒருநாள் காலையில் அவள் படுக்கையிலிருந்து எழாதது கண்டு அவளைப் பதற்றத்துடன் எழுப்பினார். சற்றுத் தள்ளிப் படுத்திருக்கும் தனக்குத் தெரியாமல் எவ்வாறு அவள் உயிர் பிரிந்தது என்று அவருக்குப் புதிராகவும் அதிர்ச்சியாகவும் இருந்தது.

காரியம் முடிந்தது. இரு மகன்களும் அப்பாவைத் தங்களுடன் வந்து இருக்கச் சொன்னார்கள். சின்ன மகனுடன் அதுவும் செந்தாமரையுடன் இருந்தால் தனக்கு மதிப்பு இருக்காது என்று அவர் அறிந்திருந்தார். மூத்த மகனுடன் இருக்கலாம் என்றால், அவன் இல்லாத நேரங்களில் பெரியநாயகியுடன் வீட்டில் இருப்பது மனச்சிக்கலையும் குழப்பத்தையும் ஏற்படுத்தும் என்பதால் அவர் அதையும் விரும்பவில்லை. தனியாக இருப்பது என்று முடிவெடுத்தார். ஊரை விட்டு வருவதில் தனக்கு விருப்பம் இல்லை என்றும் உடல்நிலை பாதிக்கும் சமயத்தில் மகன்களிடம் வருவதாகவும் பொதுவாகச் சொல்லிவிட்டார்.

ஒரு மெஸ்ஸில் சாப்பிட்டுக்கொண்டிருக்கிறார். வீட்டிலிருந்து, மெஸ்ஸிற்குச் சென்று ஒவ்வொரு வேளையும் சாப்பிட்டு வருவது அவருக்குச் சங்கடமாக இருக்கிறது. இரவில் தனியாகப் படுப்பதும் அவருக்குச் சங்கடமாக இருக்கிறது. லலிதா உயிருடன் இருக்கும்போதே அவர்கள் காலத்திற்குப்பின் சொத்துக்கள் பேரக் குழந்தைகளுக்குச் சேரும் என்று உயில் எழுதிப் பதிவு செய்துவிட்டார்.

இன்று பரதநாட்டிய நிகழ்ச்சிக்குச் செல்வதற்காக செல்வின் ராஜதுரைக்காகக் காத்திருந்தார். செல்வின் ராஜதுரை, மோட்டார் சைக்கிளை வாசலில் நிறுத்திவிட்டு கைக்கடிகாரத்தைப் பார்த்து 'நேரமாகிவிட்டது' என்று கூறிக்கொண்டே வந்தார். அவர் வைஜயந்திமாலாவைப் பார்க்கச் செல்லும் பதற்றத்திலிருந்தார். இருவரும் ஆடிடோரியத்திற்குச் சென்றனர். பெரிய இடம். சுமார் ஆயிரம் பேர் உட்காரக்கூடிய இடம். அதில் சுமார் இருநூறு நபர்களே உட்கார்ந்திருந்தனர். நிகழ்ச்சி ஆரம்பிக்கும் நேரத்திற்குச் சற்று முன்பாக வைஜயந்திமாலா வந்து முதல் வரிசையில் அமர்ந்தார்.

சங்கம் படத்தில் கட்டிலில், படுக்கையின் மீது ஏறி நின்று ஆட்டம் போடும் காட்சியை நினைவுபடுத்தி, இப்போது இவ்வளவு வயதாகிவிட்டாரே என்றார், செல்வின் ராஜதுரை. ரத்தினகுமாருக்கும் சங்கம் படத்தில் கண்ட ஆட்டமும் பல தமிழ்ப்படங்களில் கண்ட வைஜயந்திமாலாவும் நினைவுக்கு வந்தன. அவரைப் பக்கவாட்டில் பார்க்கும்போது ஒரு கோணத்தில் தன்னுடைய அப்பத்தா நினைவும் ரத்தினகுமாருக்கு வந்தது. ஏனென்று தெரியவில்லை. அவர் மனம் துணுக்குற்றது. இவ்வளவு காலமாக நினைவுக்கு வராத அப்பத்தாவை நினைவு படுத்தும் விதத்தில் வைஜயந்திமாலா இருப்பது அவருக்குப் புதிராக இருந்தது.

தனக்கு வயதாவது தெரியாது; பிறருக்கு வயதாவதுதான் தெரியும் போலிருக்கிறது என்றும் இக்கணத்தில் அவருக்குத் தோன்றியது. அப்பத்தா நினைவு வந்துகொண்டேயிருந்தது. சிறுவயதில் அவரிடம் பாசமாகவும் அன்பாகவும் இருந்த ஒரே ஆள் அப்பத்தாதான். அவரின் மடியில் தலை வைத்துப் படுத்திருந்த வேளையில் பாதுகாப்பாக உணர்ந்தது நினைவுக்கு வந்தது.

அவர் பார்த்துக்கொண்டிருக்கும்போதே வைஜயந்திமாலா, அப்பத்தாவாக மாறி மேடையில் ஏறிக்கொண்டிருந்தார். அப்பத்தா வாழ்த்துரை வழங்கினார். வாழ்த்துரை வழங்கிவிட்டு இறங்கிய அப்பத்தா என்னும் வைஜயந்திமாலாவை அல்லது

வைஜயந்திமாலா என்னும் அப்பத்தாவைப் பார்வையாளர்களில் சிலர் சூழ்ந்துகொண்டு பேசினர். அப்பத்தாவை அவர் அருகில் பார்த்தார். 'போய் வருகிறேன்' என்று சொல்லி அப்பத்தா காரை நோக்கிச் சென்றார்.

செல்வின் ராஜதுரை வேறு மனநிலையில் இருந்தார். ரத்தினகுமார் அதற்குச் சம்பந்தமில்லாத மனநிலையில் இருந்தார். வீட்டிற்குச் சென்றுகொண்டிருக்கும்போது, உயிலை ரத்து செய்து, சொத்துக்களை விற்று மகன்களுக்குக் கொடுக்க முடிவெடுத்திருப்பதாக ரத்தினகுமார், செல்வின் ராஜதுரையிடம் தெரிவித்தார். எப்படித் திடீரென்று மனம் மாறியது என்று செல்வின் ராஜதுரை கேட்டார். வைஜயந்திமாலா, தனது மனத்தை மாற்றிவிட்டதாக, ரத்தினகுமார் கூறினார்.

டைம்ஸ் இன்று, தீபாவளி மலர் 2011

ஆங்கிலப் புத்தகம் படிக்கும் பெண்

தேசிய நெடுஞ்சாலையில் உள்ள ஒரு ஹோட்டலில் மதிய உணவு சாப்பிட்டுக் கொண்டிருந்தபோது அவளைப் பார்த்தான், சிவசங்கரன். அவள்தானா என்ற சந்தேகம் ஏற்பட்டது. அவள்தான் என்ற எண்ணம் ஏற்பட்டது. பேரிளம் பெண்ணாக, அப்பருவத்திற்குரிய அழகுடன் இருந்தாள். அவள் அருகே சென்று தயக்கத்துடன் "தப்பா நெனைச்சுக்காதீங்க... நீங்க அமிர்தாதானே" என்றான், சிவசங்கரன். அவள் சற்று யோசித்துப் பின் "சந்திரசேகரன்தானே உங்கள் பெயர்" என்றாள். "இல்லை, சிவசங்கரன்" என்றான். தன் பெயரை அவள் மறந்திருந்தாள் என்பது, அவனுக்கு ஏமாற்றமாக இருந்தது. சந்திரசேகரன் என்பது அவனுடைய நண்பனின் பெயர்.

சந்திரசேகரன் தற்போது உயிருடன் இல்லை. சிவசங்கரன் பணியில் சேர்ந்தபோது, சந்திரசேகரன் ஏற்கனவே பணிபுரிந்து கொண்டிருந்தான். சந்திரசேகரனுக்கு நகரத்திலிருந்த, பெண்கள் தங்கிச் செல்லும், பெண்களை எப்போதும் வைத்திருக்கும் விடுதிகள் அனைத்தும் பழக்கம். அடிக்கடி போய் வந்துகொண்டிருப்பான். அவனுக்குத் திருமணமாகி ஒரு பையனும், பெண்ணும்

இருந்தார்கள். சிவசங்கரனுக்குத் திருமணமாகியிருக்கவில்லை. சந்திரசேகரன்தான் சிவசங்கரனுக்கு, தங்கும் விடுதிகளில் இருக்கும் பெண்களிடம் தொடர்பு ஏற்படுத்தியிருந்தான். சந்திரசேகரனின் துணை இல்லாமல், சிவசங்கரன் தனியே சென்றதில்லை. பயம்தான் காரணம். எந்தப் பிரச்சினையாக இருந்தாலும், ஏதாவது ஒரு வழியில் அதிலிருந்து வெளியே வருவதில் சந்திரசேகரன் சமர்த்தன்.

இருவரும் ஒரு தங்கும் விடுதிக்குச் சென்றபோதுதான் அமிர்தா பழக்கமானாள். இரண்டு பேருக்குமே அவளைப் பிடித்துப் போனது. சந்திரசேகரனும், சிவசங்கரனும் கலந்துபேசி ஒரு முடிவு எடுத்தார்கள். அதன் பேரில் சந்திரசேகரன், புரோக்கரிடம் பேசினான் சிவசங்கரனும் கூட இருந்தான். இருவரும் ஒரு வீடு பிடித்து, அமிர்தாவை அதில் குடியிருத்துவது, இருவரும் அவர்களுக்கு வசதியான சமயத்தில் அவளிடம் வந்து தங்கிச்செல்வது, மாதாமாதம் ஒரு தொகையை அவளுக்கும், புரோக்கருக்கும் கொடுத்துவிடுவது, இந்த ஒப்பந்தம் ஆறு மாத காலத்திற்கு இருக்கவேண்டியது. அந்த ஆறு மாத காலத்தில் அவள் வேறு யாருடனும் தொழில் செய்யக்கூடாது என்று பேசினார்கள். புரோக்கர், அமிர்தாவைக் கூட்டிவந்தான். அவளுக்கும் இந்த ஏற்பாடு, சம்மதமாக இருந்தது. கொடுக்கவேண்டிய தொகை தொடர்பாக சற்று இழுபறி ஏற்பட்டுப் பிறகு முடிவானது.

குடும்பம் நடத்துவதற்குத் தேவையான பொருட்களை வாங்கி, வீடு பிடித்து, அவளைக் குடியமர்த்தினார்கள். அவர்களின் ஏற்பாடு பிரச்சினையில்லாமல் சென்றுகொண்டிருந்தது. சந்திரசேகரன், அவளுக்கு மதுப்பழக்கம் ஏற்படுத்த எவ்வளவோ முயற்சித்துப் பார்த்தான். அவள் மறுத்துவிட்டாள். வீட்டில் மது அருந்தக்கூடாது என்ற கட்டுப்பாட்டையும் விதித்தாள். எனவே இருவரும் வெளியே குடித்துவிட்டு வீட்டுக்கு வருவார்கள். மற்றபடி அவர்களின் விருப்பத்திற்கு ஒத்துழைத்தாள். இன்பத்தை வழங்கினாள். நன்றாகச் சமைப்பாள். அய்யனார் கோயில் கறிச்சாப்பாடு என்ற பெயரில் கறிக்குழம்பு வைப்பாள். அந்தக் குழம்பு இருவருக்கும் மிகவும் பிடித்திருந்தது. வீட்டிற்கு வரும் நாளையும், நேரத்தையும், இருவரும் பகிர்ந்துகொண்டார்கள்.

சிவசங்கரனைப் பொறுத்தவரை தன்னைப் பண்புள்ளவன் என்றும் அறிவாளி என்றும், சந்திரசேகரனைப் பண்பற்றவன் என்றும் முட்டாள் என்றும் நினைத்திருந்தான். அமிர்தாவிற்கும் தன்னைத்தான் பிடித்திருந்தது என்று நினைத்திருந்தான். ஆறு மாத ஒப்பந்த காலத்திற்குப் பின், புரோக்கர் அவளை, பெங்களூருக்குக் கூட்டிச்சென்றுவிட்டார்.

பல ஆண்டுகளுக்குப் பின் இப்போதுதான் அவளை, சிவசங்கரன் சந்திக்கிறான்.'என்னை நினைவிருக்கிறதா' என்றான். 'உங்களை மறக்கமுடியுமா. பெயரைத்தான் மாற்றிச் சொல்லி விட்டேன். உங்க பிரண்டு நல்லா இருக்காரா' என்று கேட்டாள்.

சந்திரசேகரன் பணியில் இருக்கும்போதே மாரடைப்பு ஏற்பட்டு இறந்துவிட்டதாகவும், அவனுடைய வேலையை அரசாங்கத்தில், அவனுடைய மனைவிக்குக் கொடுத்திருப்பதாகவும் கூறினான். அவள், அவனை நினைவு கூர்ந்தவளாக சிந்தனைவயப்பட்டு, பின் வருத்தப்பட்டாள். 'ஓவரா தண்ணி அடிப்பாரு எங்கிட்டேயும் அத்து மீறுவாரு ... நான் விடமாட்டேன். அப்புறம் பணிஞ்சு போவாரு' என்றாள்

அவள், சிவசங்கரனைப் பற்றி விசாரித்தாள். திருமணமாகி இரண்டு பையன்கள் இருப்பதாகவும், மனைவி வங்கியில் வேலை பார்ப்பதாகவும் கூறினான். பிறகு அவளைப் பற்றி விசாரித்தான்.

"அந்த புரோக்கர் நல்லவன்தான். மனுசங்க எப்ப மாறுவாங்கன்னு கண்டுபிடிக்கவே முடியாது. திடீர்னு மாறிட்டான். எல்லாம் பணம்தான். என்னை இன்னொருத்தனுக்கு வித்துட்டு ரூபாய் வாங்கிட்டுப் போயிட்டான். அவன் மகா கெட்டவன் ... என்னை அடிமை மாதிரி நடத்தினான்... கஸ்டமருங்களும் நெறையப் பேர் வந்தாங்க ... ஒரு நாள் இருபத்தைஞ்சு பேரு வந்தாங்கன்னா பாத்துக்குங்க... நாம எப்படி சந்தோஷமா இருந்தோம். அங்கே ஒரே நரகம். கஸ்டமருங்களும் லோகிளாஸ்காரங்களா வருவாங்க... எனக்குப் பணமும் சரியாக கொடுக்கமாட்டான்... நான் எங்க அம்மாவுக்கும் பாட்டிக்கும் எப்படி பணம் அனுப்புவேன். அவுங்க ரெண்டு பேரும் என்னை நம்பி இருக்கறவங்க. நல்லவேளையா எனக்கு பிள்ளைப்பேறு இல்லாமப் போச்சு. உங்க ரெண்டு பேரு கூட இருந்தப்ப புள்ளைப் பெத்துக்கலாம்னு ஆசை வந்துச்சு. டாக்டரைப் போயி பார்த்தேன். அவரு எனக்குக் குழந்தைப்பேறு இல்லைன்னு சொல்லிட்டாரு. இல்லைன்னா, உங்க ரெண்டு பேருக்கும். யாருன்னு தெரியாது. ஒரு மகனோ மகளோ இருந்திருக்கும். அந்த புரோக்கரு, அவன் சொன்னதை கேக்கலைன்னா, கன்னா பின்னான்னு அடிக்க ஆரம்பிச்சிருவான். இந்தா பாருங்க கன்னத்துலே அடிச்சதுலே ஒரு பல் விழுந்துருச்சு. இடையிலே பாட்டி செத்துப்போச்சு. லெட்டரு அந்த புரோக்கர் அட்ரசுக்குத் தான் வரும். அவன் அதைப் பிரிச்சுப் பாத்துட்டுத்தன் எங்கிட்டே கொடுப்பான். வீட்டுக்குப் பணம் அனுப்பறப்ப, கூட வருவான்.

ஒரு தடவை போலீஸ் எங்களை சுத்தி வளைச்சுருச்சு.. போலீசுக்காரங்க விபச்சாரத்தை ஒழிக்கவா வந்தாங்க.

புரோக்கருங்க சரியா காசு கொடுக்கலை. எங்களை மட்டுமில்லை. நெறையப் பேரைப் பிடிச்சாங்க. போலீசுக்காரன் ஒருத்தன் சந்தடி சாக்குலே என் கூட உறவு வைச்சுக்கிட்டான். ஜெயில்லே போட்டாங்க. கோர்ட்டுக்கு அலைஞ்சேன். ஜாமீன் எடுக்கக்கூட ஆளில்லை. அந்த புரோக்கர் ஜாமீன்ல போனவன் ஆக்ஸிடென்லே செத்துப் போயிட்டான். எனக்கு நல்ல காலம். ஆனா எனக்கு அந்த ஊர்லே யாரையும் தெரியாது. ஜெயில்லேருந்து வந்த பின்னாலே அந்த இன்ஸ்பெக்டர், நாங்க திரும்பவும் தொழில் பண்ணுவோம்னு சொல்லி என்னையும் வேறு சிலரையும் புடிச்சு, உக்கார வைச்சு, ஒரு பார்பரை வரச்சொல்லி எங்களையெல்லாம் மொட்டை அடிச்சான். உங்களுக்குத் தெரியும் எனக்கு எவ்வளவு நீளமான கூந்தல்னு... அவனுகளுக்குத் தெரியுது. கூந்தல்தான் அழகுன்னு. கூந்தலை எடுத்துட்டோம்னா கஸ்டமருங்க வரமாட்டாங்கன்னு ... மொட்டைத்தலையோட கண்ணாடியிலே பாக்கறப்ப தற்கொலை பண்ணிக்கிட்டு சாகலாம் போல இருந்துச்சு ... அவ்வளவு அசிங்கமா இருந்தேன். ஜெயில்லே இருந்தப்ப எங்க அம்மா என்னாச்சுன்னே தெரியலே... அப்பறம்தான் தெரிஞ்சுக் கிட்டேன் அதுவும் செத்துப் போச்சுன்னு ... அது முகத்தைக் கூட பார்க்கக் கொடுத்து வைக்கலை.

வேண்டுதலுக்கு மொட்டை அடிச்சிருக்கேன்னு சொல்லி ஒரு கடைலே வேலை பார்தேன். சேரியிலே குடியிருந்தேன். காலப்போக்கிலே முடி வளந்துருச்சு... அந்தக் கடைக்கு வழக்கமா ஒரு கஸ்டமரு வருவாரு.. அவருக்கு நான் வேலை பாக்கறவிதம் பிடிச்சுப்போச்சு... அவரு பணக்காரரு, கார்லேதான் வருவாரு, அவரே ஓட்டிக்கிட்டு வருவாரு ... ஒரு நாள் என்னைப் பத்தி விசாரிச்சாரு... நான் பழைய கதையெல்லாம் சொல்லலை. தனி ஆளா இருக்கேன்னும் எனக்கு வேற யாரும் இல்லைன்னும் சொன்னேன். ஒரு லீவு நாள்லே என்னை ஒரு ரெஸ்டாரெண்ட்டுக்கு வரச்சொன்னாரு... எதுக்குன்னு தெரியாம நானும் போனேன். ஏ.சி.ரூம்ல உக்காந்தோம். அவர் நேரடியாகவே விஷயத்துக்கு வந்துட்டாரு... என்னை சின்னவீடா வைச்சுக்கனும்னு அவர் ஆசைப்படறதை சொன்னாரு... எனக்கு அவ்வளவு சந்தோஷம்... இந்த மாதிரி வாழ்க்கை கிடைக்கிறதுக்கு நான் எவ்வளவு கொடுத்து வைச்சிருக்கணும். தனிவீடு, வசதிகள் எல்லாம் பண்ணிக் கொடுப்பதாச் சொன்னாரு ... எனக்கு மெடிக்கல் டெஸ்ட்டுக்கு ஏற்பாடு பண்றதா சொன்னார். எனக்கு பயம் வந்துருச்சு ... உடம்புலே ஏதாவது கோளாறு இருக்குமோன்னு... அவரே ஏற்பாடு பண்ணினார். நல்லவேளையா கோளாறா ஒண்ணும் இல்லை. கல்யாணம்னு பண்ணலே... பாக்கறவங்களுக்கு

வித்தியாசமா தெரியக்கூடாதுங்கிறதுக்காக, அவரே ஏற்பாடு பண்ணி தாலிச்செயின் வாங்கிக் கொடுத்து என்னைப் போட்டுக்கச் சொன்னார். எட்டுப் பவுன் செயின் . . . பாருங்க வாழ்க்கை எப்படி மாறுதுன்னு . . . அவரோட சொந்த வாழ்க்கையைப் பத்தி நான் எதுவுமே கேட்கலை. அவரும் சொன்னதில்லை. ஒரு நாள் உடம்பு சரியில்லாமப் போச்சுன்னு போன் பண்ணினார். அப்புறம் ஏதோ ஆப்பரேஷன்னாரு . . . ஒரு மாசம் ஆகும் . . . நீ ஒண்ணுக்கும் கவலைப்படாதே உடம்பைப் பாத்துக்க. என் மனைவி ஒரு ஹிஸ்டிரியா கேஸ். என்னைப் பாக்க முயற்சிக்க வேண்டாம்னு சொன்னார்.

திடீர்னு ஒரு நாள், ஒரு கார் வந்து வாசல்லே நின்னுச்சு . . . செவப்பா ஒரு பையன் காரைவிட்டு இறங்கி வந்து பெல்ல்ல அடிக்கிறான். எனக்கு ஜன்னல் வழியே தெரியுது. நான் கதவைத் திறக்கிறேன். உங்க ஹஸ்பண்டோட முதல் மனைவியோட மகன் நான். அப்பா ஆஸ்பத்திரியிலே இருக்காரு உங்களை கூட்டிக்கிட்டு வரச்சொன்னாருன்னு சொன்னான். தங்கமான பையன். நான் பதறியடிச்சு வீட்டைப் பூட்டிட்டு அவன்கூட கார்லே போனேன். ஆஸ்பத்திரியிலே அவரைப் பாத்தேன். ரொம்ப மெலிஞ்சு போயிருந்தாரு . . . என்னைப் பாத்ததும் அவருக்கு கண்லே தண்ணி வந்துருச்சு. நான் பொழைக்கமாட்டேன்னு டாக்டர் மறைமுகமாக சொல்லிட்டாருன்னு அழுதார். நானும் அழுதேன். இவன் என் பையன். பேரு ஆனந்தகுமார். இவன் உன்னைக் கவனிச்சுக்குவான். கவலைப்படாதே. உன் வாழ்க்கை முழுக்க இவன் கவனிச்சுக்குவான்னு சொன்னாரு . . . பிறகு என்னை வீட்டுக்குப் போகச் சொன்னாரு . . .

கொஞ்சநாளலே அந்தப் பையன் ஆனந்தகுமார் போன் பண்ணி அவர் செத்துப் போயிட்டதைச் சொன்னான். வீட்டுக்கு வரச் சொன்னான். நானும் போயி அவரு செத்த உடம்பைப் பாத்தேன். சிலநாள் கழிச்சு அந்தப் பையன் வீட்டுக்கு வந்தான். எனக்கு செலவுக்குப் பணம் கொடுத்தான். எனக்கு ஒரு பிஸினஸ் ஏற்படுத்திக் கொடுப்பதாகச் சொன்னான். அதேமாதிரி ஒரு பிஸினஸ் ஏற்படுத்திக் கொடுத்தான். இப்ப நான் பத்துப் பேருக்கு சம்பளம் கொடுக்கிறேன். ஆனந்தகுமார் அப்பப்ப வந்து பாத்துக்கறான். பிஸினஸையும் பாத்துக்கறான். நல்லவிதமாக ஓடிக்கிட்டு இருக்கு வாழ்க்கை... வந்த பாதையை நெனைச்சுப்பாத்தா ஒரு நாவலே எழுதலாம். எவ்வளவு திருப்பம். எவ்வளவு புதிர் இந்த வாழ்க்கை. வாங்க நம்ம காருகிட்டே போவோம்" என்று எழுந்து நடந்தான். சிவசங்கரனும் உடன் சென்றான்.

பெரிய கார் நின்றிருந்தது. காரில் ஏ.சி. ஓடிக் கொண்டிருந்தது. பின் ஸீட்டில் ஒரு பெண் ஆங்கிலப் புத்தகம் படித்துக் கொண்டிருந்தது. காரின் அருகே சென்றதும் அமிர்தா நின்று சிவசங்கரனைப் பார்த்தாள்.

"அந்தப் பெண்ணை பாத்துக்குங்க" என்றாள். அவன், அந்தப் பெண்ணைப் பார்த்தான். அந்தப் பெண் அவனைப் பார்த்து விட்டுப் புத்தகத்தைப் படிக்க ஆரம்பித்தது. அமிர்தாவின் முகம் மாறியது. உடல் இறுக்கம் கொண்டது. அவள் மனதில் திருப்பம் ஏற்பட்டது. மதுவின் நெடியும், சிகரெட் நெடியும் அவளைத் தாக்கியது. கெட்ட வார்த்தைகள் காதில் ஒலித்தன. அவளுக்குப் பொய் சொல்ல வேண்டும் போலிருந்தது.

சிவசங்கரன் 'என்ன?' என்றான். அமிர்தா, மெதுவாக குரலில் 'அந்தப்பெண், உங்க ரெண்டு பேருலே. ஒருத்தரோட பெண்... எனக்கு குழந்தைப்பேறு இல்லைன்னு நான் சொன்னது பொய். இந்த பெண்ணை வளக்க நான் பட்ட கஷ்டத்தை சொல்ல வார்த்தைகள் இல்லை. அவ்வளவு கஷ்டம் ரொம்ப நன்றி... வரட்டா." என்று சொல்லிக்கொண்டே காரில் ஏறி டிரைவருக்குப் பக்கத்து ஸீட்டில் உட்கார்ந்தாள். கதவைச் சத்தத்துடன் சாத்தினாள். டிரைவரைப் பார்த்துக் காரை ஓட்டச்சொன்னாள். கார் நகர்ந்தது. சிவசங்கரன் ஓடிக்கொண்டிருந்த காரைப் பார்த்துக்கொண்டிருந்தான்.

மலைகள். காம், **18.05.2017**

நடன மங்கை

அந்த நடன மங்கை அரங்க மேடைக்கு ஆடிக்கொண்டே வந்து தோன்றியபோது, அவளுடைய முக, உடலமைப்பு அவனை நிலைகுலைய வைத்தது. அழகான பெண்கள் பலரை அவன் பார்த்திருக்கிறான். ஆனால் இவளை அழகு என்று சொல்ல முடியாது. காம வடிவமாக இருந்தாள். இத்தகைய பெண்களை அவன் அபூர்வமாகத் தான் பார்க்கிறான். ஒரு வர்த்தகக் கண்காட்சியில் கூட்டத்திற்குள் ஒருத்தியை இவ்வாறு பார்த்திருக்கிறான். பிறகு, ரயில் நிலையத்தில் அவன் பயணம் செய்த பெட்டியில் இருந்த ஒரு குடும்பத்தினரை வழியனுப்ப வந்த கூட்டத்திற்குள் ஒருத்தியை இவ்வாறு பார்த்திருக்கிறான்.

அவனுடைய உள்ளம் அவளை நாடி வழிவதை, அவள் அறிந்தவளே போலும், அவன் முன்னால் ஆடியபோது ரவிக்கையின் இடது பக்கத்திலிருந்து சிறு துணியை எடுத்து, அவன் மீது விசிறியடித்தாள். அந்தத் துணி மெல்லியதாக, செவ்வக வடிவில் பலவண்ணங்களில் இருந்தது. அவன் அதை மூக்கருகே கொண்டு சென்று ஏதோ யோசித்தவனாய், பேன்ட் பையில் வைத்துக்கொண்டான்.

அவள் விசிறியடித்த காட்சி, அவன் மனத்தில் அழுத்தமாகப் பதிந்தது. அப்போது அவன் தன்னிச்சையாக உற்சாகம் கொண்டு, கைகளை விரித்துக் கத்தினான். அங்கு இருந்தவர்கள் ஆரவாரித்தனர். அவள் லாவகமாக வேறு மேசை களின் பக்கம் சென்று மீண்டும் அவன் இருந்த

மேசை அருகே நின்று ஆடினாள். அந்தக் கணம் அவளை அணுக வேண்டும் என்று அவனுக்குத் தோன்றியது. அந்த கணத்தில் 'தனத்தானானா தனத்தானா' என்று பின்னணி இசையின் பெரும் சத்தத்துடன் இசைக்குழுவிலிருந்த ஒருத்தி பாடிக்கொண்டிருந்தாள். அவளுக்கு முன்னாலும், பின்னாலும் வேறு சிலர் ஆடினர். ஆனால் அவளின் தோற்றம், மற்றவர்களின் தோற்றங்களை நினைவில் கொள்ளவிடாமல் மறைத்தது. இசைக்குழுவில் இருந்தவர்கள், இந்த மேசை, நாற்காலிகள், இந்த ட்ரம், கீபோர்டு, பொறியாளர்களால் கட்டப்பட்ட பல மாடிகளுடைய இந்த வலுவான கட்டிடம், இருந்த மனிதர்கள் என அனைத்தையும் அவள் தோற்றம் மறைத்தது.

அவனுக்கு இரவு முழுவதும் சரியான தூக்கமில்லை. சிந்தையெங்கும் அவளே தோன்றினாள். இரவே ஒரு முடிவுக்கு வந்துவிட்டான். காலையில் அலுவலகத்திற்கு அலைபேசியில் தொடர்பு கொண்டு, காய்ச்சலாக இருப்பதாகக் கூறி விடுப்பு எடுத்துக்கொள்வதாகக் கூறினான். நேற்று இரவு சென்ற அந்த ஹோட்டலுக்கு இருசக்கர வாகனத்தில் சென்றான்.

வரவேற்பில் இருந்தவனிடம் பேசினான். "நான் திர்ணவேலிலே இருக்கற கிராண்ட் ஓஸன் ஹோட்டலின் ஜெனரல் மானேஜர். நேத்து ராத்திரி டான்ஸ் ப்ரோக்ராம் பாத்தேன். அதுலே ஆடுன ஒருத்தரை எங்க ஹோட்டல் ப்ரோக்ராமுக்கு பிக்ஸ் பண்ணனும். நான் யார்ட்டே பேசணும்?"

வரவேற்பில் இருந்தவன் கணினியில் தட்டிக் கொண்டிருந்த ஒருவனிடம் சென்று ஏதோ பேசினான். பிறகு வந்து, "அதுக்கு பெர்னாண்டஸைப் பாக்கணும். அவரு மீட்டிங்ஹால் அரேஞ்ச்மெண்ட்டைப் பாக்கப் போயிருக்காரு. இப்படிப் போயி இடது பக்கம் திரும்புனா ஹால் இருக்கும். அங்கே பாருங்க" என்றான்.

அவன் சென்றான். மீட்டிங் ஹாலில் ஒருவன், நாற்காலியில் கால் மேல் கால் போட்டு அமர்ந்து, அரங்கை அலங்கரிப்பவர்களிடம் ஏதோ சொல்லிக்கொண்டிருந்தான். அவனை நெருங்கி "பெர்னாண்டஸ்" என்றான். "ஆங்" என்று சொல்லி பெர்னாண்டஸ், எதிரிலிருந்த நாற்காலியில் அவனை அமரச்சொன்னான். அவன் வரவேற்பில் இருந்தவனிடம் கூறியதையே திரும்பக் கூறினான்.

"அந்த ஓட்டல் யார் நடத்தறாங்க? ஓப்பன் டான்ஸா, பெர்சனல் டான்ஸா? உங்க பேரென்ன" என்றான் பெர்னாண்டஸ்.

"எம் பேரு ஆனந்தகுமார். ஓனர் பேரு ஜான் துரைராஜ். பெரிய காண்ட்ராக்டர். இப்பத்தான் ஓட்டல் தொழில்லே

இறங்கியிருக்காங்க. பெர்சனல் டான்ஸ்தான்" என்றான் ஆனந்தகுமார்.

"உங்களுக்கு யார் வேணும்?"

"அவுங்க பேரு மஞ்சுன்னு சொன்னாங்க."

"நீங்க அவுங்களை புக் பண்றதுக்கு பாலா மாஸ்டரைத்தான் பாக்கணும். வெளியூருக்கு வருவாங்களான்னு தெரியலை. ட்ரை பண்ணிப் பாருங்க."

"அட்ரஸ், போன் நம்பர் கிடைக்குமா?"

"ஷ்யூர். போன்லே பேசினா காரியமாவது. நேர்லே போய்ப் பாருங்க" என்று பெர்னாண்டஸ், அலைபேசி எண்ணையும், முகவரியையும் கூறிக் குறித்துக்கொள்ளச் சொன்னான்.

ஆனந்தகுமார் அவற்றைக் குறித்துக்கொண்டு அந்த முகவரியைத் தேடிக் கிளம்பினான். அந்த முகவரி நகரின் புறநகர்ப் பகுதியில் இருந்தது. அந்த முகவரியை அடைந்த போதுதான் அது ஒரு ஜிம் என்று தெரிந்தது. வெளியில் 'பாலா ஜிம்' என்று போர்டு இருந்தது. முன் உள்ள அறையில் மேசை, நாற்காலிகள் போடப்பட்டிருந்தன. வருபவர்கள் உட்காருவதற்குப் போடப்பட்டிருந்த நாற்காலிகளில் ஒருவர் உட்கார்ந்திருந்தார்.

மேசைக்குப் பின்னால் இருந்த சுழல் நாற்காலி காலியாக இருந்தது. அதுதான் பாலா மாஸ்டருக்கு உரியது. உட்கார்ந்திருந்தவரிடம் பாலா மாஸ்டரைப் பாாக்க வேண்டும் என்றான் ஆனந்தகுமார். என்ன விசயம் என்று அவர் கேட்டதற்கு, அவரிடம் சொல்லிக்கொள்வதாகக் கூறினான். பக்கத்தில்தான் எங்கோ சென்றிருப்பதாகவும் சீக்கிரம் வந்துவிடுவார் என்றும் அவர் கூறினார். ஆனந்தகுமார் உள்ளே ஹாலைப் பார்த்தான். உடற்பயிற்சி உபகரணங்கள் இருந்தன. இரண்டு நபர்கள் உடற்பயிற்சி செய்துகொண்டிருந்தார்கள். இந்த நேரத்தில் பொதுவாக உடற்பயிற்சி செய்ய மாட்டார்கள். இந்த நேரத்தில் அந்த இரண்டு நபர்களும் வந்ததற்கு ஏதாவது காரணம் இருக்கும்.

காத்திருந்தான். வாசலில் கார் நிற்கும் ஓசை கேட்டது. ஒற்றைக்கால் இழந்த ஒருவர் கைகளின் அக்குளில் ஊன்றுகோலை வைத்து, சப்தமெழுப்பி வந்தார். கூட ஒருவர் பயில்வான் தோற்றத்தில் வந்தார். ஆனந்தகுமாரைக் காத்திருக்கச் சொன்னவர் மரியாதையுடன் எழுந்து நின்றார்.

ஈஸ்வரன் மாஸ்டரிடம்தான் பாலா ஆரம்பத்தில் இருந்தார். ஈஸ்வரன் மாஸ்டர் சில திரைப்படங்களில் கதாநாயகனும்,

கதாநாயகியும் வேடிக்கை பார்க்கும் குழு நடனங்களில் பிரதான ஆட்டக்காரனாக ஆடியிருந்தார். குழு நடனத்திற்கு ஆட வரும் அபிராமியுடன் பழக்கம் ஏற்பட்டு இருவரும் திருமணம் செய்துகொண்டார்கள். ஈஸ்வரன் அவர் வசிக்கும் பகுதியில் ஜிம் நடத்தி வந்தார். குழு நடனக்காரர்களில் ஒருவராக இருந்த பாலாவின் ஆட்டத்தைப் பார்த்து ஒரு இயக்குனர், கதாநாயகனும், கதாநாயகியும் காமவயப்படும் காட்சியில் கவர்ச்சி நடிகை நூர்ஜஹானுடன் பாடல்காட்சியில் ஆடிப்பாடும் வாய்ப்பை பாலாவிற்குக் கொடுத்தார். அந்தப்பாடல் வெற்றியடைந்து விட்டதால், பாலாவிற்கு வேறு படங்களில் தனியாக நடனமாடும் வாய்ப்புக் கிடைத்தது. இந்த நிலையில் ஈஸ்வரனிடமிருந்து தனியாகப் பாலா பிரிந்தார். இருவருக்கும் தொழில்போட்டி வந்துவிட்டது. சிலகாலம் கழிந்த பிறகுதான் பாலாவிற்கும், தன் மனைவி அபிராமிக்கும் பழக்கம் இருப்பதாக அவருக்குத் தெரியவந்தது. ஒருநாள் அவர்கள் இருவரும் மதியக் காட்சிக்கு சினிமா தியேட்டருக்குள் செல்வதைப் பார்த்துவிட்டார்.

ஒரு அரிவாளை விலைக்கு வாங்கி, சினிமா முடிந்து அவர்கள் இருவரும் வெளியே வரும்வரை காத்திருந்தார். வெளியே வந்ததும், ஒரு வாகான நிலையில் பாலா மேல் பாய்ந்து கீழே தள்ளி, அவன் வலது தொடையில் பல தடவை வெட்டினார். அதனால் பாலாவின் வலதுகாலை எடுக்க வேண்டியதாகிவிட்டது. அந்த வழக்கில் கைது செய்யப்பட்டு ஈஸ்வரன் சிறையில் அடைக்கப் பட்டார். ஆரம்பத்தில் சம்பவத்தைக் கண்ணால் கண்ட சாட்சியாக வாக்குமூலம் கொடுத்த அபிராமி கணவன் மீதான அபிமானத்தில் மாற்றிச் சொல்லியதால் ஈஸ்வரன் விடுதலை ஆனான். சிறையில் இருந்தபோதும், வழக்கு நடந்தபோதும் அபிராமி ஈஸ்வரனுக்கு அனுசரணையாகவே இருந்தாள். அவள் தற்போது ஈஸ்வரனுடன்தான் வாழ்கிறாள். குழந்தைகளும் இருக்கின்றன.

உள்ளே நுழைந்த பாலா மாஸ்டர் அவருக்கான பிரதான சுழல் நாற்காலியில் அமராமல், வருகிறவர்கள் அமரும் நாற்காலிகளில் ஒன்றில் அமர்ந்து, ஊன்றுகோல்களை சுவரில் சாய்த்துவைத்துவிட்டு ஆனந்தகுமாரைப் பார்த்தார்.

ஆனந்தகுமார், "என் பெயர் ஜான்சன். நான் 'இந்தியா வெல்கம்' இங்க்லீஸ் பத்திரிகையிலே நிருபரா இருக்கேன். டான்ஸ் ஆடுறவங்களைப் பத்தி ஒரு ஆர்ட்டிக்கிள் பண்றோம். நேத்து ரெயின்போ ஓட்டல்லே மஞ்சுங்கிறவங்களோட டான்ஸ் பாத்தேன். அவுங்களைப் பேட்டி காணணும். நீங்கதான் ஏற்பாடு பண்ணிக்கொடுக்கணும்."

“ஏன் அவளைத்தான் பேட்டி எடுக்கணுமா வேற யாரையும் எடுக்கக்கூடாதா?”

“எங்க ஜி.எம்.மும் பாத்தாரு. மஞ்சுவைத்தான் எடுக்கணுங்கிறாரு.”

“என்ன பத்திரிகைன்னு சொன்னே?”

“இந்தியா வெல்கம்.”

“எங்கேருந்து வருது?”

“டெல்லி. சென்னையிலும் ஆபீஸ் இருக்கு.”

“இங்க்லீஸ் பத்திரிகைன்னா சரி. அவட்டே பேசிட்டுச் சொல்றேன்” என்று சொல்லிவிட்டு, தனியாகப் போய் அலைபேசியில் பேசினார்.

“நாளைக்கி பத்து டு பத்தரை அவளைப் பாருங்க. நல்லவிதமா எழுதுங்க. அட்ரஸ் குறிச்சிக்குங்க.”

ஜான்சன் குறித்துக் கொண்டான். ‘என்ன நம்பர்?’ என்றான்.

“செல் நம்பர் கொடுக்கறதில்லை” என்றார் பாலா மாஸ்டர்.

ஜான்சன் அறைக்குத் திரும்பினான். பெட்டியிலிருந்த கேமிராவை எடுத்து மேசையில் வைத்தான். மனம் “மஞ்சு, மஞ்சு” என்றே அலம்பிக்கொண்டே இருந்தது. சாயந்திரம் கடற்கரைக்குச் சென்று, வந்திருந்த பெண்களை வேடிக்கை பார்த்துக்கொண்டிருந்தான். அலுவலகத்திற்குப் போன் பேசி உடல்நிலை இன்னும் சரியாகாததால் நாளைக்கு விடுப்பு வேண்டும் என்று கேட்டுக்கொண்டான். அவள் வீட்டுச்சூழ்நிலை எவ்வாறு இருக்கும் என்று பலவாறாக யூகித்தும் சரியாக அமையவில்லை. இரவில் தூக்கம் சரியாக வரவில்லை. தன்னை மறந்து அவன் தூங்கியபோது அவளின் வீட்டுச்சூழ்நிலை கிறிஸ்தவப் பின்னணியில் இருப்பதாகச் சில காட்சிகள் தோன்றின. ரவிக்கையின் இடப்புறத்திலிருந்து சிறு துணியை அவள் ஆடிக் கொண்டே விசிறியடித்த காட்சி சில தடவைகள் தோன்றின. விழிப்பு வந்து, கடிகாரத்தைப் பார்த்தபோது, மணி 5.15 காட்டியது. மீண்டும் படுத்துக் கண்களை மூடிக்கொண்டு, அவள் சிறு துணியை விசிறியடித்த காட்சியை நினைவுக்குக் கொண்டுவந்து அப்படியே தூங்கிவிட்டான்.

எழுந்து, குளித்து, சாமியைக் கும்பிட்டுவிட்டு மஞ்சுவைப் பார்க்கக் கிளம்பினான். அந்தப் பகுதிக்குச் சென்று வழி கேட்டபோது, அங்காள பரமேஸ்வரி கோயிலுக்கு எதிரே

உள்ள தெருவில் திரும்பினால் உள்ள வீடுகளில் ஒன்று என்று சொன்னார்கள். அவ்வாறே சென்று திரும்பினான். வீட்டை அடைந்தான். வெளி கேட்டைத் திறந்து நுழைந்தான். இருபுறமும் மரங்கள் இருந்தன. புறாக்கள் கீழே கிடந்த தானியங்களைக் கொத்திக்கொண்டிருந்தன. முயல்கள் ஓடிக்கொண்டிருந்தன. கோழிகளும் சேவலும் அலைந்துகொண்டிருந்தன. வாசலையடைந்ததும் அவள் உள்ளறையிலிருந்து அவனை நோக்கி வந்தாள். அவனுக்குப் படபடப்பாக இருந்தது. அவள் முகமும் வடிவமும் அவனை மின்னலாகத் தாக்கியது. உடம்பில் மின்னல் பாய்ந்ததுபோல் உணர்ந்து, தடுமாறினான். வீடு சுத்தமாக இருந்தது. சுவரில் பைபிள் வாசகங்கள் இருந்தன. யேசுநாதர் படம் இருந்தது. அவனை உட்காரச் சொன்னாள். அவன் உட்கார்ந்தான்.

அவ்வாறே சென்று திரும்பினான். வீட்டை அடைந்தான். வெளி கேட்டில் வெங்கடாஜலபதி டிசைன் இருந்தது. வாசலில் கலர் கோலம் போடப்பட்டிருந்தது. வெளிகேட்டைத் திறந்து நுழைந்தான். திருப்பதி இல்லம் என்று எழுதப்பட்டிருந்தது. வாசலில் நின்றிருந்த சிறுமி "அம்மா" என்று கத்திக்கொண்டே உள்ளே சென்றது. அவன் வாசலை அடைந்ததும் அவள் உள்ளறையில் இருந்த அவனை நோக்கி வந்தாள். அவனுக்குப் படபடப்பாக இருந்தது. அவள் முகமும் வடிவமும் அவனை மின்னலாகத் தாக்கியது. உடம்பில் மின்னல் பாய்ந்ததுபோல் உணர்ந்து தடுமாறினான். வருகிறவர்கள் நுழைந்தவுடன் காணும் விதத்தில், சுவரில் பெரிய வெங்கடாஜலபதி படம் மாட்டப் பட்டிருந்தது. முன் அறைக்கு வந்த அவள், உள்ளறைப்பக்கம் திரும்பி "அம்ம ஈட ரெண்ட" என்று குரல் கொடுத்தாள். அவனை உட்காரச் சொன்னாள். அவன் உட்கார்ந்தான்.

அவ்வாறே சென்று திரும்பினான். வீட்டை அடைந்தான். முன் அறையில் இருந்த பெரிய ஜன்னல் வழியாக அவனைப் பார்த்த ஒரு நடுத்தர வயதுப் பெண் உள்ளே சென்றாள். வாசலையடைந்ததும், அவள் உள்ளறையிலிருந்து அவனை நோக்கி வந்தாள். அவனுக்குப் படபடப்பாக இருந்தது. அவள் முகமும் வடிவமும் அவனை மின்னலாகத் தாக்கியது. உடம்பில் மின்னல் பாய்ந்ததுபோல் உணர்ந்து, தடுமாறினான். அவள் "வாங்கோ, உங்களைத்தான் நெனைச்சுண்டிருந்தேன். கரெக்டா வந்துட்டேளே" என்றாள். சுவரை ஒட்டி புத்தக அலமாரி இருந்தது. சுவரில் விநாயகர் படம் மாட்டப்பட்டிருந்தது. உள்ளே சஹஸ்ரநாமம் சன்னமாக ஒலித்துக்கொண்டிருந்தது. அவனை உட்காரச் சொன்னாள். அவன் உட்கார்ந்தான்.

அவ்வாறே சென்று திரும்பினான். வீட்டை அடைந்தான். அது பல வீடுகளைக் கொண்ட காம்பவுண்டாக இருந்தது. கேட்டைத் திறந்து சென்றான். வரிசையாக வீடுகள் இருந்தன. எந்தவீடு என்று தெரியாமல் திகைத்தான். மூன்றாவது வீட்டின் வாசலில் நின்றான். ஒரு பெரியவர் வந்து "யாரு" என்றார். "மஞ்சுங்கறவங்க" என்றான். அவன் முடிக்கும் முன்னே "கடைசி வீடு" என்றார். அவன் கடைசி வீட்டிற்குச் சென்றான். வாசலை யடைந்ததும், அவள் உள்ளறையிலிருந்து அவனை நோக்கி வந்தாள். அவனுக்கு படபடப்பாக இருந்தது. அவள் முகமும் வடிவமும் அவனை மின்னலாகத் தாக்கியது. உடம்பில் மின்னல் பாய்ந்தது போல் உணர்ந்து தடுமாறினான். உள்ளிருந்து ஒரு சிறுவன், சிறு மூன்று சக்கர சைக்கிளை உள்ளறையிலிருந்து ஓட்டிக்கொண்டு அவள் கூடவே வந்தான். அவள் கையில் ஏதோ உணவு இருந்தது. "வாங்க. பாலா மாஸ்டர் சொன்னாரு. இவன் சாப்டவே மாட்டேங்கிறான். பேஜாராக்கீது. டெய்லி போராட்டமாருக்கு. துன்றா" என்றாள். உள்ளே ஒருவர் இருமும் சத்தம் கேட்டது. அது தொடரவே "யாராவது வர்றப்பதான் இருமும். இன்னான்றே" என்று சொல்லிக்கொண்டே உள்ளே போய் ஏதோ அதட்டலாகப் பேசும் சத்தம் கேட்டது. மீண்டும் முன்னறைக்கு வந்தாள் அவனை உட்காரச் சொன்னாள். அவன் உட்கார்ந்தான்.

அவ்வாறே சென்று திரும்பினான். வீட்டை அடைந்தான். சற்று யோசித்தான். அந்தக் கணம் அவளைப் பார்க்க வேண்டாம் என்று தோன்றியது. இருசக்கர வாகனத்திலிருந்து இறங்காமலேயே வாகனத்தைத் திருப்பினான். அறையை நோக்கி வாகனத்தைச் செலுத்தினான். மனத்தை ஆக்கிரமித்திருந்த, விளக்க முடியாத ஓர் உணர்வு நீங்கிக் கொண்டிருப்பதாக அவனுக்குத் தோன்றியது.

***உயிர்மை*, மார்ச் 2013**

பீஹாரும் ஜாக்குலினும்

க்ரையோஜெனிக்ஸ் பற்றிய ஒரு கருத்தரங்கில் கலந்துகொள்ள பாரீஸ் வந்திருந்த நான், அங்கிருந்த ஒரு புத்தகக் கடையில் *India : A Mysterious Country* என்ற புத்தகத்தை வாங்கினேன். இந்தப் புத்தகம் ஹெர்மன் ஸ்டாடிங்கர், ஜாக்குலின் ஆகிய இருவர் ஜெர்மன் மொழியில் எழுதி ஆங்கிலத்தில் மொழிபெயர்க்கப்பட்டது. அதில் 18ஆம் பக்கத்தில் காணப்பட்ட பகுதி என்னைத் திடுக்கிட வைத்தது.

"... கோயில் பெரியதாக இருந்தது. கோபுரங்கள் கண்களை உறுத்தும் செயற்கையான வண்ணப் பூச்சுகளால் அழகற்றதாக இருந்தன. கோயிலில் இருந்த சிற்பங்களின் அழகு, நுட்பங்கள் பற்றிய பிரக்ஞையின்றி மக்கள் வணங்கிச் சென்று கொண்டிருந்தனர். வெளி மதிற்சுவர் ஓரம் ஒரு சாமியார் ஒன்றுக்கிருந்து கொண்டிருந்தார். கோயிலின் ஒரு பகுதியில் கடைகள் இருந்தன. கடைக்காரர்கள் எங்களைக் கண்டதும் தத்தம் கடைகளுக்கு வருமாறு அழைத்தனர். அவர்கள் அழைப்பில் நாகரீகமற்ற தன்மை இருந்தது. கோயிலுக்கு வெளியே எங்களைப் பிச்சைக்காரர்களும் சிறுவர் சிறுமியர்களும் சூழ்ந்து கொண்டனர். காசுகொடுத்தால் கூட்டம் கூடி தப்பிக்க வேண்டிய நிலை ஏற்படும் என்பதை அனுபவத்தில் உணர்ந்திருந்ததால் நாங்கள் காசு கொடுப்பதில்லை. வெள்ளையர்களை மக்கள் ஏன் வேடிக்கைப் பொருளாகப் பார்க்கிறார்கள் என்று

கல்லூரிப் பேராசிரியரை நேற்று சந்தித்தபோது கேட்டோம். 'உங்களின் நிறம், உயரம், தோற்றம். தவிர வெள்ளையர்கள் எங்களை ஆண்டார்கள்' என்றார்.

நெருக்கடி மிகுந்த இந்தச் சாலையில் மக்கள், நின்றுகொண்டும் நடந்துகொண்டும் சாப்பிட்டுக்கொண்டும் குடித்துக் கொண்டும் தூங்கிக் கொண்டுமிருந்தனர். இடையே மாடுகளும் நாய்களும் அலைந்துகொண்டிருந்தன. சாப்பிட்டவர்கள் இலைகளையும் கழிவுகளையும் சாலைகளில் எறிந்துகொண்டிருந்தனர். பொரிகடலைக் கடை ஒன்றில் ஸ்டாலின் படமும், காந்தி படமும் அருகருகே பெரிய வடிவத்தில் மாட்டப்பட்டிருந்தன. ஜாக்குலின் இதை எனக்குச் சுட்டிக் காட்டினாள். அக்கடைக்கு அருகே இருந்த டீக்கடையில் இந்துக் கடவுள் படம் பெரியதாகவும் ஒரு புறத்தில் கிறிஸ்து படமும் இன்னொரு புறத்தில் மசூதி படமும் சிறியதாக மாட்டப்பட்டிருந்தன. அக்கடையில் டீ சாப்பிட இருவரும் சென்றோம். இங்குள்ள டீக்கடைகளில் அனைத்து நேரங்களிலும் யாராவது குடித்துக்கொண்டிருப்பதை நாங்கள் பார்த்திருந்தோம். அந்த டீக்கடையருகே 'எம்போரியம்' என்ற பெயரில் வீடு போன்றிருந்த அந்தக் கட்டடம் ஒரு சினிமா தியேட்டர் என்பதைச் சுவரொட்டி மூலமாக அறிந்தோம். ஒரு இந்துக் கடவுளின் முன் சதைப்பிடிப்பான ஒரு பெண் கேளிக்கை விடுதியில் ஆடும் பெண்ணின் உடைகளுடன் ஆடிக் கொண்டிருக்கும் பெரிய சுவரொட்டி சுவரில் ஒட்டப்பட்டிருந்தது. நுழைவுச் சீட்டு கொடுக்கும் இடத்தில் மக்கள் கும்பலாக நெருங்கி நின்றுகொண்டிருந்தார்கள்.

டீ குடித்துக்கொண்டிருந்தபோது அக்கடையின் ஓரத்தில் நின்று புகைத்துக்கொண்டிருந்த லுங்கி, அரைக்கைச் சட்டை அணிந்த ஒரு பையன் எங்களை நோக்கி வந்தான்.

'நீங்கள் எந்த தேசத்திலிருந்து வருகிறீர்கள்?' என்றான்.

'நாங்கள் ஜெர்மனி' என்றாள் ஜாக்குலின்.

'கிழக்கு ஜெர்மனியா?' என்றான்.

'அங்கிருந்து வெளியே வருவது சுலபமல்ல. நாங்கள் மேற்கு ஜெர்மனி'.

'அப்படியானால் நீங்கள் சார்த்தர் பிறந்த தேசத்திலிருந்து வந்திருக்கிறீர்கள். வாழ்த்துக்கள்' என்றான்.

ஜாக்குலின் சொன்னாள்: 'சார்த்தர் பிரான்ஸைச் சேர்ந்தவர். ஜெர்மனி அல்ல.'

பின் நவீனத்துவவாதியின் மனைவி

அவன் சிகரெட்டைக் கீழே போட்டு அணைத்துவிட்டு, 'இந்தியாவை நீங்கள் விரும்புகிறீர்களா?' என்று கேட்டான்.

'இந்தியாவைப் பற்றி இன்னும் அறியவில்லை' என்றாள் ஜாக்குலின்.

"அவன் கையசைத்து விடைபெற்றுக்கொண்டு அருகிலிருந்த சினிமா தியேட்டரின் கவுண்ட்டரை நோக்கிச் சென்றான்..."

இப்பகுதி என்னைத் திடுக்கிட வைத்ததற்குக் காரணம் இதில் குறிப்பிடப்பட்டிருந்த பையன் நான்தான். 1975ஆம் ஆண்டு இந்தச் சம்பவம் நடந்தது. அப்போது நான் பட்டமேற்படிப்புப் படித்துக்கொண்டிருந்தேன். எங்கள் ஊரின் மிக மோசமான சினிமா தியேட்டரான எம்போரியத்தில் தெலுங்கு டப்பிங் படம் பார்க்க வந்தபோது இந்தச் சம்பவம் நடந்தது.

அந்தச் சமயத்தில் தொலைபேசி ஒலித்தது. எடுத்தேன். இரண்டு மாணவர்கள் சந்திக்க வந்திருப்பதாகத் தெரிவித்தார்கள். நான் வரட்டும் என்றேன். கருத்தரங்கிற்குத் தயார் செய்ததிலிருந்து கருத்தரங்கு முடியும்வரை ஏற்பட்டிருந்த பதற்றத்திலிருந்து தற்போது விடுதலை பெற்று கேளிக்கையை விரும்பும் மனோநிலையிலிருந்தேன். இந்தச் சமயத்தில் மாணவர்களைச் சந்திப்பது எனக்கு அலுப்பூட்டியது. வந்திருந்தவர்களில் அடால்ப் வின்டாஸ் என்ற பெயர் கொண்டிருந்தவன் ஹீலியம் வாயு பற்றி ஆய்வுக் கட்டுரை எழுதியிருப்பதாகக் கூறி அக்கட்டுரையை என்னிடம் தந்து அதை நான் படித்துப் பார்க்க வேண்டும் என்று விரும்புவதாகத் தெரிவித்தான். அவனுடைய ஆர்வம் எனக்குப் பிடித்திருந்தது. அவர்கள் விடைபெற்றுச் சென்ற பின்னர் சற்று நேரம் சும்மா உட்கார்ந் திருந்தேன்.

பிறகு, தொலைபேசி மூலம் எனக்குப் பெண் துணை வேண்டும் என்றும் இந்தியப் பெண்ணாக இருக்கவேண்டும் என்றும் தெரிவித்தேன். முயற்சி செய்கிறோம் என்று பதில் வந்தது.

சற்று நேரத்தில் அழைப்புமணி. கதவைத் திறந்தேன். ஒரு பெண் நின்றுகொண்டிருந்தாள். அவள் மரியாதையுடனும், புன்னகையுடனும் எனக்கு முகமன் கூறி உள்ளே வந்தாள். தயாரிக்கப்பட்ட உற்சாகத்துடன் அவள் பேசினாள்.

'நீங்கள் இந்தியாவின் எந்த மாநிலத்தைச் சேர்ந்தவர்?' என்று கேட்டேன். தனது பூர்வீகம் தமிழ்நாடு மாநிலத்திலுள்ள திருநெல்வேலி மாவட்டம் என்றாள். தன்னுடைய பாட்டி பாண்டிச்சேரியிலிருந்தபோது ஒரு பிரஞ்சுக் கனவானை மணந்து பிரான்ஸ் வந்து குடியமர்ந்ததாகத் தெரிவித்தாள். தமிழ் தெரியுமா

என்று நான் கேட்டதற்கு, தெரியாது என்றும் தமிழ்நாட்டுடன் தொடர்பில்லை என்றும் தெரிவித்தாள்.

நான் வங்காள மாநிலத்திலுள்ள பங்குரா மாவட்டத்தைச் சேர்ந்தவன் என்றும், எனது கொள்ளுத் தாத்தா தாதாபாய் நௌரோஜியிடம் உதவியாளராக இருந்தவர் என்றும், என் தந்தை அமர்தியா ஒரு கவிஞர் என்றும், தாயார் ஒரு நாடக நடிகை என்றும் தெரிவித்தேன். பிறகு நான் இங்கு வந்ததற்கான காரணம் பற்றி சுருக்கமாகக் கூறினேன்.

'... சுப்பிரமணிய பாரதி, தாகூர் ஆகிய இரு கவிஞர்களைத்தான் தெரியும்' என்றாள் அவள். நான் மிக்க நல்லது என்று கூறினேன்.

தொலைபேசி ஒலித்தது. எடுத்தேன். மறுமுனையில் என் நண்பன் ராமச்சந்திர மேனன் பேசினான். அவன் இந்தியாவின் ஒரு மத்திய இணை அமைச்சரின் கூடுதல் செயலாளராகப் பதவி வகிப்பவன். 'எப்போது பாரீஸ் வந்தாய்?' என்று கேட்டேன். 'இன்று காலையில்தான்' என்றான். 'எப்படி என் இருப்பிடத்தைக் கண்டு பிடித்தாய்?' எனக் கேட்டேன். 'அரசாங்கத்திலிருப்பவர்களுக்கு இதெல்லாம் கடினமில்லை' என்றான். 'வருகிறாயா ஒயின் சாப்பிடுவோம்' என்றான். 'திருநெல்வேலி மாவட்டத்தைப் பூர்வீகமாகக் கொண்ட இந்தோ – பிரெஞ்சுப் பெண் ஒருத்தி இங்கிருக்கிறாள்' என்றேன். அவள் இதைக் கேட்டுப் புன்னகைத்தாள். 'அவளையும் கூட்டிக்கொண்டு வருகிறாயா?' என்றான் மேனன். 'அவள் முன்னால் நான் கேலிச்சித்திரமாக மாறிக்கொண்டிருக்கிறேன். நீயும் அவ்வாறு ஆக விருப்பமா?' என்று நான் மலையாளத்தில் கூறினேன். 'அத்தகைய ஒருத்தியை நான் பார்க்க விரும்புகிறேன்' என்றான் மேனன். 'நீ இங்கு வருகிறாயா?' என்றேன். 'என்னைச் சந்திக்க இன்னும் சற்று நேரத்தில் ஒரு எழுத்தாளர் வருகிறார்' என்றான். 'யார் அவர்?' என்றேன். 'அவர் பெயர் ஜாக்குலின். ஆய்வுக் கட்டுரைகள் எழுதுபவர். இந்தியாவைப் பற்றிச் சில புத்தகங்கள் எழுதியிருக்கிறார். தற்போது Criminal Face of Indian Politics என்ற புத்தகம் எழுத உத்தேசித்திருக்கிறார். அது சம்பந்தமாக என்னைச் சந்திக்க விரும்புகிறார். அரசாங்கத்திலிருந்துகொண்டு நான் என்ன உதவி செய்ய முடியும் என்று தெரியவில்லை' என்றான்.

'India – A Mysterious Country என்ற புத்தகம் எழுதியவரா? அவர் இன்னொருவருடன் சேர்ந்து அப்புத்தகத்தை எழுதினாரா?' என்றேன்.

'ஆமாம். அவர் ஜாக்குலின் கணவர் ஹெர்மன் ஸ்டாடிங்கர். Religion and Caste in Indian Politics என்ற புத்தகத்திற்கான

களப்பணியில் இருந்தபோது பீஹாரில் அவர் கொல்லப்பட்டு விட்டார். ஜாக்குலின் காயங்களுடன் தப்பினார். அப்போது இந்திய அரசாங்கம் ஜாக்குலினுக்கு உதவி செய்தது. அந்தச் சந்தர்ப்பத்தில் அவருடன் எனக்குப் பழக்கம் ஏற்பட்டது' என்றான் மேனன்.

'நான் அவரைப் பார்க்க முடியுமா?' என்றேன். 'தாராளமாகப் பார்க்கலாம். அப்படியானால் இந்தோ பிரெஞ்சுக்காரியை என்ன செய்வது?' என்றான் மேனன். 'நான் பிறகு அதற்கு ஏற்பாடு செய்கிறேன்' என்று தொலைபேசியை வைத்தேன்.

நான் அவளைப் பார்த்து இந்தியாவின் மத்திய இணை அமைச்சருடன் ஒரு குறிப்பிட்ட இடத்திலிருந்து தொடர்பு கொள்ள வேண்டியிருப்பதால் வெளியே செல்ல வேண்டியிருக்கிறது என்றும், மீண்டும் அவளைச் சந்திக்க மிகவும் விருப்பம் கொண்டிருப்பதாகவும் கண்டிப்பாக அழைப்பதாகவும், தற்போது அவளை விட்டுச் செல்லும் சூழ்நிலை மிக்க வருத்தத்தை எனக்கு ஏற்படுத்துவதாகவும் கூறினேன்.

அவள் அலுப்புடன் எழுவதாகத் தோன்றியது. ஆனால் பேசும்போது எப்போதும் புன்னகையுடனேயே பேசும் வழக்கத்தை அவள் கொண்டிருந்தாள்.

நான் காரில் சென்று கொண்டிருந்தேன். 1975ஆம் ஆண்டு நான் டீக்கடையில் சந்தித்த அந்த வெள்ளைப் பெண்ணை நினைவு கூர முயன்றேன். சுவரில் சாய்ந்து டீயை உறிஞ்சிக் கொண்டிருக்கும் வெள்ளைப் பெண்மணியின் குதூகலமான தோற்றம் மட்டும் நினைவுக்கு வந்தது. பீஹாரில் பாட்னாவில் வாடகைக்காரில் நான் சென்றுகொண்டிருந்த போது கும்பலால் மறிக்கப்பட்டுக் கொல்லப்பட்ட டிரைவர் என் நினைவுக்கு வந்தார். நான் அப்போது உயிர் தப்பி ஓடினேன். அடுத்தடுத்து வாகனங்களைக் கொளுத்துவதில் கும்பல் ஆசையும் உற்சாகமும் கொண்டிருந்தது. வாகனங்கள் ஓட்டி வருபவர்களையும் தாக்கிக்கொண்டிருந்தது. தாக்குதலில் ஏதோ ஓர் நிலையில் உயிர் இழப்பு ஏற்பட்டுக் கொண்டிருந்தது. நான் கால்கள் வெடவெடக்க ஷட்டர் இழுக்கப்பட்ட ஒரு கடையின் உள்ளே அங்கிருந்த மூன்று நபர்களுடன் நின்றுகொண்டிருந்தேன். ஒருவரோடு ஒருவர் பேசாமல் வியர்வை வழிய இருந்தோம். கும்பலில் யாரோ ஒருவன் இந்தக் கடையை நோக்கிக் கும்பலின் கவனத்தைத் திருப்பினால் எங்கள் உயிருக்கும் உடலுக்கும் என்ன வேண்டுமானாலும் ஏற்படலாம். ஷட்டரைத் தூக்கினால் கும்பலின் கவனம் திரும்பலாம் என சுற்றிலும் திகில் அதிர மற்ற மூன்று நபர்களைப் பார்த்துக்கொண்டிருந்தேன். பிறந்த ஊரின்

நினைவு, உறவுகளின் நினைவு, என் அலுவலகத்தில் பாக்கி வைத்திருந்த வேலை நினைவு ஏற்பட்டன. திடீரென ஏற்பட்ட சப்த மாறுதலிலிருந்து காவலர்கள் வந்ததை உணர்ந்தேன். கும்பலைக் காவலர்கள் சந்திப்பதை சப்தங்கள் உணர்த்தின. சப்தங்களின் ஆரவாரம் குறைந்து நிலைமை மாறிவிட்டது என்பதை நாங்கள் உணர்ந்த சமயம், மற்ற மூவரும் தங்களுக்குள் மெதுவான குரலில் பேசிவிட்டு பின் என்னைப் பார்த்து இந்தி மொழியில் ஒருவர் பேசினார். அவர் சைகையிலிருந்து, அவர் என்னை ஷட்டரைத் தூக்கச் சொல்கிறார் என்று உணர்ந்தேன். நான் தயங்கினேன். மீண்டும் அவர் அவ்வாறே கூறினார். நான் மேலும் யோசிக்காமல் ஷட்டரைத் தூக்கினேன். நான் எதிர்பாராதபடி ஓசையுடன் ஷட்டர் சுருண்டது. வெளியே தெரிந்த காட்சியின் வெளிச்சத்தில் கண்கள் கூசின. காவலர்களின் தலைகள் இந்த இடம் நோக்கித் திரும்பின. துப்பாக்கி, லத்தியுடன் இருந்தவர்கள் என்னை நோக்கி ஓடி வந்தனர். நான் கைகளை உயரே தூக்கிக் கொண்டேன்.

புத்தரைக் கண்ட, மௌரியர்களைக் கண்ட, அசோகரைக் கண்ட, ஷெர்ஷாவைக் கண்ட, பின்னர் வங்காள நவாபிற்குச் சொந்தமாகி, 1764ஆம் ஆண்டு நடைபெற்ற பக்ஸார் போரில் பிரிட்டிஷாருக்குக் கை மாறி, தற்போது சுதந்திர இந்தியாவில் உள்ள இந்தப் பூமியில் நான் கைகளைத் தூக்கிக் கொண்டே வெளியே வந்தேன்.

கார் நின்றது. ராமச்சந்திர மேனன் இருக்கும் அறையை விசாரித்து, அந்த அறையை அடைந்தேன். மேனன் கதவைத் திறந்தான். அறைக்குள் சென்று உட்கார்ந்த சில நொடிகளில் ‘ஜாக்குலின் எப்போது வருவார்?’ என்றேன். ‘இப்போதுதானே செல்கிறார்’ என்றான் மேனன். நான் பதற்றத்துடன் அவரைப் பார்க்க வேண்டுமென்றுதான் வேகமாக வந்ததாகக் கூறினேன். மேனன் வேகமாக எழுந்து ஜன்னலருகே சென்றான். என்னை அழைத்தான். ஜன்னலினூடே காரை நோக்கிச் சென்று கொண்டிருந்த மெலிந்த தலை நரைத்த ஒரு பெண்ணைக் காண்பித்தான். ‘நல்லவேளை இன்னும் போகவில்லை. ஜாக்குலினைப் பார்த்துவிட்டாய்’ என்றான். மெலிந்த தலை நரைத்த அந்தப் பெண் காரினுள் நுழைந்துகொண்டிருந்தாள்.

கைகளைத் தூக்கிக்கொண்டே வெளியே வந்த என்னைக் காவலர்கள் சூழ்ந்து கொண்டனர். ஒருவர் என் கையை முறுக்கினார். நான் அவர்களிடம் ஆங்கிலத்தில் நான் யாரென்பதை விளக்க முயன்றேன். கையை முறுக்கியவர் விட்டுவிட்டார். வெள்ளை ஆண் ஒருவர் கத்திக்குத்துக் காயங்களுடன் கிடந்த

இடத்தில் காயங்களுடன் அழுது கொண்டிருந்த ஒரு வெள்ளைப் பெண்ணிடம் பேசிக்கொண்டிருந்த அதிகாரி முன்னால் என்னை அழைத்துச் சென்று நிறுத்தினார். அவரிடம் நான் என்னைப் பற்றி கூறினேன். அப்போதிருந்த நிலையில் நான் அந்த வெள்ளைப் பெண்ணைச் சரியாகக் கவனிக்கவில்லை.

நான் தற்போது ஜாக்குலினைச் சந்தித்திருந்தாலும் அல்லது இனிமேல் சந்தித்தாலும் அந்த வெள்ளைப் பெண்தான் இவரா என்று என் நினைவிலிருந்து கூற இயலாது. ஆனால் 1975ஆம் ஆண்டு டப்பிங் சினிமா பார்க்கச் சென்ற சமயம் ஜாக்குலின் சுவரில் சாய்ந்து நின்றிருந்த அந்தக் குதூகலமான தோற்றத்தை என்னால் மறக்க இயலாது.

தினமணி பொங்கல் மலர், 1996

பின் நவீனத்துவவாதியின் மனைவி

அந்தப் புத்தகக் கடையும் காபி ஷாப்பும் அடுத்தடுத்து இருந்தன. புத்தகக் கடையில் நவீனத் தமிழ் இலக்கியப் புத்தகங்களும் நவீனத் தமிழ்ச் சிந்தனைகள் தொடர்பான புத்தகங்களும் சிற்றிதழ்களும் கிடைக்கும். புத்தகக் கடையின் விற்பனையைக் கவனிக்கும் ராமய்யா, 'கடல்' என்ற பெயரில் கவிதைகள் எழுதிக்கொண்டிருக்கிறான். அநேகமாகப் புத்தகம் வாங்க வருபவர்களில் பெரும்பாலோர் எழுத்தாளர்களாகவும் இருப்பதால் அடிக்கடி ஏதாவது பொருள் சார்ந்த சர்ச்சை நடந்து கொண்டேயிருக்கும். போர்ஹேயின் 'Brodie's Report' சிறுகதைத் தொகுப்பையும் ஜோஸ் சரமகோவின் 'The Gospel According to Jesus Christ' நாவலையும், சார்த்ரேயின் 'Saint Genet' நூலையும் ராமய்யா கடந்த ஆறுமாதக் காலமாக வைத்துக்கொண்டிருக்கிறான். ராமய்யாவிற்கு ஆங்கிலத்தில் சரளமாகப் படிக்க இயலாது. கடையை மூடிவிட்டு, வீட்டிற்குச் செல்லும்போது, இந்த மூன்று புத்தகங்களையும் எடுத்து ஜோல்னாப் பைக்குள் வைத்துக்கொள்வான். காலையில் கடை திறக்கும்போது, ஜோல்னாப் பைக்குள்ளிருந்து அந்த மூன்று புத்தகங்களையும் எடுத்து, வெளியே பலரும் பார்க்கிறமாதிரி வைத்துக்கொள்வான். அவ்வப்போது படிக்கவும் செய்வான். கண்கள் பக்கங்களைப் பார்த்துக்கொண்டிருக்கும். மூளைதான் சரியாகக் கிரகித்துக்கொள்ளாது.

'Brodie's Report' புத்தகத்தின் ஒரு பக்கத்தை ராமய்யாவின் கண்கள் பார்த்துக்கொண்டிருந்தபோது, உள்ளே நுழைந்தான் மகாதர்மன். கார்ச் சாவியைக் கைவிரலில் மாட்டிச் சுழற்றிக் கொண்டே வந்தான். "என்ன கடல், காபி சாப்பிடறீங்களா?" என்றான். கடல் "சரி" என்றதும் அருகிலிருந்த காபி ஷாப்பிற்குள் நுழைந்து காபிக்கு ஆர்டர் கொடுத்து, கடலுக்கும் ஒரு காபி அனுப்பச் சொன்னான்.

மகாதர்மனின் இயற்பெயர் சங்கரலிங்கம். அவனின் தாய், கஸ்தூரிபாய் மகப்பேறு மருத்துவர். தந்தை குருமூர்த்தி உயர்நீதிமன்ற வழக்கறிஞர். சங்கரலிங்கம் அரசுக் கல்லூரியில் இயற்பியல் ஆசிரியராகப் பணிபுரிகிறான்.

அந்நேரம் வியர்வையைத் துடைத்துக்கொண்டே ஒருவன் புத்தகக் கடையின் கதவைத் திறந்துகொண்டு நுழைந்தான். நுழைந்தவன், சிற்றிதழ்கள் வைக்கப்பட்டிருந்த பகுதிக்குச் சென்று அவற்றைப் புரட்டிப் பார்த்துக்கொண்டிருந்தான். பிங்க் கலரில் டீ சர்ட் அணிந்திருந்தான். அவன் தலைமுடியை வலப்புறமாக உச்சி எடுத்து இடதுபுறமாகச் சீவியிருந்தான். சிற்றிதழை வலது கையில் வைத்து இடது கையால் பக்கங்களைப் புரட்டிக்கொண்டிருந்தான். அவன் புதியவனாகத் தெரிந்ததால் கடல் அவனருகே சென்று அவனைப் பற்றி விசாரித்தான். அவன் தனது பெயர் சூரியசந்திரன் என்றும் உயிர்மையில் இரண்டு கவிதைகளும் காலச்சுவடில் ஒரு கதையும் பிரசுரமாகியிருப்பதாகவும் உயிர்எழுத்து பத்திரிகைக்கு இரண்டு கவிதைகள் அனுப்பியிருப்பதாகவும் கூறினான். எழுத்துலகிற்குப் புதியவன் என்றும் கூறினான்.

மகாதர்மன் காபி ஷாப்பிலிருந்து வெளியேறி புத்தகக் கடையில் நுழைந்து அங்கிருந்த சேரில் அமர்ந்து, "இன்று நாம் பார்க்க வேண்டிய பார்வை பின்நவீனத்துவப் பார்வை. எதிர்க்க வேண்டிய இலக்கு உலகமயமாதல்" என்றான். "உற்பத்தியையும் வினியோகத்தையும் சீராக்கினால் எல்லாப் பிரச்சினைகளும் சீராகிவிடும்" என்றான் கடல்.

"நான் என் நண்பன் கனகவேலிடம் பேசிக்கிட்டிருந்தேன். எல்லா நிலத்தையும் பொதுவிலே வைச்சு எல்லோரும் விவசாயம் பண்ணி எல்லாத்தையும் அரசாங்கத்துக்கிட்டே கொடுத்து நாம சம்பளம் மட்டும் வாங்கிக்கிட்டா எவ்வளவு நல்லா இருக்கும்னு சொன்னேன். அப்படின்னா எங்கிட்டே இருக்கற ரெண்டு ஏக்கர் விவசாய நிலத்தையும் எடுத்துக்கிட்டு என்னைச் சம்பளத்துக்கு வேலை பாக்கச் சொல்றியான்னு கேக்கறான். இந்த மாதிரி ஆட்களை வைச்சுக்கிட்டு எப்படிச் சமத்துவத்தை உருவாக்கறது?" என்றான் கடல்.

நாளை மறுநாள் கல்லூரியில் நடைபெறவுள்ள கருத்தரங்கில் பின்நவீனத்துவம் பற்றிப் பேச இருப்பதாகக் கூறிய மகாதர்மன் பேண்ட்டின் பின்புற பாக்கெட்டில் வைத்திருந்த ஒரு கவரை எடுத்து, அதிலிருந்த பேப்பர்களை எடுத்தான். "நான் என் கட்டுரையை இவ்வாறு ஆரம்பிக்கிறேன்" என்று கூறிப் படிக்க ஆரம்பித்தான்.

"பின்நவீனத்துவம் என்பதை இன்னதுதான் எனத் துல்லியமாக வரையறுப்பதில் இடர்ப்பாடுகள் இருப்பினும், அதனை விளக்கிடும் முகத்தான் அத்துறை சிந்தனையாளர்களால் தரப்படும் கருத்துகள் ஓரளவேனும் இதனை வரையறைப்படுத்திச் சட்டகமாக ஆக்கிடப் பெரிதும் உதவுகின்றன எனக் கூறிட அதிகம் இடமுண்டு. எனவே பின்நவீனத்துவம் குறித்து மேலும் தெளிவுபெற, இதுகுறித்துப் பல சிந்தனையாளர்களும் தந்துள்ள கருத்துக்களை நிரல்படுத்திக் காண வேண்டியது இன்றியமையாததாகிறது."

சூரியசந்திரன், ஒரு சிற்றிதழை எடுத்துக்கொள்வதாகக் கூறி இடது கை பாக்கெட்டிலிருந்து பர்ஸை எடுத்து, வலது கையினால் திறந்து இடது கையினால் பணத்தை எடுத்துக் கொடுத்தான். மகாதர்மன் வாசித்துக்கொண்டிருப்பதைப் பார்த்து அவனும் அங்கிருந்த திண்டு போன்ற இருக்கையில் அமர்ந்தான்.

மகாதர்மன் படித்துக்கொண்டிருந்தான். "குறுகி நிறுவனப்படாமல், தொடர் வர்ணனை பற்றிப் பிறிதொரு வர்ணனை செய்துகொண்டே, விழிப்போடு இருக்கும் ஒருவகை முரண்பாடே பின்நவீனத்துவம்.

பின்நவீனத்துவம் என்பது என்னவெனில் அது ஒரு பெருங்குழப்பம். பலநோக்குப் பார்வை கொண்டது. அடிப்படையில் எல்லாவற்றோடும் முரண்பாடு கொள்வது.

மேற்கு நாடுகளில் இதுவரை ஏற்றுக்கொள்ளப்பட்டவைகளின் மீது கொண்டுள்ள பார்வையை வெறுப்போடு திருப்பிக் கொள்ளுதலே பின்நவீனத்துவம் என்பார் பார்த் என்ற சிந்தனையாளர்.

பின்நவீனத்துவம் என்பது விளையாட்டுத்தனமானது. எதனையும் முழுமையாக்கும் மையம், புனைகதை, புராணங்களினின்று இது விலகிச்செல்லும்.

தன்னையே உணர்வதன் மூலம், அனைத்தையும் ஒருங்கிணைக்கும் மையம் எதனையும் ஒதுக்கி அல்லது தொடர்ந்து நேர்கோட்டிலேயே செல்லும் போக்கினைக் கொள்ளாது, பலப்பல வாய்ப்புகளைத் தருகிற ஒருபோக்கே பின்நவீனத்துவம்."

இந்தச் சமயத்தில் ‘*Brodie’s Report*’ புத்தகம் அவர்கள் முன் துள்ளி விழுந்து புத்தகத்திலிருந்த எழுத்துகள் உதிர்வது போல் தோன்றியது. அடுத்த கணத்தில் அந்தப் புத்தகம் மறைந்தது. அந்த இடத்தில் போர்ஹே நின்றிருந்தார். ஷூ, கோட் சூட், டை அணிந்திருந்தார். “ஐ யாம் ஜோர்ஜ் லூயி போர்ஹே” என்று மூன்று பேரிடமும் கை குலுக்கினார். மூவரும் எழுந்து நின்று கைகுலுக்கிக்கொண்டனர். அனைவரையும் அமரச் சொல்லி, சோபா திண்டில் சூரியசந்திரன் பக்கத்தில் போர்ஹே அமர்ந்துகொண்டார்.

அவரின் காது நீளமாக இருந்தது. நாடிக்குக் கீழே சதை லேசாகத் தொங்கியது. மூக்கும் நீளமாக இருந்தது. மூக்கிற்கும் உதட்டிற்கும் இடையே சற்று கூடுதலான இடைவெளி இருப்பது போல் தோன்றியது. புருவங்களில் கறுப்பும் வெளுப்பும் கலந்த முடிகள் அடர்த்தியாக இருந்தன. தலைமுடியை ஏற்றிச் சீவியிருந்தார். அதிக இடைவெளிகளுடன் கொஞ்சம் தலை முடிகளே இருந்தன. முகத்தில் முதுமையின் சுருக்கங்கள். கண்களை இறுக மூடும்போது சுருக்கங்கள் அழுத்தமாகத் தெரிந்தன.

கடையில் வெளிச்சம் கூடியிருப்பதாக தனக்குத் தோன்றியது பிரமைதான் என்று தாவரங்கள், சிப்பி, முத்து, பாறைகள், மண், நண்டு, கணவாய், மீன், விராட்டு ஆகியவற்றையும் இன்ன பிறவற்றையும் கொண்டிருக்கும் கடல் என்பதைப் புனைபெயராகக் கொண்டவனுக்குத் தோன்றியது.

அவரது இருப்பின் முன் அவர்கள் தங்களை சிறுமதி படைத்தவர்களாக எண்ணினர். கடையில் விற்கும் இரண்டு ரூபாய், ஐந்து ரூபாய், பத்து ரூபாய், ஐம்பது ரூபாய் (மகாதர்மன் வசதியானவன்) பேனாவினால் மசி தீரும்வரை ஏதோ எழுதிக்கொண்டிருப்பவர்களாகத் தோன்றி வெட்கப்பட்டனர்.

சார்த்ரேயும் சரமகோவும் தங்கள் புத்தகங்களின் பக்கங்களை உதிர்த்து, நாச்சியாரம்மாள் பதிப்பகத்தைச் சார்ந்த இந்த ‘நாச்சியாரம்மாள் அண்ட் கோ’ புத்தகக் கடையில் தோன்றி விட்டார்களென்றால் அவர்களை எப்படிச் சமாளிப்பது, உட்கார வைப்பதற்கு வேறு சேர்களுமில்லையே என்று யோசித்துப் பயந்தான் கடல். அவனுள் வாழும் உயிரினங்கள் வேறு ஒரேயடியாகக் கொந்தளித்துக்கொண்டிருந்தன. அவசரமாக எழுந்தான். எனவே பின்புறத்தில் இடித்துக்கொண்டான். நல்லவேளையாக புத்தகங்கள் விழவில்லை. விழுந்தால், அவற்றின் எழுத்துக்கள் இந்த வினோத வேளையில் உதிர்ந்து, அவற்றிலிருந்து அந்தந்த எழுத்தாளர்கள் உருவாகி வந்தால்

என்ன செய்வது என்ற பிரச்சினை வேறு ஏற்பட்டிருக்கும். அவசரமாகப் பின்புறத்தில் இடித்துக்கொண்டு எழுந்தவன். சார்த்ரேயின் நூலையும் சரமகோவின் நூலையும் எடுத்துப் பெட்டியைத் திறந்து பெட்டிக்குள் வைத்துப் பெருமூச்சு விட்டான். போர்ஹே காலாட்டிக்கொண்டிருந்தார். மகாதர்மன் படிப்பதை நிறுத்தியிருந்தான். சூரியசந்திரன் போர்ஹேயைப் பார்த்த திகைப்பிலிருந்து மீளமுடியாதிருந்தான்.

“நான் இந்தியாவைக் களமாக வைத்து எழுதிய *‘The Approach to Al-Mu'tasim* என்ற கதையைப் படித்திருக்கிறீர்களா?” என்று கேட்டுக் கண்களை இறுக மூடிக்கொண்டார் போர்ஹே. எழுத்தாளரின் முகச்சுருக்கங்கள் என்பதால் அவை மிக அழகாகவும் வியப்புக்குரியதாகவும் இருந்தன.

சூரியசந்திரன் “நான் படித்திருக்கிறேன்“ என்றான். அதில் வரும் ஒருவரியை எனக்கு மறக்க முடியாது. “*The soul of an ancestor or teacher may enter into the soul of an unhappy or unfortunate man, to comfort or instruct him*” என்று இடதுகைப் பழக்கமுடைய அவன், தனது வலதுகையினால் இடது பக்க முடியைக் கோதியபடி கூறினான்.

போர்ஹே, கடலைப் பார்த்தார். கடல், மாணவன்போல் எழுந்து நின்று, “நான் வைத்திருந்த நீங்கள் இப்போது உருவாகி வந்த *‘Brodie's Report'* தொகுப்பில் அந்தக் கதை இடம் பெறவில்லை” என்றான். சொற்பமாகவே போர்ஹேயின் எழுத்துகளைப் படித்திருந்த, மனதில் அவை பற்றிய பதிவுகள் ஏதும் இல்லாமலிருந்த மகாதர்மன் கூறினான்: “உங்கள் புத்தகங்களை நான் விரும்பிப் படித்திருக்கிறேன். ஆனால் நீங்கள் கூறியுள்ள அக்கதை என் நினைவில் இல்லை.”

“உங்கள் பெயர் என்ன?” என்றார் போர்ஹே.

“மகாதர்மன்” என்றான்.

“மாசி மாதம் பௌர்ணமி தினத்தன்று, சில விஷயங்கள் தர்மனுக்கு மறந்துபோகும் என்றும் அது எந்த விஷயங்கள் என்று அவனுக்கு முன்கூட்டியே தெரியாது என்றும் வியாசன் எழுதியிருப்பது நினைவிற்கு வருகிறது” என்று கூறிப் புன்னகைத்தார் போர்ஹே.

“நான் எழுதிய வாசகம் என்னிடம் திரும்பச் சொல்லப் படும்போது, அந்த வாசகம் என்னை மீண்டும் சிந்திக்கத் தூண்டுகிறது. நான் சாதாரணமாக எழுதிய வாசகம் தற்போது பிரம்மாண்டமாக, பல அர்த்தங்களுடன் என் முன் இருப்பதாக உணர்கிறேன். இதுகுறித்து நான் மேலும் சிந்திக்க

வேண்டியிருக்கிறது” என்ற போர்ஹே, சூரியசந்திரனைப் பார்த்தார்.

“உன்னை எப்படி இந்த வாசகம் ஈர்த்தது” என்றார்.

“நான் சிக்கலிலும் சிரமத்திலும் இருக்கும்போது, இறந்து போன என் தாத்தா என்னை மறைவில் நின்று வழி நடத்திச் செல்கிறார்” என்றான் சூரியசந்திரன்.

“காபி சாப்பிடுகிறீர்களா?” என்று வியாசனின் தர்மன் சார்ந்த புனைவு போர்ஹேவுக்கு உருவாகக் காரணமாக இருந்த மகாதர்மன் கேட்டான்.

“இட்டாலியன் காபி” என்றார் போர்ஹே.

மகாதர்மன் காபி ஷாப்பிற்குள் நுழைந்து, ஸ்பானிஷ் மொழியில் எழுதும் பிரபல எழுத்தாளர் ஒருவர் வந்திருப்பதாகக் கூறி காபியைக் கொண்டுவரச்சொல்லி, மீண்டும் வந்து புத்தகக் கடையில் அமர்ந்தான்.

அமைதி நிலவியது. அமைதி இந்த வினோத வேளையை இறுக்கியது. சார்த்ரேயின் நூலும் சரமகோவின் நூலும் பெட்டி மூடியைத் திறந்து வெளியே வந்துவிடுமோ என்ற பிரமையால் உட்கார்ந்திருந்த இடத்திலிருந்து எழுந்து பெட்டியின் மீது அமர்ந்தான் கடல்.

“பின்நவீனத்துவம் என்ற பார்வை உருவாகும் முன்னரே நான் எழுதிய சிறுகதைகளை எவ்வாறு வகைப்படுத்துவீர்கள்” என்றார் போர்ஹே.

ஆழமான சிந்தனைகள் இல்லாமல் அடுத்த நொடியிலேயே “உங்கள் கதைகள் பின்நவீனத்துவக் கதைகள்தான்” என்றான் மகாதர்மன்.

“இருப்பதை இல்லாததாகவும் இல்லாததை இருப்பதாகவும் பாவிக்கும், மனிதர்கள் நிறைந்த பூமி இது” என்றார் போர்ஹே, கோட்டைத் தளர்த்திக்கொண்டே.

இந்த வாசகத்தைப் பற்றி, வியாசனின் தர்மனை நினைவு படுத்திய மகாதர்மனும் போர்ஹேயின் வாசகத்தை அவரிடமே திருப்பிச்சொன்ன சூரியசந்திரனும் அடுத்தநாள் மீன் சாப்பிட வேண்டும் என்று தற்போது நினைத்துக்கொண்டிருக்கும் கடலும் யோசித்துக்கொண்டிருந்தனர். இட்டாலியன் காபி வந்தது. அதை போர்ஹே அருந்தினார்.

காபி கோப்பையைக் கீழே வைத்துவிட்டு “நான் இந்தக் கதைக்குள் நுழைந்ததும் கதையின் நடை மாறிவிட்டதாக

உணருகிறேன். சரி, நடந்ததை நடக்க விதிக்கப்பட்டதாக நினைக்கும் மனங்களைப் பற்றி யோசித்துப் பாருங்கள்...” என்று சொல்லிக்கொண்டிருக்கும்போதே போர்ஹே நொறுங்கி எழுத்துகளாக மாறி, அவர் மறைய, புத்தகம் மட்டும் கீழே கிடந்தது. அதை அவசரமாக எடுத்துப் பெட்டிக்குள் வைத்து மூடினான் கடல்.

சூரியசந்திரன் டி.வி.எஸ்.50. மொபெட்டில் வீட்டை நோக்கிச் சென்றுகொண்டிருந்தான். மொபெட்டிலிருந்து ‘கிடுக் கிடுக்’ என்று ஒரு சத்தம் வந்துகொண்டிருந்தது. வண்டியில் பல கோளாறுகள் இருப்பதால், அதைச் சரிசெய்ய வேண்டும் என்று அடிக்கடி நினைப்பான். ஆனால் பணம் இல்லாததால் அவனால் அவற்றைச் சரி செய்ய முடியவில்லை. அவன் ஒரு தனியார் கம்பெனியில் மாதம் ரூபாய் ஐயாயிரம் சம்பளத்திற்கு வேலை பார்த்துக்கொண்டிருக்கிறான். அப்பா, அம்மாவுடன் வசிக்கிறான். ஒரு தங்கை இருக்கிறாள். அப்பா சில கடைகளுக்குக் கணக்கு எழுதிக்கொடுக்கிறார். தங்கை பி.ஏ. புவியியல் படித்துவிட்டு வீட்டில் இருக்கிறாள். திருமணம் பண்ணிக் கொடுக்க வழியில்லை. சிறிய வீடு. சிறிய அறையில் அப்பா அம்மா தங்கையுடன் சிறிய இடைவெளிகளில் படுத்திருப்பது அவனுக்குச் சங்கடமாக இருப்பதால் மொட்டை மாடியில்தான் அவன் இரவு வேளையில் படுத்திருப்பான். தங்கை வேலைக்குச் செல்ல அனுமதிக்குமாறு கேட்டுக்கொண்டிருக்கிறாள். தந்தை அனுமதிக்காமல் இருக்கிறார். சர்வீஸ் கமிஷன் பரீட்சை எழுதி அவனாலும் அவளாலும் தேர்ச்சி பெறமுடியவில்லை. தற்போது இருவரும் விண்ணப்பித்திருக்கிறார்கள். தீவிரமாகப் படித்துக்கொண்டிருக்கிறார்கள். மூன்றாம் ஆங்கில – மைசூர் போர் எந்த ஆண்டு துவங்கி, யார் யாருக்கு இடையே நடைபெற்றது என்று.

சூரியசந்திரன், மொபெட்டை நிறுத்திவிட்டு வீட்டுக்குள் நுழைந்தான். அவன் அம்மா முறுக்கு சுட்டுக்கொண்டிருந்தார். தங்கை உதவிக்கொண்டிருந்தாள். சுட்ட முறுக்குகளைப் பக்கத்துக் கடைகளில் கொடுத்து விற்றபின் கணக்கு வைத்து பணம் வாங்கி வருவார்கள். முறுக்கு சுட்டு முடித்தபின் தோசை ஊற்றித்தருவதாக அம்மா கூறியதால், அவன் பாய், தலையணையை எடுத்துக்கொண்டு மொட்டை மாடிக்குச் சென்றான். படுக்கையை விரித்துப்படுத்து வானத்து நட்சத்திரங்களைப் பார்த்தான். தங்கைக்கு எப்படித் திருமணம் நடக்கப்போகிறது என்ற துயரம் அவனைக் கவ்வியது. காதல் திருமணம் என்றால் குறைத்து செலவழிக்கலாம். அதற்கும் வழியில்லை. ஒருவழியும் தெரியவில்லையே என்று சிந்தித்துக்கொண்டிருந்தான்.

கடலின் வீடு, புத்தகக்கடையிலிருந்து நடக்கும் தூரம்தான். அவனின் தந்தை பலசரக்குக்கடை வைத்திருக்கிறார். வீட்டின் முன் பகுதியில் பலசரக்குக்கடை உள்ளது. பின்பகுதியில் குடியிருக்கிறார்கள். அவனுடைய தந்தை முன்பு ஒரு மொத்த வியாபாரக் கடையில் வேலை பார்த்து தற்போது தனியாக இந்தப் பலசரக்குக்கடை வைத்திருக்கிறார். கடலின் அண்ணன் பலசரக்குக் கடையில் தந்தைக்குத் துணையாக இருக்கிறான். கடலுக்கும் ஒரு கடை வைத்துக் கொடுக்க வேண்டும் என்ற எண்ணம் அவன் தந்தைக்கு உண்டு. காலம் கனியவில்லை.

கடல் வீட்டுக்குள் நுழைந்தான். கத்தரிக்காய் புளிக் குழம்பும் உருளைக்கிழங்கும் இருந்தன. உப்புக்கண்டத்தைப் பொரிக்கச் சொன்னான். நாளை மீன் சாப்பிட வேண்டும் என்ற எண்ணத்தை, தாயாரிடம் சாப்பிடும்போது கூறினான்.

மகாதர்மன் ஹுண்டாய் காரில் நோக்கியா அலைபேசியில் மனைவியுடன் பேசிக்கொண்டிருந்தான். வரும்போது மல்லிகைப் பூ வாங்கி வருமாறு மனைவி கூறினாள். அவனின் மனைவி உலக வங்கியில் நல்ல பதவியில், நல்ல சம்பளத்தில் பணி புரிகிறாள். தனது மனைவி உலக வங்கியில் பணிபுரிவதை சிந்தனையாளர்களிடமும் நண்பர்களிடமும் கூறும்போது அவனுக்கு அவமானமாகவும் கூச்சமாகவும் இருக்கும். இதைப் பலமுறை அவன், மனைவியிடம் கூறியிருக்கிறான். இதில் சங்கடப்பட என்ன இருக்கிறது; பெருமைப்படத்தானே வேண்டும் என்று அவள் நினைத்துக்கொள்வாள். ஏதோ தப்பான புத்தகத்தைப் படித்துவிட்டுத் தப்பாகச் சிந்திக்கிறான் என்பதுதான் அவளின் நிலைப்பாடு. அவர்களுக்கிடையே அடிக்கடிச் சிந்தனைச் சண்டைகள் ஏற்பட்டாலும் காமத்தில் இருவரும் கெட்டிக்காரர் களாகவும் உடல்ரீதியாக ஒருவருக் கொருவர் ஈர்ப்புக் கொண்டிருப்பதாலும் அவர்களுக்குள் சமரசம் ஏற்பட்டுவிடும்.

மகாதர்மன், காரை நிறுத்திக் கூர்க்காவிடம் கேட்டை அடைக்குமாறு கூறிவிட்டு, பங்களாவுக்குள் நுழைந்தான். பெரிய ஹாலில், விலையுயர்ந்த சொகுசு சோபாவில் அமர்ந்து தொலைக்காட்சி பார்த்துக்கொண்டிருந்த அவன் தந்தை, தொலைக்காட்சியை அணைத்துவிட்டு, அவனிடம் கூறினார்.

"கிழக்குத் தாம்பரத்திலே ஒரு கிரவுண்ட் இடம் விலைக்கு வருது. நல்ல இடம். நான் பார்த்துட்டேன். வர்ற ஞாயிற்றுக் கிழமை ஆள் அனுப்பறேன். போய் பாத்துட்டு வந்துரு. சப் – ரெஜிஸ்ட்ரார் மதிப்புக்கும் நடப்பு மதிப்புக்கும் நல்ல வித்தியாசம் இருக்கு. ரெண்டாம் நம்பர் பணத்தைக் கணக்குக்குக் கொண்டு வந்திரலாம்" என்றார்.

"போனமாதம் வாங்கின இடத்தை பென்சிங் போடணும்னு பேசினோமே, போட்டாச்சா" என்றான் மகாதர்மன்.

அவர் "போட்டாச்சு" என்றார்.

ஆடைகளை மாற்றிவிட்டு, டைனிங் டேபிளில் சாப்பிட அமர்ந்தான். சமையல் செய்யும் பெண் டேபிளில் உணவுகளை எடுத்துவைத்திருந்தாள். அப்பெண் தட்டை எடுத்துவைத்தாள். அவன் மனைவி மாடியிலிருந்து இறங்கிவந்தாள். வரும்போது அவள் மார்புகள் அசைவதை அவன் பார்த்தான், சமையல் பெண்ணைத் தள்ளி இருக்கச் சொல்லிவிட்டு அவள் பரிமாறினாள். அவளும் சேர்ந்து சாப்பிட்டாள். அவள் குளித்து, பளிச்சென்று மலர்ச்சியுடன் இருந்தாள். அவள் நடவடிக்கைகளும் பாவனை களும் இன்று இரவு அவள் காமத்தை வரவேற்கிறாள் என்று தோன்றியது.

அவன் படுக்கையில் சாய்ந்து நாளை வாசிக்கப்போகும் பின்நவீனத்துவம் பற்றிய கட்டுரையைப் பார்த்துக்கொண்டிருந்தான். அவள், அவன் வாங்கிவந்த மல்லிகைப்பூவைச் சூடி பெரிய நிலைக்கண்ணாடி முன் அழகு பார்த்தாள். பின் படுக்கையில் படுத்தாள். அவன் கட்டுரையைப் புரட்டிக் கொண்டிருந்தான். அவள் எழுந்து பாத்ரூம் போய்விட்டு வந்தாள். மேஜையில் இருந்த தண்ணீரை ஊற்றிக் குடித்தாள். "என்ன படிச்சிக்கிட்டிருக்கீங்க" என்றாள். அவன் "நாளை வாசிக்க வேண்டிய பின்நவீனத்துவம் பற்றிய கட்டுரை" என்றான்.

"பின்நவீனத்துவம்னா என்ன? குனிஞ்சு நின்னு பின் பக்கமா செக்ஸ் வைச்சுக்கிறதா? இந்தா இப்படியா?" என்று மேஜையில் கைகளை வைத்து, காலை அகட்டி பின்புறத்தைக் காட்டி நின்றாள். அவன் பின்நவீனத்துவக் கட்டுரையை எறிந்துவிட்டு அவளைப் பின்புறமாகச் சேர்ந்தான். கட்டுரை காற்றில் படபடத்துக்கொண் டிருந்தது.

இந்தக்கதையை என் மதிப்பிற்குரியவரும் பின்நவீனத்துவத்தை அறிந்தவரும் சென்ற ஆண்டு மார்ச் மாதம் லண்டனில் நடந்த சர்வதேச கருத்தரங்கில், *"Beyond the author: A Post Modernistic Approach to Literature"* என்ற தலைப்பில் கட்டுரை வாசித்தவருமான பேராசிரியர் ஆல்பிரட் சின்னத்துரையிடம் காட்டினேன். அவர் 'இது சரியான பின்நவீனத்துவக் கதை' என்றார். உலக அளவில் பின்நவீனத்துவ சிந்தனையாளர்களால் கவனிக்கப்படும் சிந்தனையாளர்களில் ஒருவரான ஜெனிபர் மங்கையற்கரசியும் அப்போது உடனிருந்தார். அவரும் பேராசிரியர் கூறியதை ஆமோதித்தார்.

உயிர்மை, மே 2012

சந்திப்பு

சமூரியா நாட்டில் தளகர் என்னும் மாநிலத்தைச் சேர்ந்த நான் இன்னொரு மாநில மான மெஜிதாவில் 1980 டிசம்பர் மாதம் சுற்றுப் பயணம் மேற்கொண்டிருந்தேன். நான் தளகர் மொழி பேசுபவனாக இருந்த போதிலும், மெஜிதா மொழியையும் சரளமாகப் பேச அறிந்திருந்தேன். ஆனாலும் மெஜிதா மாநிலத்திற்குள் இதற்கு முன் வந்ததில்லை. அங்குள்ள மக்கள் பெரிய தலைப்பாகை யுடன் நீண்ட அங்கிகளை அணிந்திருந்தனர். நான் டிசம்பர் மாதத்தில் சென்றிருந்ததினால் கடுமையான குளிரில் மக்கள் அங்கிகளுக்கு மேல் கனத்த போர்வையைப் போர்த்திக்கொண்டு இருந்ததைக் காண முடிந்தது. நடுத்தர, உயர்தர மக்கள் அங்கிகளுக்கு மேல் கம்பளி அணிந்திருந்தனர். நான் இந்த மாநிலத்திற்கு வந்ததற்கான காரியம் என்று எதுவுமில்லை. சமூரியா நாட்டின் பிற மாநிலங்களைச் சுற்றிப் பார்க்க எண்ணி அத்திட்டத்தின் ஒரு பகுதியாக மெஜிதா மாநிலத்திற்கு வந்திருந்தேன். நான் தங்கியிருந்த மாநிலத் தலைநகரில் மக்கள் நெருக்கம் அதிகமிருந்ததாகத் தோன்றியது. ஒரு நடுத்தர ஓட்டலில் நான் தங்கியிருந்தேன். உணவு தான் பெரும் பிரச்சினையாக இருந்தது. இங்குள்ள மக்களின் உணவுப் பழக்கம் வேறாக இருந்தது. அசைவ உணவு வகைகளையும், ரொட்டியையும் வைத்துச் சமாளித்துக் கொண்டிருந்தேன். அந்த ஓட்டலில் இருந்த மதுபான பாருக்கு, அங்கு தங்கியிருந்தவர்கள் மட்டுமில்லாது வெளியிலுள்ளவர்களும் வந்து கொண்டிருந்தனர்.

1980 டிசம்பர் 14ஆம் தேதி ஞாயிற்றுக்கிழமையன்று – டைரியில் குறித்துவைத்திருக்கிறேன் – பிற்பகல் நாலரை மணியளவிற்கு பாருக்குச் சென்றேன். என்னை வழக்கமாக உபசரிக்கும் ஊழியரின் டேபிளுக்குச் சென்று உட்கார்ந்தேன். நான் வழக்கமாக அருந்தும் மது வகைக்கும் அசைவ உணவுகளுக்கும் சுட்ட அப்பளங்களுக்கும் ஆர்டர் செய்தேன். சற்று நேரத்தில் என் எதிரே ஆஜானு பாகுவான தோற்றம் உடைய ஒருவர் வந்து அமர்ந்து என்னைப் பார்த்துப் புன்னகைத்தார். ஊழியர் அவரருகே வந்து வேண்டியதைக் கேட்டுச் சென்றதும், மீண்டும் புன்னகைத்தார். நான் பதிலுக்கு இருமுறையும் புன்னகைத்திருந்தேன். அவர்தான் முதலில் பேச்சை ஆரம்பித்தார். நீங்கள் எந்த ஊரைச் சேர்ந்தவர் என்று அவர் கேட்டார். நான் தளகர் மாநிலம் என்று சொன்னதும் அவருக்கு ஆச்சரியம் தாளவில்லை. என் நிறமும் தோற்றமும் மெஜிதா மொழி பேசுபவர்களைப் போல இருப்பதாகவும், அதனால் தான் மெஜிதா மொழியில் என்னிடம் பேசியதாகவும் தெரிவித்தார். நான் கம்பையில்[1] வேலை நிமித்தம் சில காலம் இருக்க நேரிட்டபோது அங்கு மெஜிதா மொழியைக் கற்றுக்கொண்டதாகவும், அம்மொழிக்காரர்கள் பலர் தற்போதும் நண்பர்களாக இருப்பதாகவும் நான் அவரிடம் கூறினேன். நான் அவரைப் பற்றி விசாரித்ததற்கு ராணுவத்தில் பணிபுரிவதாகவும் தற்போது விடுப்பில் வந்துள்ளதாகவும் கூறினார்.

மதுபானம், எங்கள் இருவருக்கும் வந்தது. கோப்பைகளை உரசி ஒருவருக்கொருவர் வாழ்த்துச் சொல்லி அருந்தினோம். என் அளவைப் போல பல மடங்கு குடிப்பவர் என்பதை அறிந்து கொண்டேன். எளிய குடிகாரனாக அவர் முன்னால் நான் அடைந்த தோற்றம் எனக்கு வெட்கத்தை ஏற்படுத்தியது. நான் அவரிடம் ஏதாவது போர் முனைக்குச் சென்றிருக்கிறீர்களா என்று விசாரித்தேன். ராணுவம் 1974–லிருந்து 1977 வரை ஜம்புரோ[2] நாட்டில் இருந்தபோது அங்கிருந்த கொரில்லாக்களுடனான சண்டையில் ஈடுபட்டிருந்ததாகக் கூறினார். இதைக் கூறும்போது இரண்டாவது சுற்றுப் பானத்தை அருந்திக்கொண்டிருந்த அவர் முகம் சிவந்து மாறியது. ‘அதை நினைவுபடுத்தாதீர்கள்; அங்குதான் என் நண்பன் சோமாவை நான் இழந்தேன்’ என்று கூறினார். ஆனால் அந்த ஞாபகத்தையே விரும்பியவர் போலப் பேச ஆரம்பித்தார். அவருடைய வெளிப்பாட்டில் உள்ள குறைகளை முழுவதும் களையாமல் அவர் கூறியதை நான் இங்கு தருகிறேன்.

---

1. கம்பை 1 – தனிமா என்ற மாநிலத்தின் தலைநகர். தனிமா மொழி அம்மாநிலத்தில் பேசப்பட்டாலும் கம்பையில் மெஜிதா மொழிக்காரர்கள் நிறைய உள்ளனர்.

2. ஜம்புரோ 2 – சமூரியாவின் அண்டை நாடு. அந்நாட்டில் உள்ள கொரில்லாக்களுக்கு எதிரான சண்டையில் சமூரியா நாட்டின் ராணுவம் ஈடுபடுத்தப்பட்டிருந்தது.

சோமா எனது உயிர் நண்பன். உங்களுக்கென்று அந்தரங்க நண்பர் யாராவது இருப்பார் அல்லவா, அதுபோல் எனக்கு சோமா இருந்தான். அவனைப் போன்ற நல்லவனைப் பார்ப்பது அரிது. நான்கு வயதிலேயே தந்தையை இழந்தவன். பத்து வயதில் தாயையும் இழந்தான். ஒரு பாதிரியாரின் கருணையினால் விடுதியில் தங்கிப் பள்ளிப் படிப்பை முடித்தான். பின்னர் அவரும் இறந்து விடவே ராணுவத்தில் சேர்ந்தான். குழந்தைகளைக் காணும்போதெல்லாம் அவன் வியாகூலம் அடைவான். குழந்தைகள் ஏதேனும் நெருக்கடிகளுக்குள்ளாகும் சந்தர்ப்பத்தைக் காண நேரிட்டால் அவன் மிகுந்த வேதனையடைவான். குழந்தைகளின் இயலாமை தன்னை துன்புறுத்திக் கொண்டேயிருப்பதாக, மது அருந்தும் பல சந்தர்ப்பங்களில் என்னிடம் கூறியிருக்கிறான். இத்தகைய அவனது தன்மை காரணமாக நான், என்னையறியாமலேயே அவனுடைய பாதுகாவலன் என்ற நிலைக்கு உள்ளாகிவிட்டேன். யாருமற்ற அவனை விடுப்பிற்கு நான் ஊருக்குச் செல்லும்போது அழைத்துச் சென்று திருமணம் செய்து வைத்துவிட வேண்டும் என்று ஆசைப்பட்டேன். என் மனைவிக்கும் கடிதம் எழுதியிருந்தேன். அந்தச் சமயத்தில் தான் நாங்கள் இருந்த அணி ஜம்புரோ நாட்டிற்குச் செல்ல வேண்டியதாயிற்று.

எதிர்எதிரே ராணுவத்துடன் போராடப் பயிற்சி பெற்றிருந்த எங்களுக்கு ஜம்புரோ நாட்டின் அனுபவம் புதியதாக இருந்தது. மக்களுக்குள் கொரில்லாக்கள் இருந்ததால் எங்களுக்கு முன் சென்றிருந்த அணி புது அனுபவத்தின் தடுமாற்றத்தில் கடுமை யாகப் பாதிப்படைந்திருந்தது. நாங்கள் சென்றபோது மக்கள் அனைவரும் ராணுவத்தின் கட்டுப்பாட்டுக்கு உள்ளாகியிருந்தனர். ராணுவத்தைச் சேர்ந்த எவனும் எந்த வீட்டிற்குள்ளும் நுழைந்து எதுவும் செய்யலாம் என்ற நிலை இருந்தது. நானும் சோமாவும் இன்னும் சிலரும் கொரில்லாக்களைத் தேடி ஒரு வீட்டிற்குள் சென்றிருந்தபோது, குழந்தைகள் நடுக்கத்துடன் பயந்து கட்டிலுக்குக் கீழே ஒளிந்திருந்ததைக் கண்டோம். அந்த வீட்டிலிருந்தவன், தன் மனைவியை ஒன்றும் செய்துவிட வேண்டாம் என்று கெஞ்சினான். வீட்டிலுள்ள பொருட்களில் வேண்டியதைத் தாராளமாக எடுத்துக் கொள்ளுமாறு கூறினான். ரசூமா என்பவன் அவன் மனைவியைக் கட்டிப்பிடிக்க, சோமா அவனைப் பிடித்து இழுத்து வந்துவிட்டான். இதனால் சோமாவுக்கும் ரசூமாவிற்கும் இடையே பெரிய அளவில் வாய்த் தகராறு நடந்தது. அடுத்த நாள் மது அருந்தும் நேரத்தில் ரசூமா வந்து இன்று காலை வேறு சிலருடன் சென்று அந்தப் பெண்ணைப் பாழாக்கிவிட்டதாக, சோமாவிடம் கூறினான். சோமா ஒன்றுமே கூறவில்லை. நிறைய குடித்தான். நாளடைவில்

பெண்களைப் பாழாக்கும் நிகழ்ச்சி அதிகரித்துவிட்டது. ஓய்வு நேரங்களில் பேசிக்கொண்டிருக்கும்போது குழந்தைகள் முன்னால் பெண்களைப் பழாக்காதீர்கள் என்று கூறுவதற்கு மேல் சோமாவிற்குச் செய்வதற்கு ஒன்றுமில்லை என்ற நிலைமை ஆகிவிட்டது. ஒரு தடவை முக்கிய கொரில்லா ஒருவன் எங்கள் அணியிடம் உயிருடன் சிக்கிவிட்டான். கொரில்லாக்களின் மறைவிடத்தை அறிவதற்காக அவனைக் கடுமையாகச் சித்திரவதைக்குள்ளாக்கினர். சதாரா என்பவன் எங்கிருந்தோ ஒரு பருத்த எலியை உயிருடன் பிடித்து ஒரு தகர டப்பாவில் போட்டுக் கொண்டுவந்தான். அந்தக் கொரில்லாவைக் கை, கால்களை அசைக்க முடியாமல் கட்டிப்போட்டு அவனுடைய வெறும் வயிற்றில், எலியுடன் டப்பாவைக் கவிழ்த்தி இறுக்கக் கட்டிவிட்டனர். எலி அவன் வயிற்றில் துளையிடும் போது அவன் பயங்கரமாக அலறு வான். அவனுடைய அலறல் தன்னைத் தற்கொலை செய்துகொள்ளத் தூண்டுவதாக சோமா கூறினான். அவன் மிகவும் நிம்மதியற்றுக் கலவரமடைந்திருந்தான். அவன் மனம் மிகுந்த துயரத்திற்கும் சோர்வுக்கும் உள்ளாகியிருந்தது. அவனை நினைத்து எனக்குப் பயம் ஏற்பட்டது. அந்தக் கொரில்லா கடைசி வரை மறைவிடத்தைக் கூறாமலேயே இறந்து போனான்.

ஒரு குடியிருப்புப் பகுதியில் கொரில்லாக்கள் மறைந்திருப்பதாக வந்த ரகசியத் தகவலினால் எங்கள் அணியினர் அந்தக் குடியிருப்புப் பகுதியைத் தாக்க ஆரம்பித்தோம். அதே சமயத்தில் விமானத் தாக்குதலும் நடந்தது. கண்ணுக்குத் தெரிந்தவர்கள் எல்லாம் சுடப்பட்டு வீழ்ந்தனர். குழந்தையுடன் ஓடி வந்த ஒரு பெண் சுடப்பட்டுக் கீழே விழுந்தாள். அவளுடன் கீழே விழுந்த அவளின் கைக்குழந்தை உயிருடன் அலறிக்கொண்டிருந்தது. துப்பாக்கியைப் பிடித்திருந்த சோமா திகைத்து நின்றிருந்தான். அந்தச் சமயம் விமானத்திலிருந்து விழுந்த ஒரு குண்டில் குழந்தை சிதறிக் காணாமல் போயிற்று. சோமாவுக்கு என்ன ஆயிற்று என்றே தெரியவில்லை. அவன் முகம் இருளடைந்திருந்தது. தேவையான போது மட்டும் ஓரிரு வார்த்தைகளே பேசினான். பெரும்பாலான நேரங்களில் தனியனாய் மௌனத்துடன் உட்கார்ந்திருக்க ஆரம்பித்தான். அவனை எப்படித் தேற்றுவது என்று எனக்குத் தெரியவில்லை. அவனை உற்சாகமாக்கும் நோக்கில் அவனுடனே என் பெரும்பாலான நேரத்தைக் கழித்து ஏதேதோ பேசிக்கொண்டிருந்தேன். தன்னால் யாரையும் கொல்ல முடியாது என்று ஒரு நாள் கூறினான். கொரில்லாக்களுக்கு எதிரான தாக்குதல் நடக்கும் சமயங்களில் அவன் சுடுவதாகப் பாசாங்கு செய்துகொண்டிருப்பதையும் ஆட்களில்லாத

வெற்று வெளியில் சுட்டுக்கொண்டிருப்பதையும் கவனித்தேன். தாக்குதல் நேரத்தில் இவ்வாறு இருக்கக் கூடாது என்றும் அதனால் நாம்தான் உயிரிழக்க வேண்டியிருக்கும் என்றும் கூறினேன். தன்னால் யாரையும் கொல்ல முடியாது என்று தோன்றுவதாக மீண்டும் அவன் கூறினான். அடுத்த நாள், 1977ஆம் ஆண்டு ஜூன் 16ஆம் தேதி குடியிருப்புப் பகுதியின் மீதான ஒரு தாக்குதலில் கொரில்லாக்களின் குண்டுகள் தனியே நின்றிருந்த சோமாவின் தலையைத் தாக்க மூளை சிதறி விழுந்து அவன் மரணமடைந்தான். அவன் முகம் உருக்குலைந்திருந்தது. அருமையான என் நண்பனை நான் இழந்துவிட்டேன். அவன் ராணுவத்திற்குப் பொருத்தமில்லாத பிறவி. என் வாழ்நாள் முழுவதும் அவன் என்னைத் துயரப்படுத்திக்கொண்டே யிருப்பான்.

— அவர் இதை முடிக்கும் போது மது அருந்தும் மூன்றாவது சுற்றில் இருந்தார். கண்களில் நீர் வழிந்துகொண்டிருந்தது. எனக்கு அவரைச் சமாதானப்படுத்த வார்த்தைகள் கிடைக்கவில்லை.

பின்குறிப்பு:— சமூரியா நாட்டைச் சேர்ந்த எழுத்தாளர் கடாரி (*Gadarie*) அந்நாட்டை விட்டு நீங்கி கனடாவில் சிலகாலம் தங்க நேர்ந்தபோது எழுதிய *Witness* என்ற புத்தகத்தின் முதல் அத்தியாயமே இது.

மீட்சி 35, டிசம்பர் 1991

ரகசிய வார்த்தை

பிரமிளா 'எங்க பாட்டி' என்றாள். பாட்டி கட்டிலிலிருந்து எழுந்து உட்கார்ந்தாள். 'யாரப்பா நீ' என்றாள். "என் பெயர் ராமச்சந்திரன். பிரமிளா கூட வேலை பாக்குறேன்" என்றான். "அந்த ராமச்சந்திரன் கூட ஜோடி சேந்து சரோஜாதேவி மாதிரி வந்துருக்க வேண்டியவ... அந்த நாசமாப்போற டான்ஸ் மாஸ்டர் வந்து கெடுத்துப்புட்டான்" என்றாள், பாட்டி.

"கல்யாணப் பொண்ணு, கண்ணான கண்ணு, கொண்டாடி வரும் வளையல்" என்று பாடினாள், பாட்டி. "இந்தப் பாட்டு நெனைவிருக்கா... எம்.சி.ஆர், வளையல் வியாபாரியா வேசம் போட்டு வருவாரு... சரோஜாதேவியை கட்டாயக் கல்யாணம் பண்ண ஏற்பாடு நடந்துகொண்டிருக்கும்... அப்பத்தான் கதா நாயகியைக் காப்பாத்த எம்.சி.ஆர். பாடிக்கிட்டே வருவார், நான் அப்ப எக்ஸ்ட்ரா நடிகை. அவருக்கு இடது பக்கம் கையை கன்னத்தில் வைத்துக்கொண்டு வருவேன். அவர் என்னை இடிப்பார். 1963ஆம் வருஷம் சூட்டிங் நடந்துச்சு. எனக்கு அப்ப பதினேழு வயசு. சின்னப் பொண்ணா பாக்க அழகா இருப்பேன். சூட்டிங் முடிஞ்சப்பறம் எம்.சி.ஆர். என்னை தனியா கூப்பிட்டு என்னைப் பத்தி விசாரிச்சாரு. அந்தச் சமயத்திலே டான்ஸ் மாஸ்டர் உள்ளே நுழைஞ்சு கெடுத்துட்டாரு... அதுக்கப்பறம் என்னைத் தனியா காம்பிக்காம பாட்டிலே, கூட்டத்துலே ஆடற ஒருத்தியா ஆக்கிட்டாங்க... அவரு என்னைக் கூப்பிட்டு விசாரிச்சா, அதுக்கு எனக்குத் தண்டனையா... அதுக்கப்புறமும் எம்.சி.ஆர் என்னைக் கவனிச்சிக்கிட்டே இருந்தாரு...

எனக்கு அவர் படத்துலே சான்ஸ் கொடுத்திருக்கலாம். கதாநாயகியாக்கூடப் போட்டிருக்கலாம். நானும் சரோஜாதேவி மாதிரி வந்திருப்பேன். எல்லாத்தையும் நாசமாப் போறவங்க கெடுத்துட்டாங்க . . . அதுக்குப் பின்னாலே எம்.சி.ஆர். படத்துலே குருப் டான்சுக்குக்கூட என்னைக் கூப்பிடறதில்லை. மத்த படத்துலேதான் ஆடிக்கிட்டு இருந்தேன்.

“பிரமிளா தண்ணி கொடு . . . ”

பிரமிளா சொம்பில் கொண்டு வந்த தண்ணீரைப், பாட்டி குடித்தாள்.

“படம் எந்த வருஷம் ரிலிஸாச்சு” என்றான் ராமச்சந்திரன்

“1964ஆம் வருஷம். படம் ஹிட்”

“படம் பேரு சொல்லலியே . . . ”

“என்ன தம்பி, இந்தப் பாட்டைக் கேட்டவுடனே படம் பேரை சொல்ல வேண்டாமா . . . இந்தக் காலத்துப் பிள்ளைகளுக்குப் பழைய படங்களைப் பத்தி என்ன தெரியுது. படத்தோட பேரு படகோட்டி”

பிரமிளா, கண்ணைச் சிமிட்டி, ராமச்சந்திரனை அழைத்தாள். ராமச்சந்திரன், அவளைப்பின் தொடர்ந்து சென்றான். வீடு சின்னவீடு. முன்புறம் உள்ள சிறுபகுதியில் போடப்பட்டிருந்த வயர்க் கட்டிலில் பிரமிளாவின் பாட்டி இருந்தாள். அவளுடைய இருப்பிடமே அதுதான். முன்புறம் கடந்தால் பத்துக்குப் பத்து அடியில் ஓர் அறை. அதை ஒட்டி அடுப்படி. வீட்டிற்குப் பின்னால் உள்ள வெற்றிடத்தில், குழியலறை, கழிப்பறை, ஒரு கிணறு, துவைக்கும் கல்.

ஒரு ஸ்டூலை எடுத்து வந்தாள் பிரமிளா. அதில் ராமச்சந்திரனை அமரச் சொன்னாள். அவள் துவைக்கும் கல்லில் அமர்ந்துகொண்டாள்.

‘உங்க அம்மா எங்கே’ என்றான், ராமச்சந்திரன்.

‘வேலைக்குப் போயிருக்கு’

‘இன்னைக்குமா’

‘ஓவர் டைம் பாத்தா கூடக் காசு கிடைக்கும்’

‘நீ அன்னக்கி ஒரு நாள், பச்சைக் கலர்லே சேலை கட்டிக் கிட்டு வந்தே. அப்படியே என் கண்ணுக்குள்ளே நிக்கறே’

‘ஆமா . . . இப்படித்தான் ஐஸ் வைப்பாங்க. ஆம்பளைகளுக்கு இதே வழக்கமாப் போச்சு . . . ’

அவன் சிரித்தான். அவள் நீலக்கலரில் சுரிதார் அணிந்திருந் தாள். கழுத்தில் ஒரு மெல்லிய செயின். மொத்த நகை இருப்பே அவ்வளவு தான். ராமச்சந்திரனுக்கு மனதிற்குள் சில கணக்குகள் ஓடிக்கொண்டிருந்தன. பிரமிளாவிடம் பழகுவதற்கும், நெருங்குவதற்கும் வாய்ப்புகள் உருவாகிக்கொண்டிருக்கின்றன. இதை எப்படிப் பயன்படுத்திக்கொள்வது அவளை எப்படி வசப்படுத்துவது என்று சிந்தனை ஓடிக்கொண்டிருந்தது.

'நீங்க என்ன ஆட்கள்' என்று பிரமிளா கேட்டாள்.

அவன் தன்னுடைய சாதியைக் கூறினான்.

'நம்ம ஆளுகதான் . . . எந்த ஊரு' என்றாள் அவள்

அவன் சொன்னான். 'நாம நெருங்கிட்டோம்' என்றான். அவள் முகத்தில் மலர்ச்சி ஏற்பட்டது.

அவன், அவளை நோக்கிக் கையை நீட்டினான். சுற்றுப்புறத்தைக் கண்காணித்துவிட்டு, அவளும் கையை நீட்டினாள். இருவரும் கை குலுக்கிக்கொண்டார்கள். தன் கைக்குள் இருந்த அவள் கை விரல்களை அவன் நெரித்தான். அவள், கையை விடுவித்துக்கொண்டாள். முகம் சிவந்தது. படபடப்பு ஏற்பட்டது. அவன் மேலும் நெருங்கினான். அவள், பேசாமல் உடன்பட்டாள்.

'என்னை விட்ற மாட்டீங்களே' என்றாள்.

'உன்னை எப்பவுமே விடமாட்டேன்' என்றான். அந்த நேரத்தில் அவன் மனத்தில் ரேவதி நினைவு ஏற்பட்டது. ரேவதி, அவனுடைய மாமன் மகள். ராமச்சந்திரன் குடும்பத்தினருக்கும், ரேவதி குடும்பத்தினருக்கும் சம்பந்தம் செய்துகொள்வதில் இணக்கம் இருந்தது. ரேவதியுடைய படிப்பு முடிய இன்னும் கொஞ்ச காலம் இருந்தது. அதற்குப் பிறகு பேசி முடிவுசெய்து கொள்ளலாம் என்று இருந்தார்கள். ரேவதியிடமும் அவன் தொட்டு விளையாடியிருக்கிறான். அவளும் அதற்கு உடன்பட்டுக் கொண்டுதானிருக்கிறாள். இருவரும் காதலர்களாக இருப்பதால் அடிக்கடி அலைபேசியில் பேசிக்கொள்வார்கள். இப்போது அலைபேசியை அணைத்து வைத்திருக்கிறான். வாய்ப்புக் கிடைத்திருப்பதால் இது போகிற வரைக்கும் போகட்டும். ரேவதி யுடன் திருமணம் நெருங்கும் நேரத்தில் வீட்டில் பிரச்சினையாக இருக்கிறது என்று சொல்லி இந்தத் தொடர்பை முடித்துக் கொள்ளலாம். அதைப் பின்னால பார்த்துக்கொள்ளலாம். ஓடுகிறவரைக்கும் ஓடட்டும் என்று அவன் மனத்தில் எண்ணங்கள் ஏற்பட்டுக் கொண்டிருந்தன.

பிரமிளா, கிணற்றில் வாளியை இறக்கி, நீர் மொண்டு, மேலே ஏற்றி, வாளியைப் பற்றி நீரை பிளாஸ்டிக் பக்கெட்டில் ஊற்றினாள். வாளியிலிருந்து ஒரு தவளை துள்ளிக் குதித்து கிணற்றைச் சுற்றிப் போடப்பட்டிருந்த சிமெண்ட் தரையில் விழுந்து துள்ளி இடம் மாறி, ராமச்சந்திரனைப் பார்த்தது. வாளியிலிருந்து தவளை துள்ளியவுடனே, பிரமிளா சற்றுப் பதறி விலகி, பின் நிதானத்திற்கு வந்தாள். தவளை தன்னை முறைப்பதுபோல ராமச்சந்திரனுக்குத் தோன்றியது. சற்றுத் தள்ளிக்கிடந்த குச்சியை எடுத்துத் தரையில் தட்டினான். தவளை துள்ளித்துள்ளிச் சென்று, மண்டியிருந்த செடிகளினூடே சென்றது. செடிகளினூடே தவளையின் கண்கள் மின்னின. 'அவுங்க இல்லாதவங்க குடும்பம்... குழப்பத்தை ஏற்படுத்தியிராதே... நாசம் பண்ணியிராதே...' என்றது, தவளை. ராமச்சந்திரன் கண்களை விலக்கிக்கொண்டான்.

'பாட்டிக்கிட்டே உக்காருங்க... காப்பி போட்டுத்தாரேன்' என்றாள் பிரமிளா.

அவள் அடுப்படிக்குச் சென்றாள். அவன் முன்பகுதிக்குச் சென்று பாட்டியைப் பார்த்தான். பாட்டி ஏதோ காற்றிடம் பேசிக்கொள்வதுபோல இருந்தது. அவனைப் பார்த்ததும் எழுந்து உட்கார்ந்துகொண்டாள். 'அந்த ஸ்டூலை எடுத்துட்டு வந்து உக்காரு' என்றாள், பாட்டி. அவன் கிணற்றடிக்குச் சென்று அந்த ஸ்டூலை எடுத்து வந்து போட்டு உட்கார்ந்தான். ஸ்டூல் சிகப்புக்கலரில் இருந்தது.

'பாட்டி உங்க கால சினிமாவைப் பத்தி சொல்லுங்க' என்றான்.

'என்னத்தைச் சொல்றது. ரொம்பக் கஷ்டம்தான். எல்லாரையும் அனுசரிக்கனும். சான்ஸை எப்ப எவன் கெடுப்பான்னு தெரியாது. லக்குதான். எப்படி ஒருத்தன், ஒருத்தி மேலே வர்ராங்கன்னு தெரியாது. எப்படிக் கீழே போறாங்கன்னும் தெரியாது. மேலே போறவங்க கொஞ்சக் காலத்துலே எப்படிக் காணாமப் போராங்கன்னும் தெரியாது. அது மாதிரி ஆம்பளை, பொம்பளைக ஈஸியாப் பழகுற இடம். அதனாலே ஈஸியா காதலோ, காமமோ பத்திக்கிரும். இனிப்பாத்தான் இருக்கும். நல்லாத்தான் இருக்கும்... போகப் போகப் போகல்ல கதை தெரியும். நானும் அப்படித்தான். கூட டான்ஸ் ஆடிக்கிட்டிருந்தான் ராகவராவ்... அவன்னு சொன்னேன்லே... தப்பு... அவரு. எங்க ரெண்டு பேருக்கும் லவ்வு வந்துருச்சு. என்னைக்கு என்னை எம்.சி.ஆர் கூப்பிட்டு விசாரிச்சாரோ அன்னைக்கே எனக்கு அதிர்ஷ்டமாக ஆயிருக்க வேண்டிய விஷயம். துரதிருஷ்டமாச்சு... அந்த

டான்ஸ் மாஸ்டர்தான் எல்லாத்தையும் கெடுத்தான். பொறாமை. இல்லாட்டி நான் கதாநாயகியா ஆயிருப்பேன்... கொடி கட்டி பறந்திருப்பேன். அதுவும் யாருக்கு கதாநாயகியா எம்.சி.ஆருக்கு... என் தலைவிதி ரூட்டு மாறி போச்சு. ராகவராவ் ஆளு செவப்பு. மராத்திக்காரன். அவுங்க குடும்பம் போன தலைமுறையிலேயே தமிழ்நாட்டுக்கு வந்தவங்க. அவரு தொட்டாலே, நரம்பெல்லாம் ஜிவ்வுன்னு ஆகி மயக்கம் வர்ரப்போல ஆயிரும். அப்புறம் என்ன, கல்யாணம் ஆச்சு, நல்லாத்தான் அஞ்சு வருஷம் கஷ்டமும், சந்தோஷமுமா வாழ்க்கை ஓடுச்சு. ரெண்டு பொண்ணுக. ஒண்ணு, பிறந்த ஒரு வருஷத்துல ஜன்னிகண்டு இறந்துபோச்சு. ரெண்டாவதுதான் இந்த பிரமிளாவோட அம்மா. அஞ்சு வருஷம் கழிச்சு ஒரு தெலுங்கு நடிகருக்கு அஸிஸ்டென்ட்டா போயிச்சேர்ந்தாரு என் புருஷன். காசு வருமானம் வந்துச்சு. ஆனா கொஞ்ச காலத்துலேயே என் வாழ்க்கை போயிருச்சு. என் புருஷன் ராகவராவ் இன்னொரு தெலுங்குக்காரியைச் சேத்து வைச்சுகிட்டாரு. வீட்டுக்கு வர்ரதில்லை. நான் பொம்பளைப் புள்ளையை வைச்சுக்கிட்டு கஷ்டத்திலே இருக்கேன். அவரு அந்தத் தெலுங்குக்காரியோட குடும்பம் நடத்துறாரு. நான் ஸ்டூடியோவுக்கு போயி அவரைக் கண்டு பிடிச்சு காசு கேட்டா ஏதாவது கொடுப்பாரு... அது எனக்குப் பத்தாது. முன்னாடி மாதிரி டான்ஸ் ஆடவும் முடியலை. வடிவமும் பழைய மாதிரி இல்லை. ஏதோ இண்டஸ்ட்ரியிலே கிடைச்ச வேலையைப் பார்த்து காலத்தை ஓட்டினேன். என் மவ பார்கவியை சினிமாவுலே நுழைச்சுரனும்னு பார்த்தேன். அதான் பிரமிளா அம்மாவை... ஆனா அவளுக்கும் என்னை மாதிரியே லக்கு இல்லை. எனக்கு அந்த டான்ஸ் மாஸ்டர் பொறாமையாலே எல்லாம் கெட்டுப்போச்சு. பார்கவிக்கு பெரிய சான்ஸ் கிடைக்கலை. என் புருஷன் நல்ல செவப்பு. நான் மாநிறம். பார்கவி அவரு கலர்லே பொறந்திருந்தா, உதடு ரோஸ் கலர்லே இருந்திருந்தா கதாநாயகி சான்ஸ் கிடைச்சிருக்கும். என்னை மாதிரியே குரூப் டான்ஸ்லே ஆடி என்னை மாதிரியே ஒரு டான்ஸர அவரு தமிழ் ஆளு காதலிச்சு கல்யாணம் பண்ணி, பிரமிளாவுக்கு அஞ்சு வயசு ஆகறப்ப, மோட்டார் சைக்கிள் ஆக்ஸிடன்ட்லே செத்து போயிட்டாரு... அவரு பார்கவியை நல்லா கவனிச்சாரு... லக்கு இல்லை. இப்ப பார்கவி வேலைக்குப் போயி, பிரமிளா வேலைக்குப் போயி, சம்பாதிக்கிறாங்க. இருக்கிற இடத்துக்கும், வயித்துக்கு சாப்பாட்டுக்கும் வேற வழி... நான் சாகக்கிடக்குறேன்.

பிரமிளா, காபி கொண்டு வந்தாள். பாட்டிக்கும், ராமச்சந்திரனுக்கும் கொடுத்தாள். பாட்டி, டம்ளரை வாங்கிக் காலடியில் தரையில் நங்கென்று வைத்தாள். காபி அலம்பியது.

பாட்டிக்கு மூச்சிரைத்தது. உடம்பில் ஏதோ இறங்குவதுபோல, உடல் முறுக்கேறியது. உடலில் நடுக்கம் ஏற்பட்டது போலிருந்தது.

"சின்னவரே அன்னைக்கு ஏன் என்னைக் கூப்பிட்டு விசாரிச்சீங்க . . . என்னைக் கதாநாயகியா ஆக்கனும்னு நெனைச்சித்தானே விசாரிச்சீங்க . . . சொல்லுங்க . . . அந்த பொறாமை பிடிச்ச நாயி டான்ஸ் மாஸ்டர் தானே கெடுத்து விட்டான். இண்டஸ்ட்ரியே என்னை உங்க கண்ணுக்கு காண்பிக்காம காணாமா ஆக்கிட்டாங்களே . . . சொல்லுங்க . . . நல்லா இருக்கிங்கலா . . . நல்லா இருக்கிங்கலா" என்று பேசிக் கொண்டிருந்த பாட்டி கண்களை மூடி சாமி ஆடுவதுபோல உடம்பை அசைத்தாள். உட்கார்ந்திருந்தவள், களைப்படைந்து படுக்கையில் சாய்ந்தாள்.

இப்படித்தான் அவுங்களாவே பேசிக்குவாங்க . . . தனக்கு வந்த சான்சை யாரோ கெடுத்திட்டாங்கள்னு பேசிக்கிட்டிருப்பாங்க . . . எல்லா நேரமும் இப்படி இல்லை. சில நேரம் இப்படி ஆயிருவாங்க என்றாள், பிரமிளா.

'காபி குடிக்காம படுத்துட்டாங்களே' என்றான் ராமச்சந்திரன்.

'நான் குடிச்சுக்கிறேன்' என்று சிரித்தபடி அந்த டம்ளரை எடுத்து, காபியை உறிஞ்சினாள், பிரமிளா.

ராமச்சந்திரன் காபி டம்ளரை உயர்த்தி 'சியர்ஸ்' சொல்வது போல காண்பித்தான். பிரமிளா "ச்சீ" என்றாள். காபியைக் குடித்துவிட்டு, டம்ளரை பிரமிளாவிடம் கொடுத்தான். அவளை ஏக்கத்துடன் பார்த்தான். அவள், அவனின் கண்களை நேருக்கு நேராகப்பார்த்தாள். 'போயிட்டு வாங்க' என்றாள்.

ராமச்சந்திரன் தெருவில் இறங்கி நடந்தான். கண்களில் மறையும்வரை அவனைப் பார்த்திருந்துவிட்டு, வீட்டுக்குள் நுழைந்தாள் பிரமிளா. அப்போது பாட்டி கண் விழித்து பிரமிளாவைப் பார்த்தாள். 'பிரமிளா' என்று கூப்பிட்டாள். பிரமிளா அருகில் வந்து உட்கார்ந்தாள். பாட்டி அவளின் தலையைத் தடவினாள். 'பிரமிளா இப்ப வந்தவனை நம்பாதே. அவன் நல்லவன் இல்லை' என்றாள் பாட்டி.

'எப்படிச் சொல்றே' என்றாள், பிரமிளா. 'எங்கிட்டே ரகசியமா எம்.சி.ஆர் சொன்னாரு' என்றாள், பாட்டி. பிரமிளா எழுந்து யோசித்துக்கொண்டே வீட்டிற்குள் சென்றாள்.

***உயிர் எழுத்து*, ஜூன் 2017**

பறக்கும் திருடனுக்குள்...

வேன் ஒன்று ரப்பர் மாதிரி வளைந்து சென்றுகொண்டிருந்தது. உட்கார்ந்த நிலையிலிருந்த போதிலும் மஞ்சக்காளைக்குச் சுற்றுப்புறம் சுழன்று கொண்டிருப்பதாகத் தோன்றியது. புகையை நெஞ்சின் ஆழத்திற்கு இழுத்து விட்டான். கஞ்சாவின் மணம் இதத்தை அளித்தது. இருள் விரைவாகக் கவிழ்ந்துகொண்டிருந்த வேளையில், அந்தச் சாலையில் பூட்டப்பட்டிருந்த கடைவாசலில் அமர்ந்து புகையை இழுத்துக் கொண்டிருந்தான். இன்று ஞாயிற்றுக்கிழமை. ஆட்கள் நடமாட்டம் அதிகமில்லை. எதிரே உள்ள வீட்டு வாசலில் ஒரு பெண் அமர்ந்து புத்தகம் படித்துக் கொண்டிருக்க அவள் குழந்தை வாசற்படிகளில் விளையாடிக் கொண்டிருந்தது. எப்போது படிகளிலிருந்து விழுந்துவிடுமோ என்றிருந்தது. மஞ்சக்காளைக்கு அந்தப் பெண்ணைக் கண்டு ஆத்திரம் ஏற்பட்டது. சமயங்களில், அவள் சரியற்ற கண்ணாடியில் தெரிவது போல் நெளிந்து தெரிந்தாள்.

மஞ்சக்காளை மூன்று நாட்களுக்கு முன் சிறையிலிருந்து வெளிவந்திருக்கிறான். நேற்று பஸ்ஸில் பிக்பாக்கெட் அடித்ததில் நாற்பத்தியிரண்டு ரூபாய் கிடைத்திருந்தது. இரவு நன்றாகச் சாப்பிட்டான். நேற்று பிக்பாக்கெட் அடித்தபின், சற்று நேரத்திற்கெல்லாம், பர்ஸ் காணாமல் போய்விட்டதையறிந்து பறி கொடுத்தவன் பரக்கக் கத்திக்கொண்டிருந்தான். ஒரு சோப்ளாங்கியைப் பிடித்து அவனைச் சோதனையிட்டான். பஸ் அதன் போக்கில் ஓடிக்கொண்டிருக்க, பயணிகள் ஒருவரும் சிரத்தை எடுக்கவில்லை. கண்டக்டர் எவ்வளவு

ரூபாய் இருந்தது என்று கேட்டுவிட்டு விரல்களை எச்சில்படுத்தி டிக்கெட் கொடுக்கும் வேலையிலிருந்தார். அவனுக்கு மிகுந்த சௌகரியமாகப் போய்விட்டது. பறிகொடுத்த ஆளின் துணிச்சலையும், கண்டுபிடிக்கும் திறமையையும் பொறுத்தே மாட்டிக்கொண்டு அவதிப்படவேண்டும். மாட்டிக்கொண்டு விட்டால், சத்தம் கொடுத்தால் பறந்து போகிறவனுக்கெல்லாம் அடிப்பதற்கு ஆசை வந்துவிடும். அவ்வாறு ஒருதடவை மாட்டிக் கொண்டு அடிவாங்கியதில் உதடு கிழிந்து, காய்ச்சல் வந்து அவதிப்பட்டுப் போனான்.

மஞ்சக்காளைக்குத் தாயார் யாரென்று தெரியாது. குஷ்டரோக நோயுடையவர் என்று பின்னால் தெரிய வந்த சொந்தமற்ற ஒரு தாத்தாவின் பராமரிப்பில் வளர்ந்து, அவர் இறந்த பின், இவ்விதம் என்று சொல்ல முடியாத வகைகளில் உருவாகி சுயேச்சையாகத் திரிகின்றான். ஒருநாள், தாத்தாவின் குஷ்டரோக உடலை ஒட்டிப் படுத்திருந்து எழுந்தவன், அவர் எழுந்திருக்காதது கண்டு திகைத்துப் பயந்தான். முனியாண்டி ஓடிவந்து பார்த்து அவர் இறந்துவிட்டதாகக் கண்கலங்கக் கூறினான். தாத்தாவின் மூட்டையில் கொஞ்சம் ரூபாய்களும், ஒரு சிறுமி நின்றுகொண்டிருக்கும் பிரேம் போடப்பட்ட ஒரு புகைப்படமும் இருந்தது. அந்தப் புகைப்படத்தைப் பார்த்து தாத்தா சிலநேரங்களில் அழுவதை மஞ்சக்காளை பார்த்திருக்கிறான். அந்த பிரேம் போட்ட புகைப்படத்தை மஞ்சக்காளை பத்திரப்படுத்தினான். இடமற்று அலைந்து ஜெயிலுக்குச் செல்ல ஆரம்பித்த பின் அந்தப் புகைப்படத்தை மாதாகோயில் பின்புறம் இருக்கும் ஒரு புளிய மரத்தடியில் பள்ளம் தோண்டிப் புதைத்து வைத்தான். ஜெயிலிலிருந்து வந்த சில வேளைகளிலும், வாழ்க்கையின் சோகம் தாளாது குமுறும் வேளைகளிலும், அவன் அந்த இடத்திற்குச் சென்று அந்தப் புகைப்படத்தை எடுத்துப் பார்த்து, அழுது மனச்சாந்தியடைவான். யாரென்று அறியாத அச்சிறுமியின் புகைப்படத்திற்கும் அவன் மனத்திற்கும் இடையே தாத்தாவை ஊடகமாகக் கொண்டிருந்த உறவின் புதிர்களை யாரால் அறிய இயலும்?

குழந்தை அழுதுகொண்டிருக்க, அந்தப் பெண் கையிலிருந்த புத்தகத்தைப் படிப்பதில் கவனமாக இருந்தாள். மஞ்சக்காளைக்கு, தான் அக்குழந்தையைத் தூக்கி வந்து இங்கே உட்காரவைத்ததாகத் தோன்றியது. எரிச்சலுடன் புத்தகத்தை வைத்துவிட்டுக் குழந்தையைத் தூக்கி அப்பெண் சமாதானப் படுத்திக்கொண்டிருந்தாள். அப்பெண்ணின் உடல் மீது பாலியல் ரீதியாக ஆதிக்கம் செலுத்த வேண்டுமென்று மஞ்சக்காளைக்குத் தோன்றியது.

சுமார் ஆறு மாதங்களுக்கு முன் நல்லூர் பாலத்தின் கீழ் சரோஜாவைப் பார்த்து அவர்கள் இருவரும் ஒதுக்குப்புறமாகச் சென்றார்கள். அவள் தொடையில் நீளமான, ஆறிப் பொருக்கு நிலையிலிருந்த சூட்டுக் காயத்தைப் பார்த்தான். 'சண்டையிலே அந்தாளு வைச்சது' என்றாள். 'ஒங்கூட வந்திரவா' என்றாள். அவன் பதில் பேசவில்லை. பிறகு, 'பாதி நாள் உள்ளே, பாதி நாள் வெளியேன்னு இருக்கேன். பெரிசா ஏதாவது கிடைச்சதுனா வாரேன்' என்றான் மஞ்சக் காளை.

மஞ்சக்காளைக்குத் தலை சுற்றியது. குழந்தையின் தாயாரான அப்பெண்ணின் கைகோர்த்துப் பறந்து சென்றான். 'நீ தான் என் கணவன்' என்று அவள் கூறினாள். குழந்தையைக் காணோம். பறக்கும் போதே ஆடைகள் ராஜா ராணி ஆடைகளாக மாறின. தர்பார் மண்டபத்தில் ராஜாவும் ராணியுமாக இருவரும் அமர்ந்திருந்தனர். மந்திரிகள் வரிசையாக உட்கார்ந்திருந் தனர். இருபுறமும் பெண்கள் சாமரம் வீசிக் கொண்டிருந்தனர். ராஜாவாக இருந்த மஞ்சக்காளை ஒரு பீடியை எடுத்துப் பற்ற வைத்தான். ஈட்டியுடன் நின்றிருந்த ஒருவனை அழைத்து, சாராயம் கொண்டு வரச்சொன்னான். மந்திரி ஒருவரை அழைத்து நாட்டியத்திற்கு ஏற்பாடு செய்யச் சொன்னான். சாராயம் வந்தது. சாராயக்கோப்பை அருகே மாமிச வகைகள் தட்டில் இருந்தன. இவை மாதா கோயில் அந்தோணி கடையில் வாங்கப்பட்டவைதானா என்று விசாரித்தான். கொண்டு வந்தவன், 'ஆமாம் அரசே' என்றான். சாராயத்தை அருந்தி மாமிசத்தைச் சுவைத்தான். நாட்டியமாடும் மங்கை அரங்கத் திற்கு வந்து அனைவரையும் வணங்கினாள். அவள் முகம் நிமிர்ந்ததும்தான் தெரிந்தது அவள் சரோஜா என்று. 'சரோஜா உன் தொடையில் ஏற்பட்ட காயம் சரியாகிவிட்டதா?' என்று கேட்டான். சரியாகி விட்டதாக அவள் பணிவுடன் தெரிவித்தாள். உன்னைக் காயப்படுத்திய அந்த ஆள் பற்றிய விவரங்களை என் தளபதியிடம் கூறு என்றான். அவள் தளபதியினருகே சென்று கூறினாள். தளபதி அவரருகே இருந்த சேவகர்களிடம் கூற, சற்று நேரத்தில் அந்த ஆள் கைவிலங்கிடப்பட்டு சபைக்குக் கொண்டு வரப்பட்டான். 'ஆட்டம் முடியும் வரை இவனைத் தூணில் கட்டி வையுங்கள். பிறகு மாதா கோயில் சரக போலீஸ்காரர்களைக் கொண்டு அடிக்கச் செய்து சிறையில் தள்ளுங்கள். ஆட்டம் துவங்கட்டும்' என்றான்.

சரோஜாவின் ஆட்டம் ஆரம்பமானது. நையாண்டி மேளம் சகிதம் அவள் ஆடிய ஆட்டத்தைச் சாராயத்தை அருந்திக் கொண்டே அவன் பார்த்தான். ஆட்டம் முடிந்ததும், 'இவளை மரியாதையுடன் கூட்டிச்சென்று அந்தப்புரத்தில் வைக்கவும்.

கேட்கும் வசதிகளைச் செய்து தரவேண்டும். அந்த ஆளை இழுத்துச் சென்று நான் சொன்னபடி செய்யவும்' என்றான்.

மந்திரியைப் பார்த்து, 'இன்று ஏதாவது வழக்கு உள்ளதா?' என்றான். 'ஆமாம் அரசே, நகைக்கடைச் செட்டியார் வீட்டில் வேலைபார்த்த வேலைக்காரன் அவர்கள் வீட்டிலிருந்த நிறைய பணம், நகைகளைத் திருடிச்சென்றுவிட்டான். அவனைப் பிடித்தாயிற்று, விசாரணை நடத்தி நீதி வழங்குங்கள் அரசே' என்றான் மந்திரி.

வேலைக்காரன் கொண்டுவந்து நிறுத்தப்பட்டான்.

'நீ நகைகளையும் பணத்தையும் திருடினாயா?'

'ஆமாம் அரசே.'

'ஏன் திருடினாய்? இதற்கு முன் திருடியிருக்கிறாயா?'

'சௌகரியமாக வாழ ஆசைப்பட்டேன். அதனால் திருடினேன். முன் திருடியதில்லை'

'திருடிவிட்டு வேலைக்கு வராமல் போனால் உன்மேல் சந்தேகம் ஏற்படும் என்று உனக்குத் தோன்றவில்லையா?'

'தெரியும், தப்பித்து விடலாம் என்று நினைத்தேன். ஆனால் மாட்டிக்கொண்டேன்.'

'உனக்குத் தப்பிப்பதற்குரிய திறமை போதாது. உனக்குத் திருடுவது தவிர வேறு தொழிலும் தெரியும். எனவே திருடுவது தவறு. மேலும் நகைகளையும், பணத்தையும் பார்த்தபின்தான் அந்த எண்ணம் உருவாகியிருக்கிறது. எனவே நீ இயற்கையான திருடனில்லை. நீ தண்டனைக்குரியவன். மந்திரி, இவனுக்கு மூன்று மாதம் சிறைத்தண்டனை வழங்கி உத்தரவிடுகிறேன். அடுத்த வழக்கைக் கொண்டு வாருங்கள்.'

'அரசே, இவன் காரை மறித்து வழிப்பறி செய்தவன். இவனை விசாரித்து நீதி வழங்குங்கள்' என்றான் மந்திரி.

வழிப்பறி செய்தவன் கொண்டுவந்து நிறுத்தப்பட்டான்.

'நீ வழிப்பறி செய்தாயா?'

'ஆமாம்.'

'இதற்கு முன் செய்திருக்கிறாயா?'

'இதற்கு முன் பலதடவை வழிப்பறி செய்திருக்கிறேன். ஆனால் மாட்டிக் கொண்டதில்லை.'

'ஏன் வழிப்பறி செய்கிறாய்?'

'இது எனக்குத் தொழில். எனது உலகில் இதுவே ஜீவனமாக உள்ளது. நான் எவ்வாறு ஜீவனத்தைக் கைவிட இயலும்?'

'ஆமாம், நீ அரசன் ஆகும் பாக்கியம் கிடைத்தாலல்லவா கைவிட இயலும். மந்திரி, இவனுக்கு நல்ல சாப்பாடும், ஆடைகளும் வழங்கி அனுப்ப உத்தரவிடுகின்றேன். இத்துடன் இன்றைய தர்பாரை முடித்துக் கொள்ளலாம்' என்று எழுந்து நடந்தான்.

போகும் வழியில் மகராஜாவாக வரையப்பட்டிருந்த குஷ்டரோகத் தாத்தாவின் ஓவியத்தின் அருகே நின்று வணங்கினான். பிறகு நடந்து சென்றுகொண்டிருக்கும் போது கூடவே வந்துகொண்டிருந்த ராணியிடம், 'எங்கே குழந்தை?' என்று கேட்டான். 'குழந்தை தாதியிடம் உள்ளது' என்றாள், ராணி. 'போய் குழந்தையைக் கவனி. என் கூட ஏன் வருகிறாய்?' என்று கத்தியபடி ராணியின் கன்னத்தில் அறைந்தான். 'அவ்வாறே செய்கிறேன், அரசே' என்று ராணி கூறினாள்.

தூரத்தே சரோஜா மோகப்பார்வையுடன் நின்றுகொண் டிருந்தாள். அவன், அவளை நோக்கிச் சென்றுகொண்டிருந்தான். இந்த அரசு, அரண்மனை அதிகாரம் ஆகியவற்றைக் கொண்ட மஞ்சக்காளை என்ற அரசனாகிய நான் உன்னை அடைவதை யாரால் தடுக்க முடியும். நான் உனக்கு நல்ல சாப்பாடு வழங்குவேன். நல்ல சேலைகள் தருவேன். நகைகள் தருவேன். பணம் தருவேன். நான் உன்னை அடைவேன். அவன் அவளை நோக்கிச் சென்றுகொண்டிருந்தான்.

மங்கிய வெளிச்சத்தில் நிறைய நகைகள் கழுத்தில் மின்ன இரு பெண்கள் அவனைக் கடந்தனர். 'சரோஜா... சரோஜா...' என்று நகைகள் கூவின. கூந்தலில் இருந்த மல்லிகைச் சரங்கள் 'வா... வா' என அழைத்தன. காற்றில் மிதந்து செல்வது போல் அவன் மிதந்து சென்று அந்த நகைகளைக் கைப்பற்றினான். பற்றிய நகைகளுடன் பறக்க ஆரம்பித்தான். திடீரென அவன் மேல் விழுந்த அடிகள் பறப்பதைத் தடுத்தன. பறக்க இயலாது கீழே விழுந்தான். வலி உறைத்தது. முகத்தில் விழுந்த உதையில் அவனுக்குப் போலீஸ் நினைவு வந்தது. 'அம்மா' என்று அலறினான். சிறுமியின் புகைப்படம் பிரக்ஞையின் அடியிலிருந்து மேலே வந்துகொண்டிருந்தது.

ஆண்டு 1993

ஒரு திருமணம்

"அக்ரஹாரத்தில் பேசிக்கொண்டார்கள். கோதை பூப்பெய்திவிட்டாளாம்" என்றாள், அவள்.

"கோதையை எப்படிக் கவனித்துக்கொள் கிறார்கள் என்று தெரியவில்லை. இடைப்பெண்கள் அவளைக் கவனித்துக்கொள்வார்கள் என்று நினைக்கிறேன். என்ன இருந்தாலும் தாய் கவனிப்பது போல் ஆகுமா." இவளின் குரல் அடைத்தது.

"நீ அவளை நிராகரித்திருக்கக் கூடாது. துளசிச் செடியின் கீழ் நீ அவளைப் போட்டிருக்காவிட்டால் இந்நேரம் இந்த வீட்டில் அவள் அழகாகத் திரிந்து கொண்டிருப்பாள்."

"இல்லை. என் வாழ்வு அவளைப் பீடிக்கக் கூடாது. என்னைப் போல் அலைக்கழியக் கூடாது என்றுதானே நான் அவ்வாறு செய்தேன்."

"விஷ்ணுசித்தர், அவளுக்குக் கவிதை எழுதக் கற்றுக் கொடுத்திருக்கிறார். நன்றாகக் கவிதை எழுதி, பாடுவதாகக் கூறினார்கள்."

"அவளை யார் மணம் செய்வார்கள். அந்தண குலத்திலும் எடுக்க மாட்டார்கள். வேறு சாதியிலும் எடுக்க வழியில்லை. விஷ்ணுசித்தர் எந்தச் சாதியில் மணமகன் தேடுவார். அவளுக்குத் திருமணமே நடக்காது. கன்னியாகத்தான் காலம் கழிக்க வேண்டும் போலிருக்கிறது. என் மகளுக்கு இந்தக் கதிதான் ஏற்படுமா." இவள் கண் கலங்கினாள்.

"கோதை கவிதை எழுதுகிறாள். புத்திசாலி. அவள் கண்டு பிடிப்பாள், என்ன செய்வதென்று" என்றாள் அவள்.

O

விடிகாலை கோதையைச் சுற்றி ஆயர்பாடியைச் சேர்ந்த, அவள் வயதையொத்த சிறுமிகள். வணிகக் குடும்பத்தைச் சேர்ந்தவள் வரவில்லை. மாமன் மகள் என்று கோதையால் அழைக்கப் படுபவள் வரவில்லை. பேசி வைத்தபடி இன்னும் சிலர் வரவில்லை. "முதலில், வராத தோழியரை எழுப்புவோம். பின்னர் நாராயணனைத் துதிப்போம்" என்று கோதை தோழியரிடம் கூறினாள். "மார்கழித் திங்கள் மதிநிறைந்த நன்னாளில் நீராடப்போதுவீர்" என்ற வாசகங்கள் அந்தப் பன்னிரெண்டு வயது கோதையின் மனத்தில் தோன்றின.

வயதில் மூத்தவளாக, இவர்களுக்குத் தலைவி போலிருக்கும் பெண் வீட்டிற்கு வரும்போது கீ கீ என்று குருவிகள் பேசும் ஒலி கேட்டது. கழுத்தில் அணிந்த அணிகலன்கள் சலசலக்க, ஆய்ச்சியர் மத்தினால் தயிர் கடையும் ஓசையும் கேட்டது. "தயிரரவம் கேட்டிலையோ நாயகப் பெண்பிள்ளாய்" என்று மனத்திற்குள் வார்த்தைகள் ஓடின. வாசலில் நின்று அவளை அழைத்தனர். ஏற்கனவே தயாராக இருந்த அந்தப் பெண் பிள்ளாய் இவர்களுடன் சேர்ந்துகொண்டாள்.

அவள் பணம்படைத்த குடும்பத்தைச் சேர்ந்தவள். அவள் குடியிருக்கும் மாளிகை போன்ற வீட்டில் மாடங்களில் விளக்குகள் எரிந்துகொண்டிருந்தன. மணிகள் பொருந்திய பெருங்கதவு தாழிடப்பட்டிருந்தது. "மாமான் மகளே மணிக்கதவம் தாழ் திறவாய்" என்று கோதையின் வாய் முணுமுணுத்தது. குரல் எழுப்பியும் கதவு திறக்கப்படவில்லை. "மாற்றமும் தாராரோ வாசல் திறவாதார்" என்று வாய்விட்டுக் கூறினாள்.

வணிக குலத்தைச் சேர்ந்த அந்தச் சிறுமி கவர்ச்சியானவள். அவளும் சொன்னபடி வரவில்லை. அவள் வீட்டின் முன் நின்று கூட்டாகக் குரல் எழுப்பியும் மறுமொழி சொல்லாமல் கூடத் தூங்குகிறாள். "புற்றரவல்குல் புனமயிலே போதராய் சுற்றத்துத் தோழிமார் எல்லாரும் வந்துநின் முற்றம் புகுந்து..." என்ற வாசகங்கள் அவளுள் எழுந்தன.

இவர்களாவது பரவாயில்லை. வீரம் பேசவில்லை. இவள் எல்லாருக்கும் முன்னால் எழுந்து கோதை உட்பட அனைவரை யும் எழுப்புவதாக வாய்வீரம் பேசினவள். அவளாவது நேரத்தில் எழுந்து வந்திருக்க வேண்டாமா. வெட்கமில்லையா அவளுக்கு "எங்களை முன்னம் எழுப்புவான் வாய் பேசும் நங்காய்

எழுந்திராய் நாணாதாய் நாவுடையாய்" என்ற வரிகள் அவளுள் உருவாகின.

நிறையப் பேர்கள் வரவில்லை. "எல்லோரும் போந்தாரோ போந்தார்போந் தெண்ணிக் கொள்" என்று கூட இருந்த சிறுமிகளிடம் சொன்னாள். "உன் கவிதை வரிகளை உன்னுடனே வைத்துக்கொள். எங்களிடம் சாதாரணமாகப் பேசு" என்றார்கள். வந்தவரைக்கும் சரி. ஆனால், நந்தகோபன் தூங்கிக்கொண் டிருக்கிறானே அவனை எழுப்ப வேண்டாமா. ஆமாம். வாருங்கள் கோயிலுக்குச் செல்வோம். "எம்பெருமான் நந்தகோபாலா எழுந்திராய் கொம்பனார்க்கெல்லாம் கொழுந்தே குலவிளக்கே, அம்பரமே தண்ணீரே சோறே..." என்று கோதை சொல்லிக் கொண்டே தோழியருடன் கோயிலை நோக்கிச் சென்றாள்.

○

விஷ்ணுசித்தர், கோதை தொடுத்த மாலைகளைப் பெருமாளுக்குச் சாற்றுவதற்காகக் கொண்டு சென்றுகொண்டிருந்தபோது, ஓரிடத்தில் கோபுரத்தை நோக்கிக் கும்பிட்டார். இந்த இடத்திற்கு வரும்போது மட்டும் இக்கோணத்தில் கோயில் பிரம்மாண்ட மாகத் தெரிகிறது. அவரது அந்தணகுல உறவினர் ஒருவர் அவரைக் கண்டு அருகில் வந்தார். இருவரும் பேசிக்கொண்டே கோயிலுக்குச் சென்றனர்.

அந்த உறவினர் கேட்டார். "கோதைக்கு இப்போதே வயது பன்னிரண்டாகிவிட்டதே. எப்படி அவளுக்குத் திருமணம் செய்வது? யார் முன் வருவார்?"

"எனக்கும் அதுதான் தெளிவில்லாமல் இருக்கிறது. அவள் எந்தக் குலத்துப்பெண் என்று தெரியவில்லை. யார் பெண் எடுக்க முன்வருவார்கள் என்றும் தெரியவில்லை. அந்தணக் குலத்தில் யாரும் எடுக்க மாட்டார்கள். நாம்தான் அவளுக்குத் திருமணம் நடத்த வேண்டும். தந்தை ஸ்தானத்தில் நான் இருந்து இன்னொரு குலத்தைச் சேர்ந்தவனுக்கு எப்படி இவளைத் தாரைவார்க்க முடியும்! நானே தகப்பன் ஸ்தானத்தில் இருக்க சம்பிரதாயம் சம்மதிக்குமா. கோதையின் நிலை அந்தரத்தில் இருக்கிறது. அவளுக்கு நன்றாகக் கவிதை எழுத வருகிறது. அறிவானவளாக இருக்கிறாள். நந்தகோபாலன் மீது அவ்வளவு பிரேமை. அந்த நந்தகோபாலன்தான் அவளுக்கு ஒரு தீர்வு காண வேண்டும்" என்றார் விஷ்ணுச்சித்தர்.

நந்தகோபாலனின் சிறப்புகளைப் பேசிக்கொண்டே இருவரும் கோயிலுக்குள் நுழைந்தனர். கருவறைக்கு முன் நெடுஞ்சாண்கிடையாக விழுந்தார். மாலையை அர்ச்சகரிடம்

கொடுத்தார். அந்த அர்ச்சகர் அதை வாங்கிக் கருவறைக்குள் சென்று வடபத்தரசாயி பெருமாளுக்கு அதைச் சாற்றினார். கோயில் நந்தவனத்தில் பூக்கள் சேகரித்து, மாலை தொடுத்து, பெருமாளுக்குச் சாற்றும் கைங்கர்யம், விஷ்ணுச்சித்தருக்கு.

உறவினர் கேட்ட கேள்வி அவரைத் தொந்தரவு செய்தது. "திருமணமாகாமல், கோதை இப்படியே இருந்துவிட வேண்டியது தானா? அந்த நந்தகோபாலனை நினைத்துக்கொண்டே இருந்து விட வேண்டியதுதானா? என் காலத்திற்குப்பின் அவள் கதி என்ன?... நாராயணா..." அவர் மனம் அலைக்கழிந்து கொண்டிருந்தது. மன அமைதிக்காகத் தூணில் சாய்ந்து அமர்ந்து நாராயணனைத் தியானம் செய்தார்.

கோதை தந்த மாலையை வாங்கிக்கொண்டு, வழக்கமான இடத்தில் நின்று கோபுரத்தைத் தரிசனம் செய்து கோயிலை நெருங்கிக்கொண்டிருந்த சமயம்தான் விஷ்ணுசித்தர் பார்த்தார். மாலையில் ஒரு முடி சிக்கியிருப்பதை. கோதைக்கு நீண்ட கூந்தல். சௌகரியத்திற்காக, தலையின் இடதுபக்கம் கொண்டையாக முடித்திருப்பாள். அந்த முடியை நீக்கினார். அறியாமல் ஏற்பட்டதாக இருக்க வேண்டும். மாலை தொடுக்கும்போது எச்சரிக்கையாகத் தொடுக்கும்படி கூற வேண்டும் என்று நினைத்துக் கொண்டார். மாலையைக் கொடுத்துவிட்டுத் தூணில் சாய்ந்து அமர்ந்து தியானித்து, பின் தன் கவிதைகள் பற்றி யோசித்துக் கொண்டிருந்தார். கோதையின் கவிதைகளையும் நினைத்துப் பார்த்தார். நாராயணனை எழுப்பும் கவிதைகள் அச்சிறுமியிட மிருந்து அழகாக வந்திருப்பதை நினைத்தபோது அவருக்குப் புன்னகை ஏற்பட்டது. நாராயணனின் மேல் அவளுக்கு இருந்த ஈடுபாட்டை நினைத்தபோது அவர் மனதில் சஞ்சலம் ஏற்பட்டது. நாராயணனின் மேல் ஈடுபாடும் காதலும் கொண்ட கவிதைப் பெண் என்று நினைத்துக்கொண்டார். அப்போது அவளின் நீண்ட கூந்தல் நினைவிற்கு வந்தது.

அடுத்தநாள் காலை, கோதை மாலையைக் கொணர்ந்து தன்னிடம் கொடுப்பதற்கு முன்பாவே, அவள் பூத்தொடுக்கும் அறைக்குச் செல்ல வேண்டும் என்று தோன்றி அவ்வாறே சென்றார். அங்கு அவர் கண்ட காட்சி அவரை அதிர்ச்சியடைய வைத்தது. கோதை, நாராயணனுக்குத் தொடுத்த மாலையை தன்னுடைய கழுத்தில் அணிந்து அழகு பார்த்துக்கொண்டிருப்பதைப் பார்த்தார். என்ன அபச்சாரம், என்ன துணிச்சல், என்ன அக்கிரமம், அவருக்குக் கோபம் மனதை ஆவேசமாக ஆட்டியது. அவர், கத்திக்கொண்டே மாலையைப் பிடுங்கி, தரையில் அடித்து, கோதையின் கன்னத்தில் அறைந்தார். கோதை

சுவரோரம் சென்று சாய்ந்து குந்தி அமர்ந்துகொண்டாள். அவள் கண்களில் நீர் வழிந்தது. தவறைக் கண்டுபிடித்ததினால் அவள் மனம் பயந்தது. அவளை அனாதை என்றும் தெய்வப் பக்தி இல்லாதவள் என்றும் தெய்வநிந்தனை செய்பவள் என்றும் பலவாறாக இகழ்ந்து திட்டினார். சத்தம் கேட்டுக் கூட்டம் கூடிவிட்டது. கூட்டத்திடம் அவர், நடந்ததைக் கூறி அவளை மேலும் மோசமாகத் திட்டினார். அனாதையாகக் கிடந்த தன்னை வளர்த்து ஆளாக்கியவருக்குச் சங்கடங்கள் வரும்படி நடந்து அவரது கோபத்திற்கு ஆளாகிவிட்டோமே என்ற எண்ணம் அவளைப் பீடித்து வருத்தியது.

வேறு பெண்களை அழைத்து, புதியமாலை தொடுத்து அளிக்குமாறு கூறித் தனது அறைக்குச் சென்றார். கூட்டத்தினர் அவரை ஆதரித்து தங்களுக்குள் பேசிக்கொண்டனர். கோதையின் தோழிகள் நடந்த நிகழ்ச்சிகளைக் கண்டு திகைத்துப் பயந்து நின்றனர். கோதை பயத்தில் உறைந்திருந்தாள்.

எவ்வளவு நாட்கள் இப்படி நடந்ததோ. அபச்சாரம் நிகழ்ந்துவிட்டது. இந்த அனாதைப் பெண்ணுக்கு அதிகம் இடம் கொடுத்துவிட்டோம். அது தன்னுடைய பிழைதான் என்று சிந்தித்துக்கொண்டே, கோபாலனை நோக்கிப் புதிதாகப் பிறரால் தொடுக்கப்பட்ட மாலையுடன் விஷ்ணுசித்தர் சென்று கொண்டிருந்தார். அதேசமயம் கோதை அவமானத்தில் உறைந்து படுத்திருந்ததை நினைத்து வருத்தமும் கொண்டார்.

கோதையின் தோழிகள் அபவாதத்திற்கு அஞ்சி அவளை விட்டு விலகினர். அவர்களில் சிலர் விஷ்ணுசித்தர் பார்க்குமாறு ஏன் அப்படிச் செய்தாள்; முட்டாள் பெண்; கதவை அடைத்துக் கொண்டு மாலையை அணிந்து அழகு பார்த்திருக்கலாமே என்று பேசிக்கொண்டனர்.

அன்று இரவு கோதை, சாப்பிடாமல், சுருண்டு படுத்திருந்ததை விஷ்ணுசித்தர் பார்த்தார். "துளசிச்செடியின் கீழ் அனாதையாகக் கிடந்தவள். தாய், தந்தை யாரென்று தெரியாது. தான்தான் அவளுக்கு அடையாளம். வயதாகிவிட்டது. மணம் முடிக்க வழியில்லை. நன்றாகக் கவிதை எழுதுகிறாள். நாராயணன் மேல் அவள் பிரேமை கொண்டதற்குத் தானும் பொறுப்புதானே" என்றெல்லாம் யோசித்து மனக்கலக்கமடைந்து கொண்டிருந்தார்.

இரவு ஒரு கனவு வந்தது. மிதமாகக் கடல்அலைகள் அலம்பும் கடலின் மேற்பரப்பில், ஆதிசேஷன் படுக்கையில் படுத்திருந்த நாராயணன் கண்களைத் திறக்கிறார். விஷ்ணு சித்தரால் அந்தக் கண்களின் கூர்மையைத் தாங்க இயலவில்லை. கீழே சின்ன

உருவாக 'நாராயணா' என்று கைகளைத் தூக்கி வணங்கி நிற்கிறார். நாராயணனின் மேனி நீலநிறத்தில் தகதகக்கிறது. விஷ்ணுசித்தரை வரச்சொல்லிக் கண்களாலேயே சைகை செய்கிறார். திடீரெனக் காட்சி மாறுகிறது. விஸ்வரூப மெடுத்து நிற்கிறார். தலையில் கிரீடம், கையில் சக்கரம், ஒரு கையில் கதாயுதம். விஷ்ணுசித்தர் அந்தப் பேருருவத்தின் முன்னே சின்னஞ்சிறு உருவாய் நிற்கிறார். நாராயணனின் கட்டை விரலை அவர் அண்ணாந்து பார்க்கிறார். பிறகு கண்ணன் இளவயதுடையவனாகக் கையில் குழல், தலையில் மயிற்பீலியுடன் மரக்கிளையின் மேல் அமர்ந்திருக்கிறார். இவரைக் கண்டதும் அவர் இறங்கி வருகிறார். "என் கோதை அனுப்பிய மாலையை ஏன் எனக்குச் சாற்றவில்லை. அவள் என் பிரியத்திற்குரியவள் அவள் சூடிய மாலையை நான் விரும்பிச்சூடினேன்" என்கிறார். விஷ்ணுசித்தர் அவர் காலில் விழுந்து வணங்குகிறார்.

காலையில் எழுந்து, தன் கனவில் நாராயணன் வந்ததையும் கோதை சூடிக்கொடுத்த மாலையைத் தான் விரும்பிச் சூடியதாக அவர் தெரிவித்ததையும் விஷ்ணுசித்தர் தன்னைச் சுற்றி நின்ற வர்களிடம் கூறினார். நாராயணனே கனவில் வந்து மாலையை அணிய விருப்பப்பட்டதாகச் சொல்லிவிட்டதை வியந்தார். கூட்டத்தில் ஒருவர் ஆண்டவனையே ஆண்டாள் கோதை என்றார். இதைக்கேட்டு ஒரு சிறுமி கோதை இருந்த அறையை நோக்கி ஓடினாள். கோதையை எழுப்பி "நாராயணன், விஷ்ணு சித்தரின் கனவில் வந்து, நீ சூடிக் கொடுத்த மாலையை விரும்பி ஏற்றுக்கொண்டதாகத் தெரிவித்துவிட்டார்" என்று கூறினாள். விஷ்ணுசித்தரும் அவருடன் வந்த கூட்டமும் கோதை அருகே வந்துவிட்டது. கோதை எழுந்து கூந்தலை அவிழ்த்து, பின்னர், அதை இடதுபக்கத்தில் கொண்டையாக முடிச்சிட்டாள். பல்லி ஒன்று சுவரில் ஓடியதைப் பார்த்தாள். "கோதை . . . நாராயணனே வந்து நீ சூடிக்கொடுத்த மாலையை விரும்பி அணிந்துகொண்டதாகக் கூறினார். உன்னை அவர் ஏற்றுக்கொண்டுவிட்டார்" என்று கூறினார். கூட்டம் மகிழ்ச்சியுடன் ஆரவாரித்தது.

தோழியர் அவளை ஆண்டாள் என்று அழைக்கலாயினர். அவளின் மதிப்புக் கூடியது. "நடந்தவரை சரி; ஆண்டவன் விரும்பினாலும் இனிமேல் மானுடர் சூடிக்கொடுத்த மாலையைச் சாற்றக் கூடாது" என்று கோயிலில் கூறிவிட்டனர். கோதை சூடிக்கொடுக்காமல், தொடுத்த மாலையை விஷ்ணு சித்தர் கோயிலுக்கு வழங்கிக்கொண்டிருந்தார். நாராயணன், தான் சூடிக்கொடுத்த மாலையை விரும்பி ஏற்றுக்கொண்டதால் அவரையே தன் கணவனாக, கோதை மனதில் வரித்தாள்.

காலங்கள் ஓடிக்கொண்டிருந்தன. கோதைக்கு வயது ஏறிக்கொண்டேயிருந்தது. அவளும் நாராயணனைக் கணவனாக வரித்துவிட்டாள். தனக்கும் வயதாகிக்கொண்டிருக்கிறது. தனக்குப் பின் அவள் கதி என்ன என்ற சிந்தனை அவருக்கு ஏற்பட்டது. ஒருவர் எழுதிய கவிதையை மற்றவர் படித்துச் சிலாகித்துக் கொண்டிருந்தனர்.

தீவிரமான சிந்தனையில் இருந்த அவருக்கு ஒருநாள் இரவில் மீண்டும் ஒரு கனவு வந்தது. அதில் ஸ்ரீரங்கம் அரங்கநாதர் காட்சி தந்தார். கோயிலின் பிரம்மாண்டமான கதவு திறந்தது. மேலும் மேலும் கதவுகள் திறக்க இறுதியில் மூலவர் இருக்கும் கதவும் திறந்தது. நீல நிறத்தில் அரங்கநாதர் சயனித்திருந்தார். முந்தைய கனவில் வந்ததுபோலவே நீலம் தகதகத்தது. அரங்கநாதர் கண்களைத் திறந்தபோது கோயில் அதிர்ந்தது. விஷ்ணுசித்தர் தன்னையறியாமல் தான் எழுதிய கவிதை வரிகளைக் கூறித் துதிக்கிறார். படுத்தநிலையிலேயே அவர் கூறினார். "கோதையை நான் மணம் முடித்துக்கொள்கிறேன்; அவளை இங்கு வரச்சொல்."

கனவு கலைந்து, தூக்கமும் கலைந்தது. கண் திறந்து சாளரம் வழியே வானத்தைப் பார்த்தார். எழுந்து வந்து சாளரம் வழியே ஏனோ நிலாவைப் பார்த்தார். குளிர்ச்சியை உணர்ந்தார். திரும்பவும் வந்து படுத்துக்கொண்டார். காலையில், வந்தவர்களிடம் அரங்கநாதர் கனவில் வந்து கோதையை மணம் முடிக்க அனுப்பி வைக்குமாறு கூறியதைத் தெரிவித்தார். தோழியர் கோதையைக் கண்டு அரங்கநாதர் தெரிவித்த சேதியைத் தெரிவித்தனர். வாரணம் ஆயிரம் சூழ வலம் செய்து நாரணன் நம்பி நடக்கின்றான் என்ற வரிகள் அவள் மனத்தில் தோன்றின. அவளுக்கு உடல் சிலிர்த்தது.

கோதை மகிழ்ச்சியாக இருந்தாள். தோழியர் அவளைக் கேலி செய்தனர். மணப்பெண்ணாக அரங்கன் சன்னிதியை அடையும்போது அந்த அரங்கநாதர் கோதையைக் கைப்பற்றி வானுலகத்திற்கு அழைத்துச்சென்றுவிடுவார் என்று கோதையும் விஷ்ணுசித்தரும் சுற்றத்தாரும் நம்பினர். ஸ்ரீரங்கம் செல்ல ஏற்பாடுகள் செய்யச் சொன்னார் விஷ்ணுசித்தர்.

பல்லக்குகள், பரிவாரங்கள், உணவுப்பொருட்கள், வண்டிகள் தயாராகிக்கொண்டிருந்தன. மணப்பெண் மனநிலையிலிருந்த கோதை கவிதைகள் எழுதுவதில் மும்முரமாக இருந்தாள்.

இந்த இடத்தில் கதை எழுதுபவனாகிய நான் சில விஷயங் களைக் கூற வேண்டியுள்ளது. ஆண்டாளின் கவிதைகளை – குறிப்பாக நாச்சியார் திருமொழியைப் படித்தபோது காதலினால்

ஏற்பட்ட காமத்தெறிப்பையும் ஏக்கத்தையும் அவள் வெளிப் படையாக, எளிமையான மொழியில் கவிதையாக்கியிருப்பதைக் கண்டேன். அச்சிறுமி 15 வயதில் மறைந்துவிட்டாள் என்று கண்ட செய்தி என்னை அதிர்வடையச் செய்தது. இந்த வயதிற்குள் இத்தகைய மொழியில் கவிதை எழுதியுள்ளார் என்ற எண்ணம் என்னை ஆச்சரிய வெளியில் தள்ளியது.

சில வரிகளையாவது இங்கு கூறவேண்டும்.

தென்றலும் திங்களும் ஊடறுத்து என்னை
நலியும் முறைமை அறியேன்
என்றும் இக்காவில் இருந்திருந்து என்னைத்
ததைத்தாதே நீயும் குயிலே.

நாணி இனி ஓர் கருமம் இல்லை
நால் அயலாரும் அறிந்தொழிந்தார்

கொள்ளும் பயன் ஒன்று இல்லாத
கொங்கைதன்னைக் கிழங்கோடும்
அள்ளிப் பறித்திட்டு அவன் மார்பில்
எறிந்து என் அழலைத் தீர்வேனே.

பெண்ணின் வருத்தம் அறியாத
பெருமான் அரையில் பீதக
வண்ண ஆடை கொண்டு என்னை
வாட்டம் தணிய வீசிரே

பயண நாள் வந்தது. பரிவாரங்களுடன் கிளம்பினர். கோதையின் தோழியர் சிலர் குடும்பத்துடன் மணநிகழ்வைக் காண உடன் வந்தனர். வர இயலாத தோழியர் கோதையை வாழ்த்தி அனுப்பினர். நாட்கள் கடந்தன. ஆங்காங்கு இளைப்பாறி, உணவு உண்டு வழி கடந்து ஸ்ரீரங்கம் அடைந்தனர். கோதையும் விஷ்ணுசித்தரும் பரிவாரங்களும் அரங்கநாதர் காட்சிதந்து கோதையை மனைவியாக்கி அழைத்துச்செல்வார் என்றே கருதினர்.

ஸ்ரீரங்கம் மக்களுக்கு இந்த மணச்செய்தி அதிசயமாக இருந்தது. சிலர் அரங்கநாதர் காட்சி தருவார் என்று நினைத்தனர். சிலர் அரங்கநாதராவது காட்சி தருவதாவது என்று நினைத்தனர். முகூர்த்த நாள், நேரம் குறித்தாகிவிட்டது.

முகூர்த்த நாளிற்கு முந்தியநாள் விஷ்ணுசித்தருக்கு நாளைய நிதர்சனம் குறித்துப் பயமும் சஞ்சலமும் ஏற்பட்டது. அரங்கநாதர் காட்சி தந்து கோதையை அழைத்துச் செல்லாவிடில் என்ன செய்வது? அவளைத் தனக்குத்தானே திருமணம் செய்வித்து இங்கேயே விட்டுவிட்டு சென்றுவிடுவதா? அல்லது திரும்பவும் வில்லிப்புத்தூருக்கு அழைத்துச்செல்வதா? அவ்வாறு நடந்தால்,

ஊரார் கேலி செய்யமாட்டாரா? என்ன செய்வது? நாளை எது நடக்கிறதோ அதுவே அரங்கநாதரின் விருப்பம் என்று சமாதானம் செய்துகொள்ள வேண்டியதுதான் என்றெல்லாம் விஷ்ணுசித்தருக்குச் சஞ்சலம் ஏற்பட்டது.

கோதையைப் பொறுத்தவரை, அரங்கநாதரை மணம் செய்யும் பெண்ணின் மனநிலையிலிருந்தாள். ஏக்கமும் காமமும் எதிர்பார்ப்பும் அவளைப் படுத்திக்கொண்டிருந்தன. அரங்கநாதர் காட்சி தந்து அவளைக் கைப்பற்றி வானத்திற்குச் சென்று மறைந்து விடுவதுபோல் அவளுக்கு அடிக்கடிக் கற்பனை ஏற்பட்டது.

முகூர்த்த நாளன்று கோதையை மணப்பெண்ணாக அலங்கரித்தனர். பெரும் கூந்தலை இடதுபக்கம் கொண்டையாக அமைத்தனர். பட்டுடை அணிவித்தனர். குங்குமக் குழம்பை கையில் தடவினர். குளிர் சந்தனத்தைப் பூசினர். அவளிடமிருந்து நறுமணம் வீசியது. முகூர்த்த நேரம் நெருங்கியது. சன்னிதியை நோக்கிக் கூட்டமாகச் சென்றனர். அரங்கநாதரின் சன்னிதி. அவர் முன் திரை. திரைக்கு முன் படபடக்கும் இதயத்துடன், பரவசத்துடன், பதற்றத்துடன் கோதை மற்றும் பரிவாரங்கள், விஷ்ணுசித்தர். வாத்தியங்களின் இசை, மணியின் ஒலி இணைந்து பேரோசையாகக் கேட்டுக்கொண்டிருந்தது. திரை விலகியது. அரங்கநாதர் படுத்திருந்தார். கண்களில் வெள்ளி பதிக்கப் பட்டிருந்தது. கை ஒய்யாரமாகச் சாய்ந்திருந்தது. அனைவரும் கோஷம் எழுப்பி வணங்கினர். அரங்கநாதரைப் பார்த்ததும் கோதைக்கு இன்பமும் பயமும் ஏற்பட்டது. எங்கும் அதிர அவளுள் அவர் புகுந்தார். அவள் நிலை குலைந்தாள். மயக்கம் போன்ற உணர்வு ஆட்கொண்டது. வாத்தியங்களின் இசையும், மணியின் ஒலியும் கலந்து ஒலித்த பேரோசையின் சத்தம் கூடியது. தள்ளாடிக்கொண்டிருந்த கோதையைத் தோழியர் தாங்கிப் பிடித்துக்கொண்டிருந்தனர். அவள் கையிலிருந்த மாலையை அர்ச்சகரிடம் கொடுக்க அவர் அரங்கநாதருக்கு அதைச் சாற்றி, பதில் மாலையை எடுத்து வந்தார். தள்ளாடிக்கொண்டிருந்த அவள் மாலையை வாங்கிக் கழுத்தில் அணிந்ததும் “கலப்பேன் அவரோடு” என்று கூவினாள். அடுத்த கணம் ஓர் ஆச்சரியம் நிகழ்ந்தது. பிரம்மாண்டமாகப் படுத்திருந்த அரங்கநாதரின் உடல் அசைந்தது. அவர் எழுந்து அமர்ந்து தலையைத் திருப்பிக் கூட்டத்தைப் பார்த்தார். கூட்டம் உச்சஸ்தாயியில் கோஷம் எழுப்பி திகைத்துப் பார்த்துக்கொண்டிருந்தது. மூலக்கிரகத்திலிருந்து, தலை இடிக்கும் என்பதால் குனிந்து வெளியே வந்து நிமிர்ந்து நின்றார். அர்ச்சகர்கள் பயந்து ஒதுங்கினர். கூட்டம் நெடுஞ் சாண்கிடையாக விழுந்து வணங்கியது. அரங்கநாதர் நெருங்கத் தோழியர் பயந்து ஒதுங்கினர். கோதையின் தள்ளாட்டம் நின்றது.

அரங்கனின் பேருருவைப் பார்த்தாள். "தேசம் முன் அளந்தவன்; திரிவிக்கிரமன் திருக் கைகளால் என்னைத் தீண்டும் வண்ணம் சாய் உடைவயிறும் என் தடமுலையும் தரணியில் தலைப்புகழ் தரக்கிற்றாயே" என்று நினைத்த அடுத்த கணம் அரங்கநாதர் அவள் கையைப் பற்றினார். அவள் உடல் அதிர்ந்தது. அடுத்த கணம் இருவரும் மறைந்தனர்.

திருமணத்திற்கு முந்தையநாள் கோதை மலங்கழித்துக் கொண்டிருந்தபோது, மறைந்திருந்த நிதர்சனம், திடீரென பேருருக் கொண்டதுபோல் உணர்ந்தாள். "நாளை அரங்கநாதர் எப்படி வருவார்? அது சாத்தியம்தானா? வராவிட்டால்? என்னைப் பொருட்படுத்தி வர இயலுமா? வருவார் என்று நினைப்பதே மாயம்தானே? அது எப்படி அரங்கநாதராவது வருவதாவது என்றொருவர் கூறியது என் காதில் விழுந்ததே அதுதானே நிதர்சனம்? ஆம். அப்படித்தான் நடக்கும், நான் என்ன செய்வது? எனக்கு நானே மணம் முடித்து சன்னிதியிலேயே உயிரை விட்டு அவருடன் கலப்பதுதானே சிறப்பு. உயிர் போகாவிடில் என்ன செய்வது? மாய்த்துக்கொள்வது தான் நன்று."

அவள் கால் கழுவி, அறைக்குள் நுழைந்து, பெட்டிக்குள் இருந்த விஷக் குப்பி இருக்கிறதா என்ற பார்த்தாள். திரும்பப் பழைய இடத்திலேயே வைத்துவிட்டுப் பெட்டியை மூடினாள். "கற்பனையில் இருப்பதுதான் இன்பம். மாயவன் உருக் காட்டான். நிதர்சனம் மாயையை மாய்க்கும். நிதர்சனத்தை ஒழித்துவைத்து ஆடிய ஆட்டத்திற்கு நாளை முடிவு" என்று அவள் மனத்தில் தோன்றியது.

பெட்டியை மூடி, எழுந்தபோது தோழியர் சூழ்ந்து கொண்டனர். கற்பனை இன்பம் அவளை ஆட்கொண்டது. "அவனோடும் உடன்சென்று அங்கு ஆனை மேல் மஞ்சனம் ஆட்டக் கனாக் கண்டேன் தோழீ" என்ற வரிகளைக் கூறினாள்.

முகூர்த்த நாளன்று கோதையை மணப்பெண்ணாக அலங்கரித்தனர். பெரும் கூந்தலை இடதுபக்கம் கொண்டையாக அமைத்தனர். பட்டுடை அணிவித்தனர். குங்குமக் குழம்பைக் கையில் தடவினர். குளிர் சந்தனத்தைப் பூசினர். அவளிடமிருந்து நறுமணம் வீசியது. முகூர்த்த நேரம் நெருங்கியது. சன்னிதியை நோக்கிக் கூட்டமாகச் சென்றனர். அரங்கநாதரின் சன்னிதி. அவர் முன் திரை. திரைக்கு முன் படபடக்கும் இதயத்துடன், பரவசத்துடன், பதற்றத்துடன் கோதை மற்றும் பரிவாரங்கள், விஷ்ணுசித்தர். ஆடைக்குள் விஷக்குப்பி இருக்கிறதா என்று கோதை தடவிப்பார்த்துக்கொண்டாள். வாத்தியங்களின் இசை; மணியின் ஒலி இணைந்து பேரோசையாகக் கேட்டுக்கொண்டிருந்தது. திரை

விலகியது. அரங்கநாதர் படுத்திருந்தார். கண்களில் வெள்ளி பதிக்கப்பட்டிருந்தது. கை ஒய்யாரமாகச் சாய்ந்திருந்தது. அனைவரும் கோஷம் எழுப்பி வணங்கினர். அரங்கநாதரைப் பார்த்ததும் கோதைக்கு இன்பமும் பயமும் ஏற்பட்டது. எங்கும் அதிர அவளுள் அவர் புகுந்தார். அவள் நிலை குலைந்தாள். தள்ளாடினாள். மயக்கம் போன்ற உணர்வு ஆட்கொண்டது. வாத்தியங்களின் இசையும் மணியின் ஒலியும் கலந்து ஒலித்த பேரோசையின் சத்தம் கூடியது. தள்ளாடிக் கொண்டிருந்த கோதையைத் தோழியர் தாங்கிப் பிடித்துக்கொண்டிருந்தனர். அவள், கையிலிருந்த மாலையை அர்ச்சகரிடம் கொடுக்க அவர் அரங்கநாதருக்கு அதைச் சாற்றிப் பதில் மாலையை எடுத்து வந்தார். தள்ளாடிக்கொண்டிருந்த அவள் மாலையை வாங்கிக் கழுத்தில் அணிந்ததும் "கலப்பேன் அவரோடு" என்று கூவினாள். உயிரை நிறுத்த முயற்சித்தாள். உடலிலிருந்து உயிரைப் பிரிக்க மனவலிமையுடன் முயன்றாள். அரங்கநாதர் கைத்தலம் பற்றி வானத்திற்குக் கொண்டு செல்லும் கற்பனை கீழேவிழுந்து இறந்தது. அடுத்த கணம் மறைத்து வைத்திருந்த விஷக்குப்பியை எடுத்து வாயில் உறிஞ்சினாள். "விளக்கினில் புக என்னை விதித்தாயே" என்று சரிந்து விழுந்தாள். அவள் உடல் நீலம் பாரிக்க ஆரம்பித்தது. கீழே விழுந்துகிடந்த அவளைச் சுற்றிக் கூட்டம். ஓர் அந்தணர், "நீலவண்ணக் கண்ணன் அவளுள் புகுந்து அவளைக் கூட்டிச் சென்றுவிட்டார். இது அவளது பூத உடல்" என்று கூறினார். கோதையின் உள்ளங்கையில் இருந்த குப்பியைத் தோழி ஒருத்தி அகற்றி எடுத்து வைத்துக்கொண்டாள். அரங்கநாதர், கோதையை மனைவியாக வரித்து அழைத்துச் சென்றுவிட்டார் என்று கூட்டம் பேசியது.

வேகமாக வந்ததில் அவளுக்கு மூச்சு இரைத்தது. "அரங்கநாதர், கோதையை மணம் முடித்து, அவளைக் கூட்டிச்சென்று விட்டார்" என்றாள், அவள்.

"கோதை மறைந்தாளா; மாய்ந்தாளா; மாய்க்கப்பட்டாளா; மாய்த்துக்கொண்டாளா" என்றாள், இவள் தழுதழுக்கும் குரலில்.

உயிர்எழுத்து, பிப்ரவரி 2012

அறிக்கை

அமெரிக்காவிலிருந்து விமானத்தில் வந்த சரவணன், ஒரு நீளமான காரில் வீட்டை நோக்கிச் சென்றுகொண்டிருந்தான். சாலையின் இருபுறமும் வயல்கள் இருந்தன. தலையில் புல்லுக் கட்டுடன் சாலையில் பிருஷ்டத்தை ஆட்டியபடி சென்று கொண்டிருந்தாள், ஒரு பெண். திடீரென்று மாடு ஒன்று மிரள, கார் வர, கிட்டத் தட்ட காரில் மோதியபடி அவள் கீழே விழ, அவன் காரை நிறுத்தி இறங்கி வர, அவள் திரும்ப, நல்ல சிவப்பாக, ஒழுங்கு செய்யப்பட்ட புருவங்களுடன் அவள் இருந்தாள். அவள், அவனை நோக்கிக் கிராமிய பாஷையில் திட்டினாள். அவன், 'ஓடிக் கொண்டிருக்கும் காரின் முன்னால் வந்து விழுந்ததும் அல்லாமல், பேச வேறா செய்கிறாய்?' என்றான். இவ்விதமாக மேலும் பேசினர். அவள், தான் கட்டியிருந்த பட்டுப் புடவையில் சேறு படிந்ததைப் பார்த்து மேலும் கத்தினாள்.

வீட்டிற்குள் நுழைந்ததும் அம்மா எதிர் கொண்டு வர, அவன், அவள் காலைத் தொட்டு வணங்கி, தழுவிக்கொண்டான். அம்மா அழுதாள். இருவரும் மாலையிடப்பட்ட அவன் தகப்பனாரின் படம் அருகே சென்றனர். அவன் கண்களும் கலங்கியிருந்தன. மானேஜர், அலுவலக அறைக்கு அழைத்துச் சென்று சில பைல்களைக் காட்டினார். அவன் சில செலவுகள் பற்றி விசாரித்தான்.

நகர சாலையில், அவன் நீளமான காரை, பாட்டுக் கேட்டபடி ஓட்டி வந்து கொண்டிருந்தான்.

திடீரென்று மாடு ஒன்று சாலையில் காருக்கு முன்னால் வர, கார் கிறீச்சிட்டு நின்றது. சாலை ஓரத்திலிருந்து முன்னர் அவன் காரின் முன் விழுந்த பெண் ஆடிக்கொண்டே ஓடிவந்தாள். கார் முன் வந்து ஆடினாள். பாட்டு ஒன்று பாடினாள்.

தில்லாட்டாங்கு தாங்கு
நீ மாட்டிக்கிட்டா ஏங்கு
எங்கிட்டே வந்தா
தாங்குமா உடம்பு
ஆடுவேன் நானும்
தாண்டிக்குடி கள்ளு
தில்லாட்டாங்கு தாங்கு
நீ மாட்டிக்கிட்டா ஏங்கு

சாலையின் இருபுறமிருந்தும் வண்ண ஆடைகள் அணிந்த பெண்கள் சாலையின் நடுவே ஆடினர். விசிலடித்துக் கொண்டே வந்த ஒரு நோஞ்சான் போக்குவரத்துக் காவலரின் பிருஷ்டத்தை, ஆடிக்கொண்டே, தனது பிருஷ்டத்தால் இடித்தாள், அவள். காவலரும் அவர்களுடன் சேர்ந்து ஆடினார். அவள் காரின் பேனட்டில் படுத்துக்கொண்டே பாட, சில பெண்கள் காரின் மேல் நின்று ஆடினர்.

லாரி டிரைவர் ஒருவரிடம் மானேஜர் ரகசியமாக ஏதோ பேசினார். பின்னர் லாரி ஒன்று வேகமாக வந்துகொண்டிருந்தது. பல்லைக் கடித்தபடி முகத்தைக் கோணிக் கொண்டே டிரைவர் லாரியை ஓட்டிக்கொண்டிருந்தார். லாரி இவர்கள் ஆடிக்கொண்டிருந்த இடத்தை நெருங்கியது. லாரியைக் கவனித்த சரவணன், விலக, காரை இடித்துவிட்டு லாரி செல்ல, அவள் எவ்விதமோ கீழே விழுந்து பிளாட்பாரத்தில் மோதி அவள் நெற்றியில் ரத்தமும் வந்தது.

அந்தப் பக்கம் ஆட்டோ ஓட்டிக்கொண்டு வந்த ஆட்டோ டிரைவர், ஆட்டோவை நிறுத்தி இறங்கி விழுந்தவளை நோக்கி ஓடி வந்தான். நாடித்துடிப்பைப் பார்த்தான். கைக்குட்டையை எடுத்து அவள் தலையில் கட்டினான். சரவணனைப் பார்த்து, கார் சேதமடைந்திருப்பதால் ஆட்டோவில் சென்று விடலாம் என்றான். அவள் கூட ஆடியவர்கள் எல்லாம் காணாமல் போயிருந்தனர். ஆட்டோவில், அவளைக் கிடத்தி சரவணனும் அமர்ந்துகொண்டான்.

அழகான ஆஸ்பத்திரி வராண்டாவில் ஆட்டோ டிரைவராக வந்தவன் ஸ்டெதாஸ்கோப்பை மாலையாகப் போட்டுக்கொண்டு வர, அருகில் சரவணன் வந்துகொண்டிருந்தான். 'டாக்டராக இருந்தும் நீங்கள் ஏன் முத்து ஆட்டோ ஓட்ட வேண்டும்' என்று

சரவணன் கேட்க, ‘உழைப்பின் பெருமையை உலகுக்கு எடுத்துக் காட்டத்தான்’ என்று முத்து பதில் கூறினான். ‘உங்களைப் போன்றவர்கள் இருப்பதுதான் உழைப்பாளிகளுக்குப் பெருமை’ என்று சரவணன் நெகிழ்ந்து கூறினான்.

மரிக்கொழுந்து – அதுதான் அவள் பெயர் – கண் விழித்தாள். அருகே ஒரு கிழவர் நின்றுகொண்டிருந்தார். ‘அப்பா’ என்று அழைத்த அவள், அவரருகே நின்றுகொண்டிருந்த சரவணனைக் கண்டு நாணினாள். பிறகு அப்பாவிடம் அவரை அறிமுகப்படுத்த முயல, அவரோ, ‘தம்பியைத் தூக்கி வளர்த்த தோள் அம்மா இது; தர்ம தேவனாகப் பார்த்து அனுப்பி வைத்த தங்கம் அம்மா; இவர் வீட்டுக்கு மட்டும் அல்ல, இவருக்கும் நான் வாட்ச்மேன் அம்மா, என்றார் வாட்ச்மேனான அவர். சரவணன் நெகிழ்ந்து அவரைத் தட்டிக் கொடுத்தான்.

அவள் கண்கள் எதிரேயிருந்த ஒரு இயற்கைக்காட்சிப் படத்தில் லயிக்க, எவ்விதமோ புகை சூழ்ந்த ஒரு பூங்காவின் நடுவேயிருந்த மணிமண்டபத்தில், ஆபணரங்கள், கச்சை யணிந்த தோற்றத்தில் அவள் தோன்ற, கிரீடமணிந்த ராஜா தோற்றத்தில் அவளை நோக்கி சரவணன் வந்தான். அவன் வாய் அசைய பாட்டுப் பாடினான். அவளும் பாடினாள்.

சரவணன் : எங்கேயும் உன் எண்ணம். இங்கேயும் உன் வண்ணம்.

மரிக்கொழுந்து : தர்மராஜா நீ என் ரோஜா. தலைவனே என் புரட்சி மணவாளனே.

இவ்விதமாக அவர்கள் ஆரம்பித்து சரசமாடி முடித்தனர்.

தொழிற்சாலையில் தொழிலாளர்களைக் கூலி வாங்கு மாறு ஒருவன் அலட்சியமாக அழைத்தான். கண்ணாடி அணிந்த ஒரு வயதானவர் மேஜையில் பணப்பெட்டியை வைத்து வழங்கத் தயாராக இருந்தார். காக்கி ஆடைகள் அணிந்த தொழிலாளர்கள் கூட்டத்திலிருந்து ஒரு பெரிய மனிதர், அனைத்துத் தொழிற்சாலைகளிலும் கூலி அதிகமாகக் கொடுப்ப தாகவும், இங்கு மட்டும் கொடுக்கும் குறைவான கூலியை நாம் வாங்கக் கூடாது என்றும் பேசினார். ‘ஆமாம் கூலி உயர்வு வேண்டும்’ என்று தொழிலாளர்கள் கோஷமிட்டனர். இந்த நேரம் அங்கு தோன்றிய மானேஜர், ‘செங்கோடா’ என்று அழைத்தார். உடனே ஆஜானுபாகுவான தோற்றமுடைய ஒரு முரட்டு மனிதன் தோன்றினான். அவன் முதலில் பேசிய அந்தப் பெரிய மனிதரை நோக்கி முன்னேறினான். அவரும்,

தொழிலாளர்களும் பின் நகர்ந்தனர். அவன், அவரை நெருங்கும் சமயம், 'நிறுத்து' என்று ஒரு குரல் ஒலித்தது. சரவணன் அங்கு தோன்றி அவர்களை நோக்கி வந்தான்.

மானேஜர் முகம் மாறியது. சரவணனைக் கண்டதும், 'சின்ன முதலாளி' என்று அனைவரும் அவனைச் சூழ்ந்து கொண்டனர். மற்ற தொழிற்சாலைகளில் தொழிலாளர்களுக்கு நாளொன்றுக்கு ரூ. 40 கொடுப்பதாகவும், இங்கு ரூ. 25 தான் கொடுப்பதாகவும் தொழிலாளர்கள் அவனிடம் கூறினார்கள். சரவணன் மானேஜரை அழைத்து விசாரித்தான். மானேஜர் சமாளித்தார். சரவணன், தொழிலாளர்களிடம், 'இன்று முதல் நாளொன்றுக்கு ரூ. 50 வழங்கப்படும்; தொழிற் சாலையில் கிடைக்கும் லாபத்தில் தொழிலாளர்களுக்கும் பங்கு கொடுக்கப் படும்' என்று அறிவித்தான். 'சின்ன முதலாளி வாழ்க! தொழிலாளர் தலைவர் வாழ்க! மக்கள் தலைவர் வாழ்க!' என்று தொழிலாளர்கள் கோஷமிட்டார்கள். மானேஜர் இடது கை உள்ளங்கையில், மடக்கப்பட்ட வலது கைவிரல்களால் குத்திச் சலித்துக்கொண்டார்.

ஒரு வீட்டின் ஜன்னலின் வழியே ஒரு பெண் கடைக் கண்ணால் பார்த்துக்கொண்டிருந்தாள். எதிர் வீட்டு ஜன்னலின் வழியே ஆட்டோ டிரைவர் – கம் – டாக்டரான முத்து அவளிடம் ஏதோ சைகை செய்துகொண்டிருந்தான். சந்திக்க வேண்டிய இடம் பற்றிய சைகைப் பரிமாற்றமாக அவை இருந்தன. 'தெய்வானை' என்ற குரல் ஒலித்ததும் அவள் 'என்ன அப்பா' என்று ஓடினாள். தொழிலாளர்களிடையே பெரிய மனிதராகத் தோற்றம் தந்து பேசிய அவர் – மாணிக்கம் அண்ணன் – 'கொஞ்சம் தண்ணீர் கொண்டு வாம்மா' என்றார். தெய்வானை தண்ணீர் கொண்டு வந்து கொடுத்தாள். மாணிக்கம் அண்ணன், 'எப்போது கல்யாணக் கோலத்தில் உன்னைப் பார்க்க எனக்குக் கொடுத்து வைத்திருக்கிறதோ' என்று பெருமூச்செறிந்தார். அவள் வெட்கப்பட்டு ஓடி, ஜன்னலருகே நின்று கடைக்கண்ணால் பார்த்தாள்.

❍

பூங்காவின் ஒருபுறம், சரவணன் தோன்றிப் பாடினான்.

வெற்றிக் கொடி நாட்டி வா – திருமகளே
என் மனதில் புகுந்தவளே
விழி வாள் வீசி வென்றவளே
வா . . . வா . . . வா . . .

மரிக்கொழுந்து இடுப்பை அசைத்து அசைத்து நடந்து வந்தாள்.

திடீரென இன்னொருபுறம் முத்து தோன்றிப் பாடினான்.

எட்டுத் திக்கும் பாடிவா – என்னவளே
என் இதயத்தில் நின்றவளே
வான் அதிரவே நடனமாடி வா
வா ... வா ... வா ...

தெய்வானை இதற்கேற்றாற்போல் வந்தாள்.

ஒருபுறம் பாடி ஆடிக்கொண்டிருந்த ஜோடிக்கு, இன்னொருபுறம் ஒரு ஜோடி பாடி ஆடிக் கொண்டிருப்பது தெரியாது. ஆட்டமும் பாட்டமும் தொடர்ந்து நடைபெற்று முடிந்தது. சரவணனும், மரிக்கொழுந்தும் கைகோர்த்து ஓடிவந்து கொண்டிருந்தபோது 'சின்ன முதலாளி' என்று ஒரு குரல் ஓலமிட்டது. மாணிக்கம் அண்ணன் ரத்தம் கசியும் வயிற்றைப் பிடித்தபடி தள்ளாடியபடி அவனை நோக்கி வந்தார். 'மாணிக்கம் அண்ணே' என்று கத்தியபடி சரவணன் அவரைத் தாங்கிக் கொண்டான்.

மாணிக்கம் அண்ணன் கூறினார், 'தம்பி நீ மக்கள் தலைவன். நான் ஒரு ரகசியம் சொல்றேன். உங்க அப்பா இயற்கையா சாகலை. இந்த மானேஜர் கொன்று விட்டு விபத்துலே இறந்ததா எல்லோரையும் நம்ப வைச்சுட்டான். இன்னிக்கு செங்கோடன்கிட்டே அவன் பேசிக்கிட்டிருந்ததை நான் கேட்டுட்டேன். அதைப் பார்த்த செங்கோடன் என்னைத் துரத்திக் கத்தியாலே குத்திட்டான். அது மட்டுமில்லை. கழுகு மலைக் காட்டிலே தேசத் துரோகக் கும்பலோடு சேர்ந்து ஆயுதங்கள் தயாரிச்சு நாட்டின் அமைதியை நாசமாக்கத் திட்டம் போட்டிருக்கான்; இந்த நாட்டை, தம்பி நீதான் காப்பத்தணும்...

முத்துவும், தெய்வானையும் அவரைப் பார்த்துவிட்டனர். 'அப்பா' என்று அழுது கொண்டே தெய்வானை ஓடிவந்தாள். மாணிக்கம் அண்ணன், அவள் கையைப் பற்றி சரவணனிடம் கொடுத்து, 'இனிமே நீதான் தம்பி இவளைக் காப்பாத்தணும், தகப்பன் இல்லாத குறையை நீதான் தீக்கணும். தம்பி, உன் தங்கச்சியா நினைச்சு, இவளுக்கு ஒரு கல்யாணத்தை...' அவரின் உயிர் போய்விட்டது. தெய்வானை 'அப்பா' என்று அலறினாள்.

போர் வீரர்களுக்குரிய உடைகளுடன் சரவணனும், முத்துவும், ஜீப்பில் கழுகுமலைக் காட்டிற்குள் சென்றுகொண்டிருந்தனர். சரவணன் அருகே மரிக்கொழுந்து பான்ட் சட்டை அணிந்து உட்கார்ந்துகொண்டிருந்தாள். பாதையில் வழியை அடைத்து விழுந்து கிடந்த ஒரு மரத்தினை அகற்ற சரவணனும், முத்துவும் இறங்கி மரத்தைத் தூக்கினர். திடீரென பெருங்கூச்சல் கேட்டது. அவர்களைச் சுற்றி ஆதிவாசிகள் நின்றிருந்தனர். அவர்கள்

கையில் ஈட்டி இருந்தது. முகத்தில் வண்ணங்களில் ஏதோ வரைந்திருந்தார்கள். தலையில் எதையோ கிரீடம் போல அணிந்திருந்தனர். மூவரும் அவர்களிடம் சிக்கிக்கொண்டனர்.

‘ஜூம்மக ஜூம்மா… ஜூம்மக ஜூம்மா’ என்று கூச்சலிட்டவாறு அந்த ஆதிவாசிகள், சிம்மாசனத்தில் அமர்ந்திருந்த தலைவனிடம் அழைத்து வந்தனர். ஒருவன், ‘தலைவா, நகரத்தைச் சேர்ந்த இவர்கள் நம் எல்லைக்குள் வந்துவிட்டனர்’ என்றான். கனத்த சரீரமுடையவனாக இருந்த தலைவன், ‘இவர்களைப் பலியிடுங்கள்’ என்றான். ஆதிவாசிகள் உற்சாகக் குரல் எழுப்பினர்.

முரசங்கள் முழங்கின. ‘தொய்யர தொய்யோ… தொய்யர தொய்யோ’ என்று ஆதிவாசிப் பெண்கள் கவர்ச்சிகரமான உடையில் சீராக அசைந்து ஆடினர். மூவரும் தனித் தனி மரத்தில் கட்டப்பட்டிருந்தனர். முரசங்கள் முழங்கின. ஆதி வாசிப் பெண்கள் ஆடிக்கொண்டிருந்தனர். திடீரென இடி இடித்தது. மின்னல் வெட்டியது. மழை பெய்ய ஆரம்பித்தது. மழையில் நனைந்துகொண்டே ஆதிவாசிப் பெண்கள் ஆடிக் கொண்டிருந்தனர். சரவணனும், முத்துவும், மரிக்கொழுந்தும் மழையில் நனைந்தனர். டோப்பா முடியிலும் பவுடர் முகத்திலும் மழை விழுவது அவர்களுக்கு மிகுந்த அசௌகரியமாக இருந்தது. வாளைக் கையில் வைத்துக்கொண்டு ஒருவன் ஆடிக்கொண் டிருந்தான். இன்னும் சற்று நேரத்தில் தெய்வானை, ஆதிவாசிப் பெண்கள் உடையில் தோன்றிப் பாடிக் கொண்டே, மது அருந்திய பாவனையில் கையில் மதுக் குடுவையுடன் வந்து ஆதிவாசிகள் அனைவருக்கும் மது விநியோகித்து மயக்கலாம், அல்லது ஆதிவாசிப் பெண் உடையில் கையில் கத்தியுடன் பாடிக் கொண்டே வந்து ஆதிவாசிகளுக்குத் தெரியாமல் அவர்கள் கைக்கட்டுகளை அறுத்துவிடலாம் என்று நினைத்துக்கொண்டே, சரவணனும், முத்துவும், மரிக்கொழுந்தும் இன்னும் மழையில் நனைந்து கொண்டிருந்தனர். நேரம் நெருங்கிக் கொண்டிருந்தது. முரசங்கள் முழங்கிக்கொண்டிருந்தன. மழை பெய்துகொண்டிருந்தது. ஆனால் இன்னும் பாட்டுச் சத்தம் கேட்கவில்லை.

அதே சமயம் சென்னை பல்லாவரம் பகுதியில் ஒரு பிரியாணிக் கடையருகே கிடந்த சில காகிதங்களைக் குப்பை பொறுக்கும் ஒரு சிறுவன் எடுத்துக் கோணிப்பைக்குள் திணித்தான். அந்தக் காகிதங்கள் 1991 ஆகஸ்டு மாதத்திய ‘ப்யூச்சர் இந்தியா’ பத்திரிகையின் பக்கம் 39 முதல் 42 வரையுள்ள பகுதிகளாகும். அதில் குறிப்பிட்டிருந்த சில தகவல்கள் மட்டும் வருமாறு:

*1991 – 1992*ஆம் நிதியாண்டிற்கு மூன்றுவித பற்றாக்குறைகள் இருப்பதாக மதிப்பிடப்பட்டுள்ளது. நிதிப் பற்றாக்குறை மதிப்பீடு

ரூ. *37,727* கோடி, வருவாய்ப் பற்றாக்குறை ரூ. *13,584* கோடி. வழக்கமான பட்ஜெட் பற்றாக்குறை ரூ. *7,719* கோடி. நிதிப் பற்றாக்குறை என்பது அரசு செலவு செய்யத் திட்டமிட்டுள்ள தொகைக்கும் வரி மற்றும் வரியில்லா வருவாய்க்கும் உள்ள வித்தியாசம். இதைச் சரிக்கட்ட அரசு கடன் வாங்கவேண்டும் அல்லது நோட்டு அச்சடிக்க வேண்டும் அல்லது இரண்டையும் செய்தாக வேண்டும். வெளிநாடுகளிடம் அரசு பட்டுள்ள கடன் ரூ. *1,20,000* கோடி. இது செலாவணி மதிப்பை குறைத்ததற்கு முன் இருந்த தொகை. உலகவங்கி கூறும் தொகை இன்னும் அதிகம். உள்நாட்டில் தன் மக்களிடம் அரசு வாங்கியிருக்கும், வாங்கவிருக்கும் கடன் ரூ. *3,20,000* கோடி. அத்தனைக் கடன்காரர் களும் ஒரே நாளில் வந்து கடனைத் திருப்பிக் கேட்டால் நம் தேசீய வருமானத்திற்குச் சமமான தொகையை அரசு கொடுக்க வேண்டியிருக்கும். அதாவது இந்த நாட்டின் ஒவ்வொரு ஆணும் பெண்ணும் குழந்தையும் தனது ஒரு ஆண்டுச் சராசரி வருமானத்தைத் தியாகம் செய்ய வேண்டியிருக்கும்

_விருட்சம்_ 18 –19, அக்டோபர் 92 – மே 93

அவரவர் வழி

வசதியாகவும் சுதந்திரமாகவும் பயணம் செய்துகொண்டிருந்த ரயில் பெட்டியில் இந்த நிலையத்தில் ஆட்கள் ஏறுவதைக் கண்டு நாகநந்தனுக்கு எரிச்சல் ஏற்பட்டது. அவன் மனைவி எதிரில் உள்ள உட்காருமிடத்தில் படுத்திருந்தாள். அவன் ஜன்னல் ஓரமாக உட்கார்ந்திருந்தான். அவன் மகள் அவனுக்குச் சற்று தள்ளி அமர்ந்து ஆங்கிலப் புத்தகம் படித்துக்கொண்டிருந்தாள். வெள்ளை நிறத்தில் ரத்தம் இல்லாதவள்போல் அவள் இருந்தாள். ஒரு பெண், ஒரு பையன், ஒரு சிறுமி அவன் இருந்த பெட்டியில் ஏறி அருகில் வந்தனர். அவன் மனைவியை எழச் சொன்னான். அவள் எரிச்சலுடன் எழுந்து ஜன்னல் ஓரமாக அமர்ந்துகொண்டாள். அவர்கள் உட்கார்ந்த பிறகுதான் கவனித்தான், அவள் ரஞ்சனி என்று.

ஆடைகளை சரிசெய்து நன்றாக உட்கார்ந்து கொண்டான். எதிர் பாராத இந்தச் சந்திப்பினால் அவள் முகம் குழம்பியிருந்தது. கண்களை கீழே இறக்கி ரவிக்கையை சரி செய்துகொண்டாள். எப்படி ஆரம்பிப்பது என்று தெரியாமல், "ஞாபகம் இருக்கா" என்றான். அவள் லேசாகச் சிரித்தாள். தன் மனைவியைப் பார்த்து, "இவங்க எங்க ஊர்க்காரங்க... எங்க அம்மாவும் இவங்க அம்மாவும் நல்ல பழக்கம், கோயம்புத்தூரில் இருக்காங்க" என்றான். "இல்லை... திருநெல்வேலியில்..." என்றாள் ரஞ்சனி. அவன் மனைவி அசமந்தமாகக் கொட்டாவி விட்டுக்கொண்டே கேட்டுக்கொண்டிருந்தாள்.

ரஞ்சனியின் ஒரு மகளுக்குத் திருமணம் ஆகிவிட்டது. பையன் எஞ்சினியருக்குப் படித்துக்கொண்டிருக்கிறான். விடுமுறைக்கு பேத்தியை வீட்டுக்கு அழைத்து வந்து மீண்டும் மகளிடம் விடுவதற்காக மதுரைக்கு வந்துகொண்டிருக்கிறார்கள். வீட்டுக்காரர் வியாபாரத்தில் பிஸியாக இருக்கிறார்.

நாகநந்தனுக்கு ஒரு மகள், ஒரு மகன். மகன் சென்னையில் கேட்டரிங் படித்துக்கொண்டிருக்கிறான். இந்தப் படிப்பு வேண்டாம் என்று சொல்லிக் கண்டித்தும் கேட்காமல் படித்துக் கொண்டிருக்கிறான். மகள் எம்.எஸ்.ஸி. கணக்கு படித்துக் கொண்டிருக்கிறாள்.

இந்த விசாரிப்புகளுக்குப் பின்னர் என்ன பேசுவதென்று தெரியவில்லை. ரஞ்சனி எழுந்து கழிவறைக்குச் சென்றாள். அங்கிருந்த கண்ணாடியில் பார்த்தாள். கூந்தலைச் சரி செய்தாள். முகத்தை அலம்பினாள். முந்தானையால் துடைத்துக் கொண்டாள். பொட்டை சரியாக வைத்துக்கொண்டாள்.

நாகநந்தன் ஜன்னல் வழியே பார்த்துக்கொண்டிருந்தான். காலம் கடந்துகொண்டே இருக்கின்றது. நாகநந்தனுக்கும் ரஞ்சனிக்கும் வயதாகிவிட்டது. அவளுக்குப் பேத்தியிருக்கிறாள். மகன் தடிமாடு மாதிரி உட்கார்ந்திருக்கிறான். தூக்கி வளர்த்த மகள் கல்லூரி மேற்படிப்பு படித்துக்கொண்டிருக்கிறாள். கடந்த காலமும் எதிர்காலமும் எல்லை தெரியாத துக்கக் கடலாகத் தெரிகிறது.

ரஞ்சனி உட்கார்ந்தாள். அவள் முகம் கழுவியிருந்ததை நாகநந்தன் கவனித்தான். காதோரங்களில் நரைத்திருந்தது. ரஞ்சனி பாட்டி, நாகநந்தன் தாத்தா என்ற வரிகள் மனத்தில் தோன்றின. ரயில் நின்றது. ஒரு பெரிய ஆலமரம் விழுதுகளுடன் நிற்பது ஜன்னல் வழியே தோன்றியது. அதன் கீழ் சிறுசிறு கூடாரங்களில் நாடோடிகள் தங்கியிருந்தனர். எவ்வளவு மனிதர்கள், மனுஷிகள் இந்த ஆலமரத்தடியில் என்னென்ன மனநிலைகளுடன் இருந்திருப்பார்கள். ரயில் கிளம்பியது.

எதிரெதிரே உட்கார்ந்திருப்பவர்கள் கண்கள் சந்தித்துக் கொள்ளாமல் இருப்பது முடியாத காரியமாகிக் கொண்டிருந்தது. கண்கள் சந்திப்பதில் மனத்தில் பெரும் ஞாபகக் குழப்பங்கள் ஏற்பட்டன. ஜன்னல் வழியாகவே பார்த்துக்கொண்டு வந்ததால் கழுத்து வலி ஏற்படுகிறது. அவளுடைய கூந்தல் நீளமானது.

நாகநந்தனின் மனைவிக்கு கழுத்து என்று ஒன்று இருப்பதாகவே தெரியவில்லை. தடிமனாக இருந்தாள். 'மகளை யாருக்குக் கட்டிக்

கொடுத்தீர்கள், எத்தனை பவுன் போட்டீர்கள், என்னவேலை, என்ன படிப்பு...' என்று ரஞ்சனியிடம் விசாரித்துக்கொண்டிருந்தாள்.

மோட்டார் சைக்கிளின் பின்னால் உட்கார்ந்திருக்கும் பெண், ஓட்டுபவனின் இடுப்பையோ தோளையோ பற்றியிருக்கும்போது எப்படி அவனால் ஒழுங்காக ஓட்ட முடியும் என்ற எண்ணம் நாகநந்தனுக்கு அப்போது ஏற்பட்டிருந்தது. ரஞ்சனி பின்னால் உட்கார்ந்து தோளைப் பற்றியிருக்கும்போது அப்படி ஒன்றும் தடுமாற்றம் ஏற்படவில்லை. மோட்டார் சைக்கிள் எப்படி எப்போதும் இல்லாத வகையில் லாவகமாக ஓடியது என்பதுதான் ஆச்சரியம். இது போன்று தனியாக வருபவர்களுக்கு வசதியாக இருக்கும் என்றுதான், அரசாங்கத்திலிருந்து பைபாஸ் சாலை அமைக்கிறார்கள் போல் இருக்கிறது. அவர்கள் இருவரும் ஒரு சிறுபாலத்தில் அமர்ந்தனர்.

"எங்கள் வீட்டில் உங்களைக் கல்யாணம் செய்துகொள்ள விட மாட்டார்கள். சாதிவிட்டு சாதிபண்ண விரும்பமாட்டார்கள்" என்றாள் ரஞ்சனி.

"அப்படி யென்றால் இந்த மோட்டார் சைக்கிளில் ஓடிப்போய் திருமணம் செய்துகொள்ளவேண்டியதுதான், அதற்காகத்தானே எங்கப்பா வாங்கிக் கொடுத்திருக்கிறார்" என்றான்.

"அதை நினைச்சால் பயமா இருக்கு, ரொம்ப கஷ்டப்படணுமே, ஏங்க ப்ரெண்ட்ஸ்கள் உதவி பண்ணுவார்களா?"

"கஷ்டப்பட்டாத்தான் இன்பமாக இருக்கும்"

மோட்டார் சைக்கிளில் வந்த இரண்டு காவலர்கள் வண்டியை நிறுத்தி இவர்கள் அருகில் வந்தார்கள், அதிகாரமாக விசாரித்தார்கள். "தள்ளிட்டு வந்திருக்கிறியா" என்றனர். அவன் முகவரியையும், அவள் முகவரியையும் வாங்கிக்கொண்டனர். "அப்பா என்ன செய்கிறார், எங்கு வேலை பார்க்கிறார்" என்று கேட்டனர். இருவரது சாதியையும் விசாரித்தனர். "இந்தச்சாதியும் அந்தச்சாதியும் சேருமா" என்றனர். "இந்தப் பெண்ணைக் காணோம் என்று இவள் அப்பன் புகார் கொடுத்தால் என்ன ஆகும் தெரியுமா?" என்று அவனைக் கெட்ட வார்த்தையில் திட்டினர்.

ரஞ்சனி பயந்துகொண்டே வீட்டிற்குத் திரும்பினாள். அடுத்தநாள் அவள் அஞ்சியபடியே வீட்டுச் சூழ்நிலை மாறி விட்டது.

"உங்களைக் கடைசியா பாத்து இருபத்தியஞ்சு வருஷம் இருக்குமா?" என்றான் நாகநந்தன். "இருக்கும்" என்றாள் ரஞ்சினி. கூந்தலை முன் புறம் தூக்கிப் போட்டாள். கூந்தல் அடர்த்தியாக இருந்தது. அவள் உடல் தளர்ந்துவிட்டது. முகத்தில் சுருக்கங்கள், கூந்தல் குறையவில்லை. அவளிடம் இருந்த வனப்பைக் காண்பிக்க என இந்த அடர் கூந்தலை தூக்கிப் போட்டாளா என்று தெரியவில்லை.

அவன் எழுந்து கழிவறைப் பக்கம் இருக்கும் கதவைத் திறந்து காற்று உடலில்பட நின்றான். சுகமாக இருந்தது. வாழ்க்கை சந்தோசமாக இல்லை என்ற உணர்வு அவன் மனத்தை அலைக்கழித்தது.

இரு குடும்பமும் இறங்கும்நேரம் நெருங்கிக்கொண்டிருந்தது. இந்த மன நெருக்கடியிலிருந்து விடுதலை அடையவேண்டும் என விரும்பியதால், விரைவில் இறங்கும் நிலையம் வரவேண்டும் என்று நினைத்தான். நிலையத்தை ரயில் நெருங்கும்போது இங்கிருந்து சென்று அவள் எதிரே உட்கார்ந்து கொள்ளலாம் என்றும் தோன்றியது.

நிலையம்நெருங்கியது, அவள் எதிரே உட்கார்ந்தான். அவள் ஜன்னல் வழியே பார்த்துக் கொண்டிருந்தாள். 'பல ஆண்டுகள் கழித்துப் பார்த்திருக்கிறேன், இனி நீ இறந்ததைக் கேட்பேனோ, அல்லது இன்னும் பல ஆண்டுகள் கழித்து இதேபோல் ஒரு சந்திப்பில் இன்னும் முற்றிய கிழவனாக, முற்றிய கிழவியாக உன்னைப் பார்ப்பேனோ' என்ற எண்ணம் அவனுள் ஓடி ரயில் நின்றதும் நின்றது.

மனைவியையும் மகளையும் கொண்டுவந்திருந்த சாமான்களை எடுத்துக்கொண்டு போகச் சொன்னான். ரஞ்சனியின் மகனிடம் முன்னால் போகச் சொன்னான், பின்னர் ரஞ்சனியைப் போகச் சொன்னான். ரஞ்சனி நடக்கும்போது அவள் பின்புறத்தில் லேசாகத் தட்டினான். அவள் திரும்பிப் பார்த்து அவனை முன்னால் போகச்சொல்லி இடம் விட்டாள், அவன் முன்னால் சென்றபோது அவள் அவன் பின்புறத்தில் லேசாகத் தட்டினாள்.

ரயிலை விட்டிறங்கினர், விடைபெற்றுக்கொண்டு அவரவர் வழியில் சென்றனர்.

உன்னதம், ஜூன் – ஜூலை 2006

இடப்பக்க மூக்குத்தி

அப்பா இறந்து காரியம் முடிந்துவிட்டது. அவரது பீரோவில் வைத்திருந்த, அலுவலகம் சம்பந்தப்பட்ட பேப்பர்களை என்ன செய்வது என்று தெரியாமல், ஒரு பெட்டியில் போட்டு அடைத்து வைத்தேன். என் அப்பாவின் திருமண ஆல்பம் உள்ளிட்ட பல ஆல்பங்கள் இருந்தன. லாக்கரில், அப்பாவிற்குத் தாத்தா எழுதிய கடிதங்கள் மற்றும் சில குடும்ப விவகாரக் கடிதங்கள் இருந்தன. அப்போது அவரது கல்விச் சான்றிதழ்கள் அடங்கிய பையின் ஊடே ஒரு பெண்ணின் இரு போட்டோக்கள் இருந்ததைப் பார்த்தேன். ஒரு போட்டோ நேர்த் தோற்றத்திலும், இன்னொரு போட்டோ பக்கவாட்டுத் தோற்றத்திலும் இருந்தது. இடது மூக்கில் முக்குத்தி இருந்தது. பிராமணப் பெண்ணின் சாயல் இருந்தது.

நான் அம்மாவிடம் காட்டினேன். அம்மா பார்த்துவிட்டு 'தெரியலையே' என்றாள். அம்மா மனத்தில் அந்த போட்டோ சஞ்சலத்தை ஏற்படுத்தி யிருக்கும் என்று எனக்குத் தோன்றியது. அம்மா, அமைதியாக ஏதோ சிந்தித்துக்கொண்டிருந்தார்.

"ரொம்ப காலம் வெளியூரில்தான் வேலை பார்த்தார்" என்றாள் அம்மா.

"அப்படியெல்லாம் இருக்காது" என்றேன்.

"உலகமே நாடக மேடை மாதிரி தோணுது" என்றாள். பிறகு அந்த போட்டோக்களை வாங்கி மீண்டும் ஒரு தடவை கூர்ந்து பார்த்தாள்.

"தெரியலையே" என்று கூறி என்னிடம் திரும்பக் கொடுத்தாள்.

"அம்மா ஏதும் கன்னா பின்னான்னு யோசிக்காதே. கூட வேலை பார்த்த பொண்ணா இருக்கும்" என்றேன்.

அம்மா எழுந்து முன்னறைக்குச் சென்றாள். அம்மாவின் இடது மூக்கிலும் மூக்குத்தி இருந்தது. அக்காக்களிடம் காண்பிக்காமல் அந்த போட்டோக்களை எடுத்து என் டைரியில் வைத்துக்கொண்டேன்.

நான் இப்போது பஸ்ஸில் சென்றுகொண்டிருக்கிறேன். அவர் வேலை பார்த்த ஊரில் இருந்த அவருடைய நண்பரான ராபின்சனைப் பார்க்கச் சென்றுகொண்டிருக்கிறேன். என் அப்பா நோயுற்றிருந்தபோது, அவரைக் காண்பதற்காக அவர் வந்திருந்தார். அவரைக் காண வருவதை அலைபேசியில் தெரிவித்திருந்தேன். அவர் வரச்சொல்லியிருக்கிறார். வீட்டு முகவரியையும், வீட்டிற்கு வந்து சேர்வதற்கான நில அடையாளத்தையும் கூறியிருந்தார்.

வீட்டை அடைத்தேன். கேட்டை நெருங்கும்போது நாய் குரைக்கும் சத்தம் கேட்டது. நான் அலைபேசியில் ராபின்சனைத் தொடர்பு கொண்டு நாயைக் கட்டி வைக்குமாறு கூறினேன். அவர் "டோனியக் கட்டித்தான் வைத்திருக்கிறேன். அவன் அப்படித்தான் குரைப்பான். பயமில்லாம வாங்க" என்றார். நான் கேட்டைத் திறந்தேன். கட்டப்பட்டிருந்த நாய் எம்பி எம்பிக் குரைத்தது. உள்ளிருந்து வந்த ராபின்சன், டோனியை அதட்டினார். அவரைப் பார்த்ததும் உடம்பைக் குழைத்து வாலை ஆட்டியது டோனி.

நான் வீட்டினுள் சென்று உட்கார்ந்தேன். ராபின்சன் பெரிய உருவம். லுங்கி, பனியன் அணிந்திருந்தார். சிலுவை தொங்கும் செயின் அணிந்திருந்தார். நான் அவரிடம் அப்பாவின் இறப்புச் சான்றுக்கு விண்ணப்பித்திருப்பதாகவும், பிறகு வாரிசுச் சான்றுக்கு விண்ணப்பிக்க இருப்பதாகவும் தெரிவித்து, அம்மா பெயருக்கு ஓய்வூதியத்தை மாற்றுவதற்கான நடைமுறைகள் தொடர்பாக விசாரித்தேன். அவர் அதுபற்றி விரிவாகக் கூறினார். பின் என் குடும்பம் பற்றி விசாரித்தார். நான் அவர் குடும்பம் பற்றி விசாரித்தேன். அவர் கூறினார்.

அவருக்கு நான்கு பெண்கள். இரண்டு பெண்களுக்குத் திருமணம் செய்து கொடுத்துவிட்டார். இன்னுமொரு பெண்ணுக்குத் திருமணம் செய்து கொடுத்துவிடலாம். ஆனால் அதற்கடுத்த பெண்ணிற்குத் திருமணம் செய்து கொடுக்க வசதியில்லை என்றார். "நாலும் பொட்டையாப் பிறந்திருச்சு" என்றார். மாப்பிள்ளை வீட்டாரின் எதிர்பார்ப்பு அதிகமாக

பின் நவீனத்துவவாதியின் மனைவி

இருப்பதால் அமைய மாட்டேனென்கிறது என்றார். கடைசிப் பெண் “ஏன் என்னைப் பெத்தீங்க. பிறந்தப்பவே கொன்னுருக்க வேண்டியதுதானே” என்று சொல்கிறாள் எனக் கண்கலங்கினார்.

நான் அவர் மனைவி பற்றி விசாரித்தேன். மனைவிக்கு அடிக்கடி முடியாமல் போவதாகவும், தற்போது அவளுடைய தங்கை மகளுக்குக் குழந்தை பிறந்திருப்பதால், குழந்தையைப் பார்க்க மருத்துவமனைக்குச் சென்றிருப்பதாகவும் கூறினார். நான் கொண்டுவந்திருந்த பையில் இருந்த அந்த இரண்டு போட்டோக்களை எடுத்து அவரிடம் தந்தேன். அவர் என்ன என்பது போல் என்னைப் பார்த்தார்.

“அப்பாவோட பீரோ லாக்கர்ல இருந்தது. யாருன்னு தெரியுதா?” என்றேன்.

“இவ ரோசலின் இல்லையே. அவர் ரோசலினோடதான் சிரிச்சு குளோஸப் பழகுவார். ஆனா இந்த போட்டோவில இருக்கிறது அவ இல்லியே. யாருன்னு தெரியலையே” என்றார் ராபின்சன்.

“நீ ஒன்னு செய். செல்லத்துரைன்னு உங்க அப்பா பிரண்டு ஒருத்தரு இங்கேதான் இருக்காரு. நீ போயி அவரைப் பாரு. அவருக்குத் தெரிஞ்சிருக்கும்” என்று செல்லத்துரை வீட்டிற்குச் செல்லும் வழி, அவருடைய அலைபேசி எண் ஆகியவற்றைக் கூறினார்.

வாசல்வரை ராபின்சன் வந்தார். டோனி என்னைப் பார்த்துக் குரைத்து, அவரைப் பார்த்து வாலை ஆட்டியது.

அலைபேசியில் செல்லத்துரையிடம் பேசிவிட்டு, அவர் வீட்டை நோக்கிச் சென்றேன். அவர் வீட்டிற்கான வழி குழப்பமானதாக இருந்தது. விசாரித்து, விசாரித்துச் சென்றேன். அவர் வீட்டு வாசலில் நின்றிருந்தார். என்னை வீட்டின் உள்ளே அழைத்துச் சென்றார். உட்கார்ந்தோம். பரஸ்பர விசாரிப்புக்குப் பின், போட்டோக்களை எடுத்து அவரிடம் கொடுத்தேன். “என் அப்பாவின் பீரோ லாக்கரில் இந்த போட்டோக்கள் இருந்தன. உங்களுக்கு யார்னு தெரியுமா? என்று அவரிடம் கேட்டேன்.

“அவர் தப்பான வழிக்கு போற ஆள் இல்லை. நீ ஏன் இதைத் தூக்கிட்டு அலையறே, அவரே போயிட்டாரு” என்றார். பிறகு “போட்டோவிலே இருக்கறது யாருன்னு தெரியலே. அழகா இருக்காங்க” என்றார்.

“இந்த போட்டோவுக்குப் பின்னால் ஒரு கதை இருக்குன்னு நினைக்கிறேன். அதான் உங்களுக்குத் தெரிஞ்சிருக்குமோன்னுதான் வந்தேன்” என்றேன்.

“அதைத் தெரிஞ்சு உனக்கு என்னாகப் போகுது?” என்றார் செல்லத்துரை.

அப்போது ஒரு பெண் காபி கொண்டுவந்து வைத்துச் சென்றாள். கவரும் தோற்றத்தில் இருந்தாள். “என் மகள் அனுசுயா” என்றார் செல்லத்துரை.

“இவுங்க கல்யாணத்துக்கு நானும் அப்பாவும் வந்திருந்தோம்” என்றேன்.

“ஆமா, அவ வாழ்க்கை சரியா அமையலே. மாப்பிள்ளை ஒரு குடிகாரப் பய. வந்துட்டா. என் வீட்டுக்காரம்மா இறந்து ரெண்டு வருஷம் ஆகுது. மகளுக்கு நான் துணை, எனக்கு அவ துணை. பேரன் ஸ்கூலுக்குப் போயிருக்கான்” என்றார்.

இதை அவர் என்னிடம் சொல்ல வேண்டியதில்லை. ஏதோ ஆற்றாமை, தனிமை உணர்வு என்று நினைத்துக்கொண்டே அவர் பக்கத்திலிருந்த ஸ்டூலில் வைத்திருந்த போட்டோக்களை எடுத்துக் கொண்டேன். அவரிடம் விடைபெற்றுக்கொண்டேன். அவர் மகள் உள்ளிருந்து எட்டிப்பார்த்தாள்.

எனக்கு பியர் குடிக்க வேண்டும் போலிருந்தது. ஆட்டோவைப் பிடித்து ஒரு நல்ல பார் உள்ள ஹோட்டலுக்குப் போகச் சொன்னேன். ஆட்டோக்காரர் அழைத்துச்சென்ற ஹோட்டல் எடுப்பாக இருந்தது. பார் சுத்தமாகவும் நேர்த்தியாகவும் இருந்தது. நான் ஒரு இடத்தைத் தேர்வு செய்து அமர்ந்தேன். பியர் கொண்டு வரச்சொன்னேன்.

பியர் வந்தது. பியரை அருந்திக்கொண்டே அந்த போட்டோக்களை எடுத்துப் பார்த்தேன். கலர் போட்டோக் களுக்கு இல்லாத அழகும் கூர்மையும் கருப்பு வெள்ளை போட்டோக்களுக்கு இருக்கிறது. அடர்த்தியான கருங்கூந்தல். மை தீட்டிய கண்கள் மினுங்கின. உதட்டின் சிரிப்பு முகம் முழுவதும் பிரதிபலித்திருந்தது. இடது பக்க மூக்குத்தி பளீரென இருந்தது. பக்கவாட்டுத் தோற்றத்தில் இருந்த போட்டோ இடப்பக்க மூக்குத்தியுள்ள முகத்தைப் பிரதானமாக் காட்டுவதற்கு எடுத்தது போலிருந்தது. அதிலும் உதட்டுச் சுழிப்பில் சிரிப்பு இருந்தது.

போட்டோக்களைப்பார்த்துக்கொண்டே இருந்தேன். பின்னர் பையில் வைத்தேன். இரண்டு பாட்டில் பியருக்கு மேல்

குடிக்க முடியவில்லை. பில்லைக் கொடுத்துவிட்டு வெளியே வந்து நடந்தேன். ஹோட்டலுக்குச் சற்று தள்ளி ஒரு போட்டோ ஸ்டூடியோ கண்ணில் பட்டது.

கருப்பு வெள்ளை புகைப்படம் மட்டும் எடுக்கப்படும் என்ற பலகை ஸ்டூடியோ முன்பாக வைக்கப்பட்டிருந்தது. இந்தக் காலத்தில் இப்படியொரு ஸ்டூடியோவா என்ற எண்ணம் ஏற்பட்டு உள்ளே எட்டிப் பார்த்தேன். ஐந்து பேர் ஏற்கனவே உட்கார்ந்திருந்தார்கள். என்னைப் பார்த்ததும் கவுண்ட்டரில் இருந்தவர் விசாரிக்க, நான் பாஸ்போர்ட் அளவுப்படம் வேண்டும் என்றேன். “நீங்கள் ஆறாவது ஆள். சற்றுப் பொறுத்திருங்கள்” என்றான்.

அங்கு இருந்த ஒரு ஆல்பத்தை எடுத்துப் புரட்டினேன். அனைத்தும் கருப்பு வெள்ளைப் படங்கள். அழகாகவும் நேர்த்தியாகவும், ஆண்களும் பெண்களும் அதில் தெரிந்தார்கள். நான் ஆல்பத்தை வைத்துவிட்டு, இன்னொரு ஆல்பத்தை எடுத்துப் புரட்டினேன்.

என்ன ஆச்சரியம். நான் வைத்திருக்கும் அதே இரண்டு போட்டோக்கள் இந்த ஆல்பத்தில் இருந்தன. மீண்டும் நன்றாகப் பார்த்தேன். அதே போட்டோக்கள்தான்.

ஒரு விசித்திரமான இடத்தில் இருக்கும் உணர்வு எனக்கு ஏற்பட்டது. கவுண்ட்டரில் மேஜிக் நிபுணன் தோற்றத்தில் இப்போது ஒருவன் நின்றிருந்தான். நீளத் தொப்பி, கோட்சூட் அணிந்திருந்தான். நான் அவனிடம் சென்றேன். அவன் தொப்பியை எடுத்து மீண்டும் வைத்தான். தொப்பிக்குள்ளிருந்து புறா ஒன்று வெளியேறி அறையில் தடுமாறி சிறகடித்து, வாயில் வழியாகப் பறந்து சென்றது. அவன் மேசையில் இருந்து கோலை எடுத்துக் கையில் வைத்துக்கொண்டு என்னைப் பார்த்தான்.

நான் ஆல்பத்திலிருந்த போட்டோக்களைக் காண்பித்து, போட்டோவிலிருக்கும் பெண்ணைத் தெரியுமா என்று கேட்டேன். தனக்கு முன்னால் தன்னுடைய தந்தை இந்தத் தொழிலைக் கவனித்துக் கொண்டிருந்ததாகவும், அவருக்குப் பின்னால் இந்தத் தொழிலுக்குத் தான் வந்தபோதே அந்தப் போட்டோக்கள் இருந்ததாகவும் யாரென்று தெரியாது என்றும் கூறினான்.

உங்கள் தந்தையிடம் கேட்டால் யாரென்று கண்டுபிடிக்க முடியுமா என்று நான் கேட்டேன். அவர் இறந்துவிட்டார் என்று அவன் சொன்னான். மேலும் அவன் கூறினான். நீங்கள் குறிப்பிடும் இந்த போட்டோக்கள் நூற்றுக்கணக்கான தடவை காணாமல் போயிருக்கின்றன. வருகிறவர்கள், இந்தப் போட்டோக்களை

மட்டும் குறித்து வைத்து எடுத்துச் செல்கிறார்கள். நான் மீண்டும் மீண்டும் பிரிண்ட் போட்டு வைத்துக்கொண்டிருக்கிறேன். யாராவது இந்தப் போட்டோக்களை எடுப்பதை நான் சமயங்களில் பார்த்தாலும், பார்க்காதது மாதிரி இருந்துவிடுவேன்.

அந்தப் போட்டோக்கள் நிறைய வாடிக்கையாளர்களை வரவழைக்கிறது. உனக்கு முன்னால் வந்த ஐந்து பேரும் இந்த போட்டோக்களைப் பற்றி விசாரித்தவர்களே. இனி வருபவர்களும் இந்த போட்டோவைப் பற்றி விசாரிப்பார்கள். அவள் யாரென்று உங்களுக்கு அவசியம் தெரிய வேண்டுமென்றால் நான் உங்களுக்குச் சொல்கிறேன். “அவள் ஆண்களின் ரகசிய வேட்கை.” அவன் இதைச் சொல்லியபடி கைகளை அசைத்தான். ஒரு ரோஜாப்பூ அவன் உள்ளங்கையில் இருந்தது. அதை என்னிடம் கொடுத்தான். நான் வாங்கிச் சட்டைப் பையில் வைத்துக்கொண்டேன்.

அவன் கோலை எடுத்து மூன்று தடவை சுற்றினான். நான் உட்பட அங்கு போட்டோ எடுக்க வந்திருந்தவர்கள் அனைவரும் வயதான தோற்றத்திற்கு மாறினோம். அங்கிருந்த கண்ணாடி களில் ஒருவருக்கொருவர் இடித்துக்கொண்டு தோற்றத்தைப் பார்த்தோம். அந்தத் தோற்றத்தில் என்னைப் பார்க்க எனக்குப் பாவமாக இருந்தது.

வயதான தோற்றத்தில் போட்டோ எடுக்க விரும்புகிறவர்கள் எடுத்துக்கொள்ளலாம். இப்போதிருக்கும் தோற்றத்திலேயே போட்டோ எடுத்துக்கொள்ள விரும்பினால், இந்தக் கோலைத் தொடுங்கள். நீங்கள் உங்கள் பழைய தோற்றத்திற்கு வந்து விடுவீர்கள். வயதான தோற்றத்தில் போட்டோ எடுத்துக்கொள்ள விரும்புபவர்கள் போட்டோ எடுத்த பின்னர் பழைய தோற்றத்திற்கு மாறிவிடுவார்கள் என்றான்.

இருந்த ஐந்து நபர்களும் வயதான தோற்றத்தில் எடுக்க விரும்பவில்லை. என்று கூறினார்கள். நானும் எனக்கு விருப்ப மில்லை என்று கூறி கோலைத் தொட்டேன். பழைய தோற்றத்திற்கு மாறிவிட்டேன்.

நான் என்னுடைய தோற்றத்திலேயே போட்டோ எடுத்து பிரிண்ட் போட்டு வாங்கிக்கொண்டேன். அழகாகவும், வித்தியாச மாகவும், திருத்தமாகவும் இருந்தேன். உன்னிடம் இருக்கும் அந்தப் பெண்ணின் போட்டோக்கள்தான், உன்னை இங்கு வரவழைத்தது. இன்னும் பலரை அன்றாடம் வரவழைத்துக் கொண்டிருக்கும் என்றான் அவன்.

நான் ஸ்டூடியோவைவிட்டு வெளியேறி பஸ்நிலையத்தை நோக்கி நடந்தேன். பஸ்ஸில் ஏறி வீட்டையடைந்தேன்.

வீட்டிற்குள் நுழைந்தேன். அம்மா முன் அறையில் உட்கார்ந்திருந்தாள். என்னைப் பார்த்ததும் "ரொம்ப நேரமாச்சே" என்றாள். நான் "ஆமாம்" என்று சொல்லி என் அறைக்குச் சென்று வேட்டி கட்டிக்கொண்டு முன்னறைக்கு வந்தேன். அம்மா "ஊருக்குப் போனியா, ராபின்சனைப் பாத்தியா?" என்றாள். "ஊருக்கும் போகலை, ராபின்சனையும் பாக்கலை. வேற வேலை வந்துருச்சு அங்கே போயிட்டு வர்றேன்" என்றேன்.

அம்மா "போட்டோவுல இருக்கற பொண்ணு" என்று இழுத்தாள். அப்போது இடது பக்கத்தில் மூக்குத்தி குத்தியிருந்த அம்மாவின் முகத்தைப் பார்த்தேன். அம்மாவை அந்தப் பெண்ணாக மாற்ற அப்பா நினைத்திருப்பாரோ என்று எனக்குத் தோன்றியது.

"அந்தப் பெண்ணைப் பத்தி யோசிக்காதே. இத்தோடு விட்ரு" என்று அம்மாவிடம் சொன்னேன். என் மனத்திற்குள் "ஆண்களின் ரகசிய வேட்கை" என்று கூறிக்கொண்டேன். நான் உள்ளே சென்று சட்டைப் பையில் இருந்த ரோஜாவை எடுத்து "அப்பா படத்துக்கு முன்னாலே வை" என்று அம்மாவிடம் கொடுத்தேன். அவள் அந்த ரோஜவை அப்பா படத்தின்முன் வைத்தாள். அவள் திரும்பியபோது இடப்பக்க மூக்குத்தி மின்னியது.

உயிர்மை, **மார்ச் 2017**

காலத்தின் அலமாரி

1

மேஜையிலிருந்த இன்டர்காம் ஒலித்தது. ஜெனரல் மிகிமா படுக்கையிலிருந்து எழுந்து அதை எடுத்தார். மறுமுனையிலிருந்து பேசிய உதவியாளர், நிர்வாகச் செயலர் ஜெனரலைப் பார்க்க வந்திருப்பதாகத் தெரிவித்தார். 'அவசரமா?' என்று கேட்டார். மேற்குப்பகுதியில் கலவரம் ஏற்பட்டு, அது தொடர்பான செய்தியுடன் வந்திருப்பதாக உதவியாளர் தெரிவித்தார். 'சரி. இருக்கச்சொல், அழைக்கிறேன்' என்று இன்டர்காமை வைத்துவிட்டார். அலுப்புடன் படுக்கை யில் உட்கார்ந்தார். நேற்று இரவு அவருக்குச் சரியான தூக்கமில்லை. எழுந்து முகத்தைக் கழுவினார். பதக்கங்களுடன் கூடிய கனத்த ஆடைகளை அணிந்து கண்ணாடியில் தோற்றத்தைச் சரிசெய்துகொண்டார். அறையிலிருந்த ஒரு கதவைத் திறந்து இன்னொரு அறைக்குச் சென்றார்.

கதவைத் திறந்து நிர்வாகச் செயலர் உள்ளே நுழைந்தார். மேஜைக்குப் பின்னே, கம்பீரத்தையும் பீதியையும் உருவாக்கும் தோற்றத்தில் அமர்ந்திருந்தார் ஜெனரல் மிகிமா. நிர்வாகச் செயலர், வணக்கம் தெரிவித்து அசௌகரியமான முறையில் அமர்ந்தார். முகத்தில் புன்னகைக்க முயற்சி செய்தபடி, 'மேற்குப் பகுதியில் கலவரம் ஏற்பட்டு, தற்போது அமைதி நிலவுகிறது. கலவரத்தில் ஈடுபட்ட இருபத்தி ஐந்து நபர்களும், நம் தரப்பில் ஒரு இராணுவ வீரரும் இறந்துவிட்டனர்' என்றார்.

ஜெனரலின் முகத்திலிருந்து அவரை அறியத் தடுமாறிய நிர்வாகச் செயலர், கையிலிருந்த சில குறிப்புகளைப் பார்த்தவாறு கூறினார். 'இந்த மாதத்தில் இது வரை கலவரம் ஏற்படவில்லை. மாதம் முடிய இரண்டு தினங்கள் இருக்கும்போது இவ்வாறு நடந்துவிட்டது. இதற்கு முந்தைய மாதங்களில் கலவரங்களில் இறந்தவர்களின் எண்ணிக்கையை ஒப்பிடும்போது இது குறைவு. கடந்த இரண்டு மாதங்களாகக் கலவரங்களில் இறப்பு இல்லை. அதற்கு முன்பு ஐம்பத்தி ஏழு நபர்களும், அதற்கு இரண்டு மாதங்களுக்கு முன்பு முப்பத்தி ஆறு நபர்களும் இறந்துள்ளனர்' என்றார். ஜெனரல் 'எப்படி சம்பவம் நடந்தது?' என்று கேட்டார். 'சிலர், ஒரு இராணுவ வீரரைக் கேலி செய்ததைத் தொடர்ந்து வாக்குவாதம் ஏற்பட்டு, பின்னர் பெரிதாகிவிட்டது' என்றார் நிர்வாகச் செயலர்.

'கலவரத்திற்குக் காரணமானவர்களைக் கண்டறிந்து கைது செய்யச் சொல்லுங்கள். மீண்டும் கலவரம் ஏற்படாமல் பார்த்துக்கொள்ளச் சொல்லுங்கள். மேற்குப் பிராந்தியத் தளபதியிடமும், மாவட்ட நிர்வாகத்திடமும் என் அதிருப்தியைத் தெரிவியுங்கள். அரசின் திட்டங்கள் பற்றி அதிக அளவில் விளம்பரம் செய்யுங்கள்' என்றார் ஜெனரல்.

2

மாவட்டத் தளபதியும் மாவட்ட நிர்வாகியும் பதற்றத்துடன் தங்கள் கீழுள்ள அதிகாரிகளை விரட்டிக் கொண்டிருந்தனர். மேற்குப் பிராந்தியத் தளபதி இன்று பிற்பகல் வருவதாகத் தகவல் வந்திருந்தது. மாவட்ட நிர்வாகி அதிகாரிகளைத் திட்டிக்கொண்டிருந்தார். 'மேலிடம் வரைக்கும் தகவல் சென்றுவிட்டது. தற்போது போராட்டம் செய்தவர்களில் இறந்தவர்களின் எண்ணிக்கை இருபத்தி ஐந்து நபர்கள் அல்ல; இருபத்தி நான்கு நபர்கள்தான் என்றால் என்ன செய்வது? நிர்வாகத்தின் திறன் கேலிக்குரியதாகிவிட்டது. பிழை என்று சொல்வதற்குப் பதிலாக நான் இறந்துவிடலாம்' என்றார் மாவட்ட நிர்வாகி.

'எப்படிப் பிழை ஏற்பட்டதென்றே தெரியவில்லை. எப்படியோ, எங்கோ பிழை ஏற்பட்டுவிட்டது. மேற்குப் பிராந்தியத் தளபதி வருவதற்குள் அனைத்தையும் சரிசெய்து விடலாம்' என்றார் ஓர் அதிகாரி.

'மேற்குப் பிராந்திய இராணுவத் தளபதி இன்று பிற்பகல் மூன்று மணிக்கு வருகிறார்' என்றார் மாவட்டத் தளபதி.

3

Experiences of Famous Reporters என்ற புத்தகம் லண்டனில் உள்ள *Swan Publication* வெளியீடு. அப்புத்தகம் பல நாட்டு நிருபர்களின் வித்தியாசமான அனுபவங்களின் தொகுப்பு. அதில் போர்ச்சுகல் நாட்டைச் சார்ந்த பிலிப் சில்வி, கம்பாதிரா நாட்டைப் பற்றியும் ஒரு குறிப்பிட்ட நிகழ்ச்சியில் தனக்கு ஏற்பட்ட அனுபவங்கள் பற்றியும் எழுதியிருக்கிறார். கம்பாதிரா நாடு, மொஸாம்பிக் நாட்டிற்கும் மடகாஸ்கர் நாட்டிற்கும் இடையே அமைந்துள்ள ஒரு குட்டித்தீவு. பேசப்படும் மொழி கமஸ் மற்றும் போர்ச்சுகிஸ். அவர் எழுதியிருந்ததில் ஒரு பகுதி வருமாறு:

'... மொஸாம்பிக் நாட்டிலிருந்த என் நண்பன் ஆடம்சனைப் பார்த்துவிட்டு, அங்கிருந்து கம்பாதிரா நாட்டிற்கு, அந்நாட்டில் இருபத்தியேழு ஆண்டுகளுக்கொரு முறை நடை பெறும் பாறைமிதித் திருவிழா பற்றி செய்திகள் சேகரிக்கச் சென்றிருந்தேன்.

கம்பாதிரா நாட்டு மக்களின் பழக்க வழக்கங்கள், அவர்களின் மதம் சார்ந்த ஈடுபாடுகள் எனக்கு வினோதமாகத் தெரிந்தன. அனேகமாக எல்லா இடங்களிலும், சிகரெட் விற்கப்படும் டீக்கடை இருந்தது. டீக்கடைகளில் நேரங்காலம் இல்லாமல் மக்கள் டீ குடித்துக்கொண்டிருந்தனர். எந்த நேரத்திலும் யாராவது ஒருவன் டீ குடித்துக்கொண்டிருந்தான். குக்கிராமத்தில்கூட டீக்கடை இருந்தது. பல இடங்களில், குடித்த கிளாஸை வாளித்தண்ணீரில் முக்கி நனைத்து எடுத்து அடுத்தவனுக்கு டீ கொடுத்துக்கொண்டிருந்தனர். குடித்த கிளாஸைக் கழுவுகிற வேலையே இருப்பதாகத் தெரியவில்லை.

அந்நாட்டு மக்கள் பலவகையான கடவுள்களை வணங்கிக் கொண்டிருந்தனர். தென்னை மரங்கள், பப்பாளி மரங்கள், பனை மரங்கள், ஆலமரங்கள், வேப்ப மரங்கள், அரச மரங்கள் ஆகியவையும் அவர்கள் வழிபாட்டுக்குரியனவாக இருந்தன. இதே போல் எலி, நாய், யானை, சிறுத்தை, சிம்பன்ஸி, பசு, பாம்பு, மயில், புறா, குதிரை, சேவல் ஆகியவற்றின் உருவங்களும் வழிபாட்டுக்குரியனவாக இருந்தன. இந்த மிருகங்களையும் பறவைகளையும் வழிபட்ட போதிலும், இவற்றை வேட்டை யாடிக் கொண்டும் இருந்தனர். இரண்டும் ஒன்றுக்கொன்று தொடர்பில்லாதது என்ற மனோநிலையை மக்கள் கொண்டிருந் தனர். பல கடவுள் வடிவங்கள், மனித மிருக உருவங்களின் இணைப்பாக இருந்தன. உதாரணமாகப் பாம்புத் தலையும் பெண் உடம்பும் கொண்ட வடிவம். மனித முகமும் சிறுத்தை உடலும் கொண்ட வடிவம்.

மனித உருவங்களாகவே காணப்பட்ட கடவுள்களுடன் ஏற்கனவே குறிப்பிடப்பட்ட ஏதேனும் ஒரு பறவை அல்லது மிருகம் இருந்தது. சில மனித உருவங்கள் ஆடை ஆபரணங்களுடனும், சில வேடர்களின் நாடோடித் தோற்றங்களுடனும் இருந்தன. அனைத்து மனித உருவங்களுடைய கடவுள்களும் ஏதேனும் ஓர் ஆயுதத்தைக் கையில் ஏந்தியிருந்தனர். பெரும்பாலும் ஈட்டி காணப்பட்டது.

நான்கு கடவுள்கள் முக்கியமாகக் கருதப்பட்டனர். இந்நான்கு கடவுள்களும் நான்கு சகோதரிகளைத் திருமணம் செய்துகொண்டவர்கள். இந்நான்கு சகோதரிகளும் ஒருவருக்கொருவர் பூசலிட்டுக் கொண்டது பற்றிய கதைப்பாடல்கள் புழக்கத்திலிருந்தன. நான்கு கடவுள்களில் சிங்கத்தைக் கையிடுக்கில் வைத்திருக்கும் கடவுள் ஜிகாபியே பிரதானமான கடவுளாகக் கருதப்பட்டிருந்தார். மனைவியைத் தோளில் சுமந்திருக்கும் கடவுள் பகாருமா அடுத்தாற்போல் பிரதானமாகக் கருதப்பட்டிருந்தார். நான்கு கடவுள்களின் மனைவிகளான சகோதரிகள் நால்வரும் கடவுள்களாகக் கருதப்பட்டனர். இச்சகோதரிகளின் அழகு பற்றி புழக்கத்திலிருக்கும் பாடல்கள் ரசமானவை. நான்கு சகோதரிகளும் வெவ்வேறு வகையான நடனங்களில் தேர்ச்சி பெற்றவர்களாகவும், அவற்றிற்கான குறியீடாகவும் கருதப்பட்டு வழிபடப்பட்டனர். வழிபாட்டு ஸ்தலங்களில் ஆண் கடவுளையும் பெண் கடவுளையும் இரவில் ஒரே கட்டிலில் வைத்து கதவைப் பூட்டி விடுவார்கள்.

நான்கு கடவுள்களும், இரண்டாவதாக ஒரு பெண்ணைக் காதலித்துத் திருமணம் செய்துகொண்டிருந்தனர். இக்காதல் சம்பவங்களை நாடகங்களாக நடத்தியும், பாடல்களாக இயற்றியும் மக்கள் ரசித்துக்கொண்டிருந்தனர்.

பூசாரிகள், சமூகத்தில் செல்வாக்கும் அதிகாரமும் உடையவர்களாக இருந்தனர். அவர்கள் நிலப்பிரபுக்களாகவும் இருந்தனர். ஒரு குடும்பத்தில் நடைபெறும் சுப நிகழ்ச்சிகள் அனைத்தும் பூசாரியின் ஆசிர்வாதத்துடனேயே நடக்கிறது. தங்கள் சின்னமான ஈட்டியை அடையாளத்திற்காகக் கன்னங்களில் வரைந்துகொள்ளும் பழக்கம் அவர்களுக்கு இருந்தது.

சில பிரிவு மக்களிடம் கணவன் இறந்ததும், அவனுடைய மனைவி அல்லது மனைவிகள் உயிருடன் சவப்பெட்டியில் அடைக்கப்பட்டு, இறந்த கணவனின் அருகிலேயே புதைக்கப் படும் பழக்கமிருந்ததாக நான் அறிந்தேன். இச்சடங்கைத் தெய்வத்திற்கான சடங்காக நடத்தி சம்பந்தப்பட்ட பெண்ணிற்கு

உன்னத பதவியேற்கும் மனோநிலை உருவாக்கப்படுவதாகவும் அறிந்தேன்.

ஏப்ரல் 27ஆம் தேதி பாறை மிதித் திருவிழா நடைபெற இருந்தது. கமாஜியா என்ற நகரின் வெளிப்புறப் பகுதியில் விஸ்தீரணமான பாறைத்தொடர் உள்ளது. அதிக உயரமற்ற இந்தப் பாறைத்தொடர், ஒரு காலத்தில் மிக உயரமான மலைத்தொடராக இருந்ததாகவும், திடீரென அம்மலையிலிருந்து நெருப்பு பொங்கி விழத் துவங்கியதாகவும் பெருங் கடவுளான ஜிகாபியே தோன்றி தன் கால்களால் மிதித்து அம்மலைத்தொடரைப் பூமிக்குள் அழுத்திவிட்டதாகவும் கதை புழக்கத்தில் இருந்தது. இருபத்தியேழு ஆண்டுகளுக்கொரு முறை நடைபெறும் இவ்விழாவில் குறிப்பிட்ட நாளன்று, லட்சக்கணக்கான மக்கள் கூடி அப்பாறைத் தொடரில் மிதித்துக் குதிப்பார்கள். இதன் மூலம் தங்களைப் பிடித்துள்ள தீமைகள் விலகி நன்மைகள் ஏற்படும் என்ற நம்பிக்கை அவர்களுக்கு இருந்தது.

பாறை மிதித் திருவிழா நடைபெற இருந்த நாளுக்கு மூன்று மாதங்களுக்கு முன்பிருந்தே பாறைத்தொடரில் இருந்த முட்செடிகள், தாவரங்களைச் சுத்தம் செய்யும் வேலைகள் துவக்கப் பட்டிருந்தன. லட்சக்கணக்கான மக்கள் கூடுவார்கள் என்ற எதிர்பார்ப்பு இருந்தது. மக்களிடையே பாறை மிதித் திருவிழா பரபரப்பை ஏற்படுத்திக் கொண்டிருப்பதை உணர்ந்தேன். மக்கள் கூட்டத்தினரிடையே அசம்பாவிதம் ஏதும் நிகழக்கூடும் என்று என் உள்ளுணர்வு கூறிக்கொண்டிருந்தது.

அவ்வாறே நிகழவும் செய்தது. கேமிரா நொறுங்கி, நான் கை எலும்பு முறிவிற்கான சிகிச்சைக்காக மொஸாம்பிக் திரும்ப நேர்ந்தது. 351 நபர்கள் மரணமும் 657 நபர்கள் காயமும் அடைந்தார்கள் . . .'

இவ்வாறு அவருடைய கட்டுரை சென்றுகொண்டிருக்கிறது.

4

ஒப்பாரியின் ஓலத்தில் விழித்தெழுந்தார், கிழவர் மதுமிகா. வழக்கம் போல ஓலம் அவரை அதிரவைத்தது. அருகே சென்று சமாதானம் சொன்னார். 'என் பேரன் வந்து விடுவான். அவனுக்கு ஒன்றும் ஆகாது. ஜிகாபியே நம்மைக் கைவிடமாட்டார்' என்றார். அவள் ஓலம் அடங்கினாற்போல் இல்லை. 'இன்றொடு அவன் போய் ஆறு மாதமாகிவிட்டது' என்றாள் ஓலத்தினூடே.

கிழவருக்கு ஒரே மகள். அவளுக்குத் திருமணமாகி ஐந்து வருடத்திலேயே கணவன் இறந்துவிட்டான். குழந்தையுடன்

கிழவரிடம் வந்து வருடங்கள் ஓடிவிட்டன. கிழவருக்கு எழுதப் படிக்கத் தெரியாது. ஓர் இயக்கத்தில் பேரன் இருப்பதாகச் சொல்லி, ஒரு நாள் இராணுவத்தினர் அவனை அழைத்துச் சென்றனர். எங்கு விசாரித்தும் சரியான பதிலில்லை. யாரோ சொன்னார்கள் என்று யாரையோ எழுதச் சொல்லி கைநாட்டு வைத்து அனுப்புவார். எந்தச் சலனமும் இல்லை. ஆனால் அவருக்கு அசைக்க முடியாத நம்பிக்கை. தான் வணங்கும், சிங்கத்தைக் கையிடுக்கில் வைத்திருக்கும் ஜிகாபியே தன்னைக் கைவிடமாட்டார்; பேரனுக்கு அசம்பாவிதமாக எதுவும் நடக்க அவர் விடமாட்டார் என்பதில் அவருக்கு எந்தவித சந்தேகமுமில்லை.

மாடத்தில் வைத்திருந்த உடுக்கையை எடுத்து அடிக்க ஆரம்பித்தார். உடுக்கின் 'விண்... விண்...' என்ற தோல் ஓசை அவர் மனதை ஆக்கிரமித்தது. மகள் ஓசை கேட்டு நிமிர்ந்தாள். உடுக்கையுடன் கிழவரைப் பார்த்த நிலையில் அவளுக்குத் துக்கம் கூடியது. கிழவரின் சிந்தையில் உடுக்கையின் ஓசை நிறைந்திருந்தது. உடுக்கையை அடித்துக்கொண்டே வீட்டைவிட்டு வெளியேறினார். அக்கம் பக்கத்திலுள்ளவர்கள் ஓசை கேட்டு வெளியே வந்து தெருவில் செல்லும் கிழவரைப் பார்த்தனர். வாசலில் நின்று கிழவரைப் பார்த்த மகள் தலையிலடித்துக் கொண்டு வீட்டிற்குள் ஓடினாள்.

உடுக்கையின் வேகம் அதிகரித்தது. உடுக்கை ஓசையின் பின்னணியில், அவர் சிந்தையில் கையிடுக்கில் சிங்கத்துடன் ஜிகாபியே தோன்றினார். மிகுந்த பிரகாசத்துடன் தங்கம் போல ஜொலித்தார். தன்னுணர்வின்றி கிழவர் உடுக்கையை அடித்துக்கொண்டு நடந்து கொண்டிருந்தார். 'உன் பேரனுக்கு ஒன்றும் ஆகாது' என்ற குரல் மெல்லியதாக அவர் காதில் ஒலித்தது. நீரை ஊற்றியதுபோல் உடலில் வியர்வை வழிந்து கொண்டிருந்தது. வலியை உணராது கைவிரல்கள் உடுக்கையை அடித்துக் கொண்டிருந்தன. 'ஜிகாபியே... நான் என்ன செய்ய... என் பேரனைக் காக்கும் உனக்கு நான் என்ன செய்ய...' என்றார் கிழவர். 'என்னை நோக்கி உருண்டு வா' என்று அவருள் குரல் ஒலித்தது. கிழவர் உடுக்கையை அடிப்பதை விடாது கீழே விழுந்து உருள ஆரம்பித்தார். உடுக்கையின் ஓசையில் தாளம் தவறியது. மண்ணில், சிறு செடிகளின் மீது கிழவர் உருண்டுகொண்டிருந்தார். ஆலமரத்தடியில் வீற்றிருந்த ஜிகாபியேயைக் கிழவர் நெருங்கிக்கொண்டிருந்தார். கிழவரின் உடலில் பல இடங்கள் சிராய்ந்து இரத்தம் கசிந்துகொண்டிருந்தது. ஜிகாபியேயை அடைந்து எழுந்து நின்று ஆடிக்கொண்டே உடுக்கையை அடித்தார். 'என் பேரன் நன்றாக இருக்கிறான்.

ஜிகாபியே காப்பாற்றிவிட்டார்' என்று கூவிக்கொண்டே உடுக்கை யடித்துக் கொண்டு கிழவர் உற்சாகத்துடன் ஆடினார்.

5

சிறைக்கு முன் நின்றிருந்த இராணுவத்தினர், சகாரி என்ற பெயர் உள்ளவனைக் கூட வருமாறு அழைத்தனர். மயான அமைதி நிலவியது. உயிரை அழித்து நினைவுகளை இல்லாமல் ஆக்கிவிடும் மரணம் துப்பாக்கியின் விசையில் இராணுவத்தினரின் கையில் நின்றுகொண்டிருந்தது.

வெளுத்துப்போன இறுகிய முகத்துடன் சகாரி முன்னே வந்தான். கூட இருந்தவர்கள் 'வேண்டாம் . . . வேண்டாம்' என்று கத்தினர். இராணுவத்தினரில் ஒருவன் கூறினான்: 'அவனை விசாரணைக்காக அழைத்துச் செல்கிறோம். விடுதலைகூட அடையலாம்.' 'இந்த உலகத்திலிருந்து விடுதலையா' என்று சிறையிலிருந்த ஒருவன் கத்தினான். இராணுவத்தினரில் ஒருவன் துப்பாக்கியைத் திருப்பி அவனை அடிக்கக் கிளம்பினான்.

சகாரியை வெளியே இழுத்து சிறைக்கதவைப் பூட்டினான். சூழலின் கதிக்குப் பழகியிருந்த சகாரி சிறையிலிருந்தவர்களைத் திரும்பிப் பார்த்துவிட்டு நடந்தான். பிற சிறையில் உள்ளவர்கள் கம்பிகளருகே நெருங்கி நின்று சகாரியையும் இராணுவத்தினரையும் பார்த்தனர்.

சகாரி இருந்த சிறையிலிருந்து கூட்டுக்குரல் எழுந்தது. 'நண்பர்களே, தோழர்களே... மனதில் பதிய வைத்துக்கொள்ளுங்கள். அவன் பெயர் சகாரி. கமுசா கிராமத்தைச் சேர்ந்தவன். தந்தை இல்லை. தாத்தா பெயர் மதுமிகா. சரித்திரத்தில் பதிவு செய்வோம். சகாரியின் பெயரை மனதில் பதிய வைத்துக்கொள்ளுங்கள்.'

மாவட்டத் தளபதியிடம் பட்டியலைக் கொடுத்துவிட்டு ஓர் இராணுவ அதிகாரி நின்றுகொண்டிருந்தான். பட்டியலைப் பார்த்துக்கொண்டிருந்தவருக்கு, பெயர்கள், உருவங்களைத் தராது குழப்பத்தை ஏற்படுத்திக்கொண்டிருந்தன. தனக்குப் பிடிக்காத மனிதர்களின் பெயர்களை நினைவுக்குக் கொண்டு வந்தவாறே பட்டியலை நோட்டமிட்டார். சகாரி என்ற பெயரைப் பார்த்ததும், அப்பெயர் அவர் மனதில் பதிந்தது. மாவட்டத் தளபதி, பள்ளியில் படித்துக் கொண்டிருந்தபோது அவரை அடித்தும், முழங்கால் போட்டு நிற்கச் செய்தும் துன்புறுத்தி, வெறுப்பைக் காண்பித்த பூகோள ஆசிரியரின் பெயர் சகாரி. அந்த நொடியில் அவருக்கு ஒரு முடிவு ஏற்பட்டது. கையிலிருந்த பேனாவினால் சகாரியின் பெயரை அவர் 'டிக்' செய்திருந்தார்.

மேற்குப் பிராந்தியத் தளபதியின் நிகழ்ச்சி நிரல் கீழ்க்கண்டவாறு உத்தேசமாகத் திட்டமிடப்பட்டிருந்தது.

'மேற்குப் பிராந்தியத் தளபதி அவர்கள் பகல் 12.00 மணிக்குச் சாலை வழியே காரில் விருந்தினர் மாளிகைக்கு வருகிறார்கள். விருந்தினர் மாளிகையில் மாவட்டத் தளபதியும், மாவட்ட நிர்வாகியும் சந்தன மாலை அணிவித்து வரவேற்கிறார்கள். தங்குவதற்குக் குளிர்சாதன அறை ஒதுக்கப்பட்டுள்ளது. ஹோட்டல் ஆசியாவின் தலைமைச் சமையல்காரர் வரவழைக்கப்பட்டுள்ளார். அவர் இங்குள்ள அரசு ஹோட்டலில் சமையல் செய்கிறார். தளபதிக்குக் கோழிக்கறி பிடிக்கும் என்பதால், அதில் விசேஷ கவனம் செலுத்தும்படி தலைமைச் சமையற்காரர் கேட்டுக் கொள்ளப்பட்டுள்ளார். உணவிற்குப்பின் சற்று ஓய்வு. பிற்பகல் 3.00 மணியளவில் இறந்த இராணுவ வீரருக்கு அஞ்சலி செலுத்தி பிணங்களைப் பார்வையிடுகிறார். பின்னர் விருந்தினர் மாளிகைக்குத் திரும்புகிறார். மசாலா பால், வறுத்த முந்திரிப்பருப்பு சாப்பிடுகிறார். மாலை 4.30 மணிக்கு புதிதாகக் கட்டப்பட்டுள்ள இராணுவ வீரர்கள் தங்குமிடத்தைத் திறந்து வைக்கிறார். அங்கிருந்தே காரில் தலைமை நிலையத்திற்குச் சென்று விடுகிறார்.'

வேன் வந்து நின்றது. வெள்ளைத் துணியால் போர்த்தப்பட்ட பிணம் ஸ்ட்ரெச்சரிலிருந்து இறக்கப்பட்டது. இராணுவ வீரரின் பிணம் தவிர்த்து இருந்த இருபத்தி நான்கு பிணங்களின் எண்ணிக்கை இருபத்தி ஐந்தாக மாறியது. மாவட்டத் தளபதி காரில் வந்திறங்கினார். பிணங்கள் வைக்கப்பட்டிருக்கும் பகுதியைச் சுற்றிப் பார்த்தார். இராணுவ வீரரின் பிணம் மட்டும் அஞ்சலி செலுத்த வசதியாகச் சற்று உயரமான மேடை மீது வைக்கப்பட்டிருந்தது. ஏற்பாடுகள் கச்சிதமாக இருப்பதாக அவருக்குத் தோன்றியது.

6

தொலைக்காட்சி பார்ப்பது, பாட்டுக் கேட்பது, உண்பது, தூங்குவது என வாழ்க்கை ரெஜினாவிற்குச் சோம்பலை ஏற்படுத்தியிருந்தது. மிகிமா வரும் நாட்களைத் தவிர, பிறநாட்கள் அனைத்தும் அநேகமாக ஒரே மாதிரியான நாட்கள். மகளும், கணவரும், தாயாரும் நினைவில் தூரப்போய்க் கொண்டிருந்தனர். நினைவின் பாதையை மிகிமா அடைத்துக்கொண்டிருந்தார். மிடுக்குகளும் அதிகாரங்களும் உடைய மிகிமா. அவை அற்ற மிகிமா. குழந்தையும் மிருகமும் கலந்த மிகிமா.

பெண் உதவியாளர் ஓடிவந்தாள். ரெஜினா முன்னால் பதற்றத்துடன் நின்றாள். வார்த்தைகள் சரியாக வரவில்லை. ரெஜினா, பெண் உதவியாளரைக் கூர்ந்து பார்த்தாள். 'இன்னும் ஒரு மணி நேரத்தில் ஜெனரல் வருவதாக போனில் செய்தி வந்தது' என்று பதற்றத்துடன் கூறினாள். 'இரவு உணவுக்கு ஏற்பாடு செய்யச் சொல்லுங்கள்' என்றாள் ரெஜினா. பின், துண்டை எடுத்துக்கொண்டு பாத்ரூமிற்குள் நுழைந்தாள்.

பல வருடங்களுக்கு முன் மிகிமா, நகரின் விஸ்தரிப்புப் பகுதியில் உள்ள குடியிருப்பில் ஒரு நண்பரைப் பார்த்துவிட்டு டீ அருந்த, இனிப்புகள் விற்கும் சிறிய உணவு விடுதிக்கு வந்தபோது அங்கு கைக்குழந்தையுடன் வாட்டசாட்டமாக நின்றுகொண்டிருந்த ரெஜினாவைப் பார்த்தார். பார்த்த கணத்தில் ஏன், எதற்கு என்று தெரியவில்லை. அவர் மனதில் அவள் தோற்றம் பதிந்து செல்வாக்கு செலுத்தியது. அவளையே பார்த்துக்கொண்டிருந்தார். ஐந்து நிமிடம் கூட இருக்காது. அவள் இனிப்புகளை வாங்கிக்கொண்டு சென்றுவிட்டாள். அவர், சென்றுகொண்டிருக்கும் அவளின் பின் தோற்றத்தைப் பார்த்துக் கொண்டிருந்தார். பின் சில நாட்களில் அவள் வீட்டைக் கண்டுபிடித்தாகிவிட்டது. அவள் ஞாயிற்றுக்கிழமைகளில் சர்ச்சில் நடக்கும் பிரார்த்தனைக்குக் காலை 7.30க்கு வந்து 8.45க்குத் திரும்புவதைக் கண்டுபிடித்தாகிவிட்டது. தன்னைக் காட்டிக்கொள்ளாது, அவர் அவளைப் பார்த்துக்கொண்டிருந்தார். அவள் கவனத்தைக் கவராமல் அவளைப் பார்த்துக்கொண்டிருக்க வேண்டும் என அவர் விரும்பினார். ஒருநாள் நண்பர் ஒருவரின் காரை எடுத்து வந்து, அதற்குள்ளிருந்து வியர்வை வழிய அவள் சர்ச்சிலிருந்து வரும் வழியில் அவள் அறியாமல் அவளைப் புகைப்படம் எடுத்தார். அச்சந்தர்ப்பத்தில் அவருக்கு மிகுந்த பரவசம் ஏற்பட்டது.

பெண் உதவியாளர் இப்பணிக்குப் புதிது. பதறிக் கொண்டிருந்தாள். 'ஜெனரல் என்னிடம் ஏதாவது கேட்பாரா? நான் என்ன செய்ய வேண்டும்' என்று பாதுகாப்பு அதிகாரியிடம் கேட்டாள். 'யார் யாரிடம் என்ன கேட்பார்கள் என்று யாருக்குத் தெரியும்' என்றான் பாதுகாப்பு அதிகாரி. பெண் உதவியாளர் மனதைப் பதற்றமில்லாத நிலைக்குக் கொண்டுவர முயன்றுகொண்டிருந்தாள். தண்ணீர் குடிக்க டம்ளரை எடுத்தாள். எப்படியோ கீழே விழுந்து சத்தம் கேட்டது. பாதுகாப்பு அதிகாரி சத்தம் கேட்டுத் திரும்பிப் பார்த்தான். தம்ளரை எடுத்து தண்ணீர் குடித்துவிட்டு, செய்தித்தாளைப் படிக்க ஆரம்பித்தாள். இரண்டாம் பக்கத்தில் ஜெனரலின் படம் இருந்தது.

வருடங்கள் ஓடின. சரித்திரம் சுழன்றது. மிகிமா நாட்டின் அதிபரானார். அப்பெண்ணின் தோற்றம் அவ்வப்போது அவருடைய இச்சையின்றி ஏற்பட்டுக்கொண்டிருந்தது. ஒருநாள் மிகிமா மனைவியின் அறைக்குச் சென்றபோது அவள் குளித்துக்கொண்டிருந்தாள். படுக்கையில் அவளுடைய ஆடைகள் இறைந்து கிடந்தன. அவர் அவற்றின் மீது படுத்தார். அந்த நேரத்தில் அவர் மனம் புரண்டது. அம்மா நினைவு வந்தது. 'இவள்தான் உன் அம்மா' என்று தாத்தா காட்டினார். உதட்டு லிப்ஸ்டிக்தான் முதலில் தெரிந்தது. ஒரு ஆடவனுடன் கை கோர்த்துக் காரை நோக்கிச் சென்றுகொண்டிருந்தாள். சிறுவனுக்கு ஆத்திரம் ஏற்பட்டது. சிறுத்தையின் உறுமல் உருவாகிக் கண்கள் ஜொலித்தன. சிறுத்தையின் முகத்திலிருந்து இறங்கி வந்தார் மிகிமா. ஆவேசத்துடன் எழுந்து பாத்ரூம் கதவைத் தட்டினார். கதவு திறக்கும்வரை காத்திருக்காமல் துப்பாக்கியை எடுத்துக்கொண்டு காட்டுப்பன்றிகளை அடைத்து வைத்திருக்கும் பகுதிக்குச் சென்றார். அதிகாரிகளும் உடன் சென்றனர். கீழே பரந்த நிலத்தில் இயற்கைச் சூழ்நிலையில் காட்டுப்பன்றிகள் அலைந்துகொண்டிருந்தன. மேலே சுவரில் கைவைத்து காட்டுப்பன்றிகளைப் பார்த்தார். அன்று முப்பத்தி இரண்டு காட்டுப்பன்றிகளைச் சுட்டுக் கொன்றார். கூட இருந்தவர்களிடம், 'நம் எதிரிகளை இது போல் அழிக்க வேண்டும்' என்றார். அன்று இரவுக்கு அவருக்கு ஒரு எண்ணம் தோன்றியது. இரவு முழுவதும் தூங்கவில்லை. காலையில் தனக்கு நம்பிக்கையான ஒருவரை வரவழைத்து அவள் புகைப்படத்தைக் காண்பித்து, அவளுடைய வீட்டாருக்கோ கணவருக்கோ சேதம் ஏதும் இல்லாமல், அவளைக் கொண்டு வந்து ஒரு தனி பங்களாவில் வைக்க ஏற்பாடு செய்தார்.

அன்று, மிகத் தடுமாற்றத்துடன்தான் தனி பங்களாவில் வைக்கப்பட்டிருந்த அவளைச் சந்திக்கச் சென்றார். பல காலங்களுக்குப்பின் அவளை, அதுவும் அருகில் இருந்து முதன்முறையாகப் பார்க்கும் நினைப்பில் பதற்றம் ஏற்பட்டது. அவளைப் பார்த்ததும் இதயத்துடிப்பு அதிகரித்தது. அவள் தோற்றத்தில் பேரிளம்பெண்ணாக மாறியிருந்தாள். தோற்றத்தில் ஏற்பட்டிருந்த மாற்றம் அவருக்கு மேலும் ஆர்வத்தைத் தூண்டுவதாக இருந்தது. தாய்மை, மோகினியாய் மாறி நின்றிருப்பது போல் அவள் இருந்தாள். அவள் முக பாவத்திலிருந்து அவள் மிகவும் பயந்துள்ளதாகத் தோன்றியது. அன்று, அவர் ஏதோ பேசினார். சென்றுவிட்டார். மறுநாள் வந்தார். சிலநாட்கள் இடைவெளி விட்டு மீண்டும் மீண்டும் வந்து சென்றார். ஒருநாள்

விடிகாலையில் ரெஜினா மண்டியிட்டு பிரார்த்தனை செய்து கொண்டிருந்தாள்.

கார்கள் வந்தன. மிகிமா இறங்கினார். மேற்கத்திய உடையில் இருந்தார். பெண் உதவியாளர் அடையாளம் கண்டு பார்ப்பதற்குள் அவர் வீட்டிற்குள் சென்றுவிட்டார். ரெஜினா, அவரை வரவேற்று புன்னகைத்தாள். இருக்கையில் அமர்ந்தார். 'இன்று வெப்பம் குறைந்து நல்ல சீதோஷ்ண நிலை இருக்கிறது' என்றார். 'ஆமாம்' என்றாள் ரெஜினா.

'வேலைகள் கடுமையாக இருக்கின்றன. போராட்டங்கள் ஆங்காங்கு நடந்துகொண்டிருக்கின்றன. அரசின் ஸ்திரத் தன்மைக்கு ஆபத்து ஏதும் இல்லை. ஆனாலும் அரசில் இருப்பவர்கள் எந்நேரமும் ஆபத்தை எதிர்நோக்கித்தான் இருக்க வேண்டும். உனக்குத் தெரியாததா? எப்போதும் நீ புதிராகவே இருக்கிறாய்' அவர் தொடர்ந்து பேசிக்கொண்டிருந்தார். அவள் கேட்டுக்கொண்டிருந்தாள். அவருடைய வார்த்தைகள் அவளுக்குப் பழகிப் போயிருந்தன. புலம்பல்கள் இன்னும் சற்று நேரத்தில் அடங்கிவிடும். மனம் விசித்திரமானது.

பெண் உதவியாளர், 'இனி நான் என்ன செய்ய வேண்டும்?' என்று பாதுகாப்பு அதிகாரியிடம் கேட்டாள். 'பேசாமல் உட்காருங்கள்' என்று அவன் அதட்டினான். கதவு அடைக்கப் பட்ட சத்தம் கேட்டு இருவரும் திரும்பிப் பார்த்தனர்.

7

உளவுத்துறைத் தலைமை அதிகாரி ஜெனரல் முன் அமர்ந்திருந்தார்.

'அரசின் ஸ்திரத்தன்மைக்கும், பாதுகாப்பிற்கும் ஆபத்தில்லை. ஆனால் மூன்று நபர்கள் மீது அரசு எச்சரிக்கையாக இருக்கவேண்டும். தலைமறைவு இயக்க மக்கள் போராட்டக் குழுத் தலைவர் ஐங்கியா ஆயுதத்தை நம்பி உள்ளார். நம் அரசின் இராணுவ பலத்துடனும், ஆயுதங்களுடனும் அவர்கள் போட்டியிட்டு வெல்ல முடியாது. அருள்வாக்கு சொல்லும் மதத்தலைவர் மரிகியாவிற்குத் தற்போது ஆதரவு பெருகி வருகிறது. அவர் அரசின் நடவடிக்கைகளை மறைமுகமாக விமரிசித்து வருவதாகச் செய்தி கிடைத்துள்ளது. ஆண்ட வனையும் சாத்தானையும் பற்றிப் பேசுவது போல் அவர், தன்னையும் அரசையும் பற்றிப் பேசுகிறார். அடுத்து பாடகர் நருமா. இவர் பாடும் நிகழ்ச்சிகளுக்கு மக்கள் லட்சக்கணக்கில் கூடுகிறார்கள். அரசை விமரிசித்து இவர் பாடுகிறார் என்று நாங்கள் கருதும் பாடல்களுக்குப் பலத்த வரவேற்பு இருக்கிறது.

தனிச் சக்தியாக உருவெடுக்க முடியாத ஒரு பாடகரை அல்லது மதத் தலைவரை நமக்கு ஆதரவாகக் களத்தில் இறக்க வேண்டும். அப்போதுதான் சமநிலைக்கு வரும்' என்றார் உளவுத்துறைத் தலைமை அதிகாரி.

'மதத் தலைவர் மரிகியாவும் பாடகர் நருமாவும் ஒன்று சேரும் வாய்ப்பு உண்டா?' என்றார் மிகிமா.

'நிச்சயமாய் இல்லை.'

'இருவரில் யாரைக் கைது செய்தால் பெரிய அளவில் பிரச்சினைகள் ஏற்படும் என்று நினைக்கிறீர்கள்?'

'பாடகர் நருமாவைக் கைது செய்தால் பெரும் பிரச்சினைகள் ஏற்படும் என்று நினைக்கிறேன்.'

ஜெனரல் சிந்தனைவயப்பட்டார்.

8

ரெஜினாவிற்கு, தன்னுடைய வாழ்க்கை திசை திரும்பிப் போய்க் கொண்டிருப்பதற்குச் சரியாகப் பிரார்த்தனை செய்யாததுதான் காரணமோ என்று தோன்றி ஆரம்பகாலத்தில் பிரார்த்தனை செய்தாள். நீர் சூழ்ந்த ஒரு திட்டு. அதில் பெரிய வீடும் தோட்டமும் இருக்கின்றன. காலையிலும் மாலையிலும் தோட்டத்தில் பொழுதைக் கழித்தாள். மரம், செடி, கொடிகளின் தோற்றங்களும் பூக்களும் அன்யோன்யமாகின்றன. பறவைகள் நீருக்கு மேல் பறந்து கொண்டிருக்கின்றன. சுவையான அசைவ உணவுகள் நாசியை ஈர்க்கின்றன. நோக்கும் திசையெங்கும் நீர். நீர் அலையும் சத்தத்தைத் தவிர பெரும் நிசப்தம். ஜெனரல் நீரில் நடந்து வருகிறார். இருபுறமும் துப்பாக்கி ஏந்திய இயந்திர மனிதர்கள். வீட்டிற்குள் நுழைந்த ஜெனரல் குழந்தையாக மாறுகிறார். குழந்தைதானே என நினைத்தால் மிருகமாக மாறுகிறார். கணவனின் முகம் மறந்து கொண்டிருக்கிறது. மகள் கிளாரா எப்படி இருக்கிறாள் என்று தெரியவில்லை. 'உன்னை விடமாட்டேன். நீ எனக்குச் சொந்தம். எனக்கு மட்டுமே சொந்தம்' என நெருக்கத்தில் அவள் கழுத்துக்குக் கீழே முகம் வைத்து ஜெனரல் பிதற்றிக் கொண்டிருக்கிறார். ரெஜினாவிற்கு மகள் கிளாரா நினைவு வருகிறது.

9

பாடகர் நருமா, காதலியுடன் அமர்ந்து மது அருந்திக் கொண்டிருந்தார்.

‘நேற்றைய நிகழ்ச்சி அற்புதம்! எவ்வளவு கூட்டம்! எனக்கு எவ்வளவு மகிழ்ச்சியாக இருந்தது தெரியுமா?’ என்றாள் காதலி.

‘எல்லாம் கடவுள் ஜிகாபியேயின் அருள்’ என்றார் நருமா.

‘இந்தச் செல்வாக்கை ஏன் அரசியலுக்கு மாற்றக் கூடாது? உங்களைவிட யாருக்குச் செல்வாக்கு இருக்கிறது?’

‘இங்கு என்ன தேர்தலா நடக்கிறது? இராணுவத்தை எதிர்த்து என்ன செய்ய முடியும்?’

‘நீங்கள் கடவுளால் ஆசீர்வதிக்கப்பட்டவர். மக்களுக்குத் துரோகம் செய்பவர்களை விமர்சிக்கும் பாடலுக்கு எவ்வளவு வரவேற்பு இருந்தது பார்த்தீர்களா? மக்கள் எழுச்சி முன் இராணுவம் என்ன செய்யும்? உங்களுக்காக உயிர் கொடுக்க மக்கள் தயாராக இருக்கிறார்கள். நீங்கள் அரசை எதிர்த்துக் குரல் கொடுத்தால் உங்கள் புகழ் மேலும் பரவும். இந்த நாட்டின் சரித்திரத்தில் உங்கள் பெயர் இடம் பெறும். சர்வதேச நாடுகளின் கவனம் உங்கள் மீது விழும்.’

‘எல்லாம் சரிதான். அரசு எனக்குத் தொந்தரவு தருவதில்லையே. நான் எதற்கு அதை எதிர்க்க வேண்டும்?’

‘உங்கள் பெயர் சரித்திரத்தில் இடம் பெறுவதற்காக.’

‘காலமும், அந்தக் கடவுள் ஜிகாபியேயும் நினைத்தால் எதுவும் நடக்கும்’ என்று அவளை அணைத்தார் நருமா.

போராட்டக்காரர்கள் வந்திருக்கிறார்கள் என்ற செய்தி கிராமம் எங்கும் பரவியது. வந்திருந்த போராட்டக்காரர்களுக்குத் தலைமை வகித்தவன் பேசினான். ‘நாங்கள் நாட்டின் விடுதலைக் காக சபதம் எடுத்திருக்கிறோம். எங்கள் தலைவர் ஜங்கியா அரசுக்கு சவாலாக இருக்கிறார். இரண்டு நாட் களுக்கு முன் நடந்த சண்டையில் ஏழு இராணுவ வீரர்கள் கொல்லப்பட்டுள்ளனர். எங்களுக்கு இரத்தமும் தேவை, நிதியும் தேவை. அரசை எதிர்த்துப் போராட, நாடு விடுதலை பெற ஆயுதங்கள் தேவை. நீங்கள் அளிக்கும் நிதி நாட்டின் விடுதலைக்குத் தேவைப்படும் துப்பாக்கிகளாக, பீரங்கிகளாக மாறும். நாங்கள் சென்ற பின் இராணுவம் இங்கே வரலாம். எங்களைப்பற்றி விசாரிக்கலாம். நாங்கள் சென்ற திசையை நோக்கி எங்களை வேட்டையாட வரலாம். எங்கள் பிணங்களின் மீதுதான் நாட்டின் சுதந்திரம் எழுதப்படும் எனில் அவ்விதமே நடக்கட்டும். நிதி தந்து போராட்டத்திற்கு உதவுங்கள்.’

மரிகியா உடல் ஆடிக்கொண்டிருந்தது. சிங்கத்தைக் கையிடுக்கில் வைத்திருக்கும் ஜிகாபியேயின் சன்னிதி. அருள் வாக்கு கேட்கவும், அருள்வாக்கு வழங்குவதை வேடிக்கை பார்க்கவும், பெருங்கூட்டம் கூடியிருந்தது. மரிகியா, கையில் அரச இலைகளை வைத்து ஆடிக்கொண்டிருந்தார்.

ஒருவர் குனிந்து பவ்யமாக, 'என் கடன்கள் தீர்ந்து நான் எப்போது நல்ல நிலைக்கு வருவேன்?' என்றார்.

'பாவி. உன் பாவத்தைத் தொலைக்க தரிகாவில் உள்ள சமுத்திரத்தில் குளித்து எழு. பாவங்கள் தொலையும். இன்னும் 97 நாட்களில் கடன் தீர்ந்து செல்வம் பெருகும்.'

'என் மகளுக்கு எப்போது திருமணம் நடக்கும்?' என்றார் ஒருவர்.

'ஜிகாபியேயின் சன்னிதியில் காலையிலும் மாலையிலும் ஒரு முறை உருளச் சொல். திருமணம் கூடிவரும்.'

'என் தாயாருக்கு நோய் குணமாகுமா?' என்றார் ஒருவர்.

'முருங்கை இலையை அரைத்து ஐம்பது நாட்கள் சாப்பிடச் சொல்' என்றார்.

அருள்வாக்கு கேட்கத் தேர்ந்தெடுக்கப்பட்டவர்கள், வரிசையாக வந்துகொண்டிருந்தனர்.

அருள்வாக்கு நிகழ்ச்சி முடிந்தபின் மரிகியா மேடைக்கு அழைத்துவரப்பட்டார். பெருங்கூட்டம். மேடை மீது இருந்த சிம்மாசனத்தில் அமர்ந்தார். ஒரு பெண், அவர் கால்களைத் தாம்பாளத்தில் வைத்துக் கழுவினாள். ஒருவர் மரிகியாவிற்குக் கிரீடம் சூட்டினார். கூட்டம் பக்தி ஆரவாரம் செய்தது.

10

கம்பாதிரா நாட்டில் நடந்துகொண்டிருக்கும் சம்பவங்கள் பற்றி பலவிதமான செய்திகள் வந்துகொண்டிருந்தன. ஜெனரல் மிகிமா, அவருடைய காதலி வீட்டில், மேற்குப் பிராந்தியத் தளபதியின் ஆதரவாளர்களால் சுட்டுக்கொல்லப்பட்டார் என்றும், மேற்குப் பிராந்தியத் தளபதி ஆட்சியைக் கைப்பற்றியுள்ளார் என்றும் ஒரு தகவல். ஜெனரல் மிகிமா கொல்லப்படவில்லை என்றும், இராணுவத்தில் கலகம் ஏற்பட்டதைத் தொடர்ந்து தலைமறைவாக உள்ளார் என்றும் ஒரு தகவல். ஜெனரல் மிகிமா கொல்லப்பட்டதைத் தொடர்ந்து ஜங்கியாவின் மக்கள் போராட்டக் குழுவைச் சேர்ந்தவர்கள், நாட்டின் பகுதிகளைக் கைப்பற்றி வருவதாக ஒரு தகவல். பாடகர் நருமாவும்,

மதத்தலைவர் மரிகியாவும் தலைமறைவாகிவிட்டதாகவும், இருவருக்கும் மக்களிடையே பெரும் ஆதரவு இருப்பதாகவும், இராணுவத்தால் மக்கள் எழுச்சியைக் கட்டுப்படுத்த முடியவில்லை என்றும், ஆயிரக்கணக்கான மக்கள் இறந்துவிட்டதாகவும், இராணுவத்தினருக்கு மனமாற்றம் ஏற்பட்டு மக்களுடன் சேர்வதாகவும் ஒரு தகவல். நருமாவிற்கும் மரிகியாவிற்கும் இடையே ஒற்றுமை இல்லை என்றும், நருமாவிற்கு மக்கள் ஆதரவு அதிகம் இருப்பதால் இருவரின் ஆதரவாளர்களுக்குமிடையே மோதல் ஏற்படும் என்றும் ஒரு தகவல். ஜெனரல் மிகிமாவின் ஆட்சிக்குப் பின்னணியில் அவருடைய காதலி ஒருத்தி இருந்ததாகவும், அவளும் சுட்டுக்கொல்லப்பட்டதாகவும் ஒரு தகவல்.

இந்நிலையில், கம்பாதிரா நாட்டிற்கு ரகசியமாகச் சென்று திரும்பி வந்த பத்திரிகையாளர் பிலிப் சில்வி, அங்கு எடுத்த அரிய புகைப்படங்களை லண்டனிலிருந்து வெளியாகும் 'டெய்லி மிர்ரர்' பத்திரிகைக்கு வழங்கிப் பேட்டி அளித்திருந்தார்.

அப்பேட்டியின் ஒரு பகுதி:

கேள்வி : ஜெனரல் மிகிமா சுட்டுக் கொல்லப்பட்டார் என்ற செய்தி உண்மையா?

பதில் : ஆம். அவர் இராணுவத்தின் ஒரு பிரிவினரால் சுட்டுக்கொல்லப்பட்டார். அங்கு அதிகாரத்தைக் கைப்பற்ற போட்டி நிலவிக்கொண்டிருக்கிறது.

கேள்வி : அவருடைய காதலிக்கு இதில் என்ன பங்கு?

பதில் : அவருடைய காதலியின் வீட்டில்தான் மிகிமா சுட்டுக்கொல்லப்பட்டதாகத் தகவல். காதலியின் பெயர் ரெஜினா. அவளை, அவர் மிகுந்த செல்வ வளத்துடன் வைத்திருக்கிறார். சமீபகாலமாக, நடந்த மக்கள் போராட்டங்களை ஜெனரல் அடக்கியது இவளுடைய யோசனைப்படிதான் என்று சொல்லப்படுகிறது.

கேள்வி : கம்பாதிரா நாட்டின் தற்போதைய நிலை என்ன?

பதில் : பெருங்குழப்பம் நிலவுகிறது. மேற்குப் பிராந்தியத் தளபதி, நாட்டிற்கும் இராணுவத்திற்கும் தலைமை ஏற்றிருக்கிறார். மக்கள் போராட்டக் குழு கிராமங்களைக் கைப்பற்றி வருகிறது. சட்டமும் ஒழுங்கும் நாட்டில் செயலிழந்துவிட்டன. பஸ்களும் இரயில்களும் எரிக்கப்பட்டதை நான் பார்த்தேன்.

கடைகள் உடைக்கப்பட்டு கொள்ளையடிக்கப் படுகின்றன. இவர்களுக்குள் மக்களும், ரௌடி களும் நருமாவின் ஆதரவாளர்களும், மரிகியாவின் ஆதரவாளர்களும் இருக்கிறார்கள். இராணுவம் மக்களைச் சுடமுடியாமல் இருக்கிறது. மக்களில் பெரும்பகுதியினரும், இராணுவத்தில் பலரும் நருமாவை விரும்புகிறார்கள். மரிகியா, நிச்சயம் அவருக்குப் பெரும் சவாலாக இருப்பார்.

கேள்வி : இராணுவம், அதிகாரத்தை எப்படி விட்டுக் கொடுக்கும்?

பதில் : விட்டுக் கொடுக்காது. விட்டுக் கொடுக்கும் நிர்ப்பந்தமான சூழ்நிலை ஏற்பட்டால், தேர்தல் நடத்தி அதிகாரத்தை மாற்றிக்கொள்வதாகக் கூட இராணுவம் கூறலாம். நிலைமை தற்போது தெளிவாக இல்லை.

கேள்வி : ஜெனரல் குடும்பத்தின் நிலை என்ன?

பதில் : தெரியவில்லை. கொல்லப்பட்டிருக்கலாம் அல்லது சிறை வைக்கப்பட்டிருக்கலாம்.

கேள்வி : இராணுவத்திலுள்ள ஜெனரல் மிகிமாவின் ஆதரவாளர்கள் என்ன செய்கிறார்கள்?

பதில் : திடீரென்று ஏற்பட்ட மாற்றத்தில் அவர்களால் அமைப்பு ரீதியாகவோ, தகவல் தொடர்பு மூலமாகவோ ஒன்றுமே செய்ய முடியவில்லை. மேற்குப் பிராந்தியத் தளபதி அமைப்பு ரீதியாக, திட்டமிட்டுச் செயல்பட்டிருப்பதால் பெரிய அளவில் இராணுவத்தில் மோதல் இல்லை. மிகிமாவின் ஆதரவாளர்கள், தங்களைக் காட்டிக்கொள்ளாமல் இராணுவத்திற்குள்ளேயே இருக்கிறார்கள். இவர்கள் அமைப்பு ரீதியாகத் திரளும் வாய்ப்பு தற்போது இருப்பதாகத் தெரியவில்லை.

கேள்வி : காதலி ரெஜினா பற்றி என்ன கருத்து நிலவுகிறது? அவர் யார்?

பதில் : அவளைப்பற்றி பலவிதமான கதைகள் நிலவுகின்றன. அவள் நட்சத்திர ஹோட்டலில் நடனம் ஆடிக் கொண்டிருந்தவள் என்றும், ஒரு விருந்தில் அறிமுகமாகி ஜெனரலை வசியப்படுத்திவிட்டாள் என்றும், வெளிநாட்டிலுள்ள ஒரு நிறுவனத்திடம்

அவள் இரகசியப் பேரம் பேசி ஏகப்பட்ட பணம் கைமாறிவிட்டதாகவும், அதன் காரணமாக ஏற்பட்ட உணவுப்பொருள் ஏற்றுமதிக் கொள்கையின் காரணமாகவே நாட்டில் உணவுப்பொருள் விலையேற்றம், பற்றாக்குறை ஏற்பட்டதாகவும் ஒரு பொருளாதாரப் பேராசிரியர் என்னிடம் கூறினார். அழகான பெண்களிடம் சிக்கி அழிந்து போன ராஜாக்களில் ஜெனரலும் ஒருவர் என்று அருகிலிருந்த சரித்திரப் பேராசிரியர் கூறினார்.

11

காலத்தின் முட்கள் நிற்காது ஓடிக்கொண்டிருக்கின்றன. கொத்துக் கொத்தான சாவிகளுடன் பூட்டைத் திறக்கும் கூவலுடன் சென்று கொண்டிருக்கிறான், ஒருவன். விழுதுகள் தொங்கும் ஆலமரம் போல் அமர்ந்திருக்கிறார், ஒரு பெரியவர். ஒரு குருடன் வழி தேடி அலைகிறான். ஆண்களும் பெண்களும் முகமூடிகள் அணிந்து கைகுலுக்குகிறார்கள். பசி உடலில் எரிகிறது. புதிர்களைத் திறக்கும் சாவிகள் அமையாமல் மனிதர்கள் நிம்மதியற்று அலைகின்றனர். எதிர்பாராத திருப்பங்களில் மோதி மனிதர்கள் விழுகின்றனர்.

கோஷங்கள் ஒலிக்கின்றன. மக்கள் கூட்டங் கூட்டமாகச் சென்றுகொண்டிருக்கின்றனர். ஒருவர் மேல் ஒருவர் இடித்துக் கொண்டும், நெருக்கிக்கொண்டும், கீழே விழுந்தவர்களை மிதித்துக்கொண்டும் கூட்டங்கள் சென்று கொண்டிருக்கின்றன...

காலச்சுவடு 22, ஜூலை – செப்டம்பர் 1998

மறைந்து திரியும் கிழவன்

TCX 6838 என்ற எண்ணுள்ள என் ஸ்கூட்டரில் விருமாண்டியைப் பார்க்கச் சென்றுகொண் டிருந்தேன். சாலையின் இருபுறமும் தென்னந் தோப்புகளும், வயல்வெளிகளும் மாறிமாறி வந்து கொண்டிருந்தன. விருமாண்டி என் நண்பன். ஓடும் ஆற்றின் கரைகளில் விருமாண்டித்தேவர் குடும்பத்திற்குச் சொந்தமான தென்னந்தோப்புகள் இருக்கின்றன. தென்னந்தோப்புக்குள் ஓர் அழகான வீடும் அவர்களுக்கு இருந்தது. அநேகமாக விருமாண்டி மட்டுமே அங்கு இருப்பான். அவன் குடும்பத்தினர் ஊருக்குள் குடியிருந்தனர். தென்னந்தோப்பு வீட்டிலிருந்து ஒரு கிலோ மீட்டர் தொலைவில் ஒரு கள்ளுக்கடை உண்டு. அங்கே அயிரை மீன் குழம்பு கிடைக்கும். ஆற்றில் வெகு நேரம் குளித்துவிட்டு விருமாண்டியின் தோப்பு வீட்டில், வாங்கி வைத்திருந்த கள்ளைக் குடித்துவிட்டு அயிரை மீன் குழம்புச் சாப்பாடு முடித்துத் திரும்பி வருவது ஆனந்தமான அனுபவம்.

சாலையில் ஓர் உருவம் வண்டியை நிறுத்தும் சைகையுடன் கைநீட்டி நின்றுகொண்டிருந்தது. சற்று அருகில் வந்ததும்தான் நின்றுகொண்டிருக்கும் உருவம் இந்திரஜித் என்று தெரிந்தது. ஸ்கூட்டரை நிறுத்தினேன். விருமாண்டியைப் பார்த்துவிட்டு வரும் வழியில் தன்னுடைய மோட்டார் சைக்கிள் பழுதடைந்து நின்றுவிட்டதாக இந்திரஜித் கூறினான். தற்செயலாக நான் வந்தது நல்லதாகப் போயிற்று என்றும், மெக்கானிக்கை எனது வண்டியில் போய் அழைத்து வருவதாகவும் கூறினான். 'உன்னுடைய மோட்டார் சைக்கிளுக்கு நான் காவலா?' என்று கேட்டேன். 'அந்த மோட்டார் சைக்கிளை எவனும்

எடுத்துச்செல்ல முடியாது. அப்படி ஓர் கோளாறு. நீ இங்கு காத்திருக்க வேண்டாம். அதோ தெரிகிறதே ஓர் இடிந்தவீடு அதுவரை நடந்துசென்று விட்டு வா. பொழுதுபோகும்' என்று கள் வாசனையடிக்கக் கூறினான் இந்திரஜித். 'எதற்கு அங்கே போக வேண்டும்?' என்று நான் கேட்டதற்கு, 'போய்ப் பார் தெரியும்' என்றவாறே என் ஸ்கூட்டரை வாங்கிக்கொண்டான். அவன் ஸ்கூட்டரை ஸ்டார்ட் செய்யும்போது, ஞாபகம் வந்து, விருமாண்டி தோப்பு வீட்டில் இருக்கிறானா என்று கேட்டேன். விருமாண்டி, தென்னை மரங்களுக்கு உரம் வைக்கும் வேலையைச் செய்துகொண்டிருப்பதாகக் கூறிவிட்டு இந்திரஜித் கிளம்பினான். வயல் வெளியைப் பார்த்தேன். சற்று தூரத்தில் இடிந்தவீடு தெரிந்தது. அதை ஏன் பார்க்கச் சொல்கிறான் என்று எனக்குப் புரியவில்லை. போய்ப் பார்க்கலாம் என்று தோன்றியது. தென்னந்தோப்பையும், கதிர்கள் நிற்கும் வயல்களையும் கடந்து அந்த இடத்திற்குச் செல்ல வேண்டும். நடக்க ஆரம்பித்தேன். தென்னந்தோப்பைத் தாண்டி வயல்வரப்புகளில் செல்லும்போது எனக்குத் தடுமாற்றமாக இருந்தது. இரண்டு பெரிய புளிய மரங்களும் இடிந்த வீடும் திடல் போன்று காணப்பட்ட அந்த இடத்தில் இருந்தன. ஆள் அரவமற்ற இடம். நான் இடிந்த வீட்டை நோட்டமிட்டுக் கொண்டே உள்ளே ஜாக்கிரதை உணர்வுடன் நுழைந்தேன்.

உடைந்து கிடந்த சுவர்களின் மீது ஏறி நின்று உள் அறையை நோக்கினேன். உத்திரம் ஒன்று குறுக்காக விழுந்துகிடந்திருந்தது. உள் அறையின் ஜன்னலைப் பார்த்ததும் எனக்குத் திகில் ஏற்பட்டது. துருப்பிடித்த ஜன்னல் கம்பிகளைப் பிடித்துக்கொண்டு நிலைத்த பார்வையுடன் ஒரு கிழ உருவம் நின்றுகொண்டிருந்தது. நிலைத்திருந்த கண்கள் அசைந்து என்னை நோக்கின. பைத்தியம் போல எனக்குத் தோன்றியது. உள் அறையின் வாசலில் கிடந்த செங்கற்குவியலின்மீது ஏறி நின்று அந்தக் கிழ உருவம் என்னை நோக்கியது. குளித்துப் பல காலம் ஆகியிருக்கும் போல அப்படி ஓர் அழுக்குத் தோற்றம். அடர்ந்த வெள்ளைத் தாடி, மீசை. தலை முடிகளுக்கிடையே கண்கள் அசைந்துகொண்டிருந்தன.

கிழவன் என்னை நோக்கிக் கேட்டான்: 'நீ யார்?' நான் என் பெயரைச் சொன்னேன். 'நீ வெள்ளைக்காரன் உளவாளியா? உண்மையைச் சொல், யார் நீ?' என்றான் கிழவன். எனக்கு ஒன்றும் புரியவில்லை. 'எந்த வெள்ளைக்காரன்?' என்றேன். 'எந்த வெள்ளைக்காரனா? அன்னியனை ஒப்புக்கொண்ட துரோகியா நீ?' என்றான் கிழவன். 'அன்னியன் போனது உங்களுக்குத் தெரியாதா?' என்றேன். கிழவன் என்னைச் சற்றுநேரம் உற்றுப் பார்த்தான். 'அப்படித்தான் சிலர் சொல்கிறார்கள். ஆனாலும் நம்புவதுதான் சிரமமாக இருக்கிறது. நம்பி வெளியே வந்தால்

திரும்பவும் சூடு வைத்துவிடுவார்களோ என்றுதான் இப்படித் திரிந்துகொண்டிருக்கிறேன். அன்னியர்களின் சூழ்ச்சியையும், தாட்சண்யமற்ற தன்மையையும் நான் நன்கு அறிந்திருக்கிறேன். அதனால்தான் நான் யோசித்துக்கொண்டிருக்கிறேன்' என்றான் அவன்.

'நீங்கள் எவ்வளவு காலமாக மறைந்திருக்கிறீர்கள்?' என்று கேட்டேன். 'பல வருடங்கள் ஆனது போன்ற உணர்வை ஏற்படுத்தக் கூடியவை அந்தப் பத்து நாட்களும்!' என்றான் கிழவன். 'பத்து நாட்கள் என்பது என்ன கணக்கு?' என்றேன். 'பத்து நாட்கள் என்பது ஓர் யுகம்தான். 1942 ஆகஸ்டு 18-ந்தேதி பிடிபட்டு, ஒரு பத்து நாட்களைப் பல வருடங்களெனக் கழித்தேன். பத்து நாட்களிலும் நான் நரகவேதனையில் இருந்தேன் என்பதை அறிய வேண்டும். என் நண்பர்களைச் சித்திரவதையில் இழந்தேன் – இதோ பார் சூடுபட்ட காயங்களை...' என்று சட்டையைக் கழட்டி நெஞ்சையும் முதுகையும் காட்டினான். குறுக்கும் நெடுக்குமாகச் சூடுபட்ட வடுக்கள் குரூரமாகக் காட்சி தந்தன.

நான் கிழவனை அமரச் சொன்னேன். 'நீங்கள் என்னைக் கண்டு அஞ்ச வேண்டாம். நான் உங்கள் நண்பன். நீங்கள் வெளியே வரலாம். அன்னியன் இங்கு இல்லை என்பதுதான் உண்மை' என்றேன். 'அன்னியன் இங்கு இல்லை என்றால் சுபாஷ் சந்திரபோஸ் வந்துவிட்டாரா? 1941 ஜனவரி 26-ந்தேதி வீட்டுச்சிறை யிலிருந்து தப்பித்த போஸ் வந்துவிட்டாரா? அவரிடமிருந்து கடிதம் கொண்டு வந்தால் நான் மறைவிலிருந்து வரலாம். திரிபுரா காங்கிரஸ் மாநாட்டில் நான் அவரைச் சந்தித்துப் பேசியிருக் கிறேன். போஸ் அன்று கோபத்திலும் வருத்தத்திலும் இருந்தார். நான் மிகவும் கொந்தளித்துப் போயிருந்தேன். அவர் என்னைச் சமாதானப்படுத்தும் நோக்கில் பேசினார், என்றான் கிழவன்.

நான், போஸ் இறந்துவிட்டதாகக் கூறப்படுவதைக் கூறலாமா என்று நினைத்து, பிறகு கூறாமல் பேச்சை மாற்றும் விதமாக, 'நீங்கள் எந்தக் கட்சியில் சேர்ந்திருந்தீர்கள்?' என்று கேட்டேன். அதற்குக் கிழவன் 'நான், சங்கரய்யர், பெருமாள் ஆகியோர் நாராயணசாமி தலைமையில் இயங்கும் தலைமறைவு இயக்கத்தின் முக்கிய உறுப்பினர்களாகச் சேர்ந்தோம். நீங்கள் பெயரைக் கேள்விப்பட்டிருக்கலாம்' என்று சொல்லி 'யுவபாரத்' என்ற பெயரை ரகசியமாகச் சொன்னான். அந்தப் பெயரைக் கேள்விப்பட் டிருப்பதாக ரகசியத்தைக் கேட்கும் பொறுப்பில் நானும் பாவனை செய்தேன்.

'குதிராம் போஸ் என்னைத் தனிப்பட்ட முறையில் கவர்ந்திருந்தார். அறுபத்து மூன்று நாட்கள் உண்ணாவிரத மிருந்து இறந்த ஜதீன் தாஸ், சிட்டகாங் ராணுவத்தளவாடப்

பாசறையைச் சூறையாடிய சூர்யா சென் ஆகியோர் எங்கள் அனைவரையும் ஈர்த்திருந்தார்கள். இவற்றையெல்லாம், ஏன் சொல்கிறேன் என்றால் இவற்றையெல்லாம் பலர் மறந்திருக்க லாம். பலருக்குத் தெரியாமலேயே இருந்திருக்கலாம். பலருக்கு இட்டிலி தின்றுகொண்டேயிருக்க வேண்டும் என்று தோன்றிக் கொண்டேயிருக்கும். வேறு விஷயங்கள் நினைவிலிருக்காது. யுவபாரத் பற்றி உங்களுக்கு என்ன தெரியும்?' என்றான் கிழவன். 'தலைமறைவு இயக்கம் என்று நீங்கள் சொல்லும்போது அது பற்றி விபரங்கள் எனக்கு எப்படித் தெரியும். அதைப் பற்றிக் கேள்விப்பட்டிருக்கிறேன் என்பதைத்தான் நான் ஏற்கனவே கூறிவிட்டேனே' என்றேன்.

'சொல்கிறேன். யுவபாரத், நாராயணசாமி தலைமையில் துவங்கியது. பெங்காலைச் சேர்ந்த அஜாய் போஸ் என்பவருக்கும் அவருக்குமிடையே தொடர்பு இருந்தது. நானும், என் நண்பர்கள் சங்கரய்யரும், பெருமாளும் அவரைத் தேவகோட்டையில் ஓரிடத்தில் ரகசியமாகச் சந்தித்தோம். எங்கள் மீது அவருக்கு நம்பிக்கை ஏற்பட்டது. அந்த நம்பிக்கை தொடர்ந்தது. நான் மிகுந்த துணிச்சல்காரன் என்பதுதான் உங்களுக்குத் தெரியுமே. காட்டுக்குள் போலீஸ் பட்டாளத்திடமிருந்து, சாமோன் ஆர்னால்டிடமிருந்து நான் மட்டும் தப்பித்து வந்தது மட்டுமே என் துணிச்சலைக் காண்பிக்காதா? அதுகூட தப்பு. அதிர்ஷ்டம் என்றுதான் சொல்ல வேண்டும். நாகனாறு பாலத்தை நாங்கள் வைத்த குண்டுதான் தகர்த்தது. சூப்பிரண்டு பெஞ்சமினைச் சங்கரய்யர்தான் சுட்டுக்கொன்றான். சங்கரய்யர் காங்கிரஸ் கட்சியிலும் உறுப்பினராக இருந்துகொண்டு யுவபாரத்திலும் உறுப்பினராக இருந்தான். நாங்கள் ரகசியமாகக் கூடி ஒரு இடத்தில் மறைந்திருந்தபோது எங்களைப் போலீஸ் சுற்றிக் கொண்டது. பெருமாள் எல்லோரும் இறந்துவிடலாமா என்று கேட்டான். பிறகு நாங்கள் கைதாகி நீதிமன்றத்தின் மூலம் சுதந்திர உணர்வை மக்களுக்கு உருவாக்கலாம் என்று நினைத்துக் கைதானோம். அது என்ன சந்தர்ப்பம் என்று தெரியுமல்லவா. காந்தி ஆகஸ்டு 8–ந்தேதி வெள்ளையனே வெளியேறு இயக்கத்தை ஆரம்பித்திருந்தார். நாங்கள் 18–ந்தேதி கைதானோம். ஆனால் நாங்கள் போலீஸ் ஸ்டேசனுக்கோ நீதிமன்றத்திற்கோ கொண்டு செல்லப்பட வில்லை. எங்கள் கண்களையும் கைகளையும் இறுகக் கட்டி எங்கோ அழைத்துச் சென்றனர். ஓரிடத்தில் கண்கட்டுகளை அவிழ்த்தனர். காடுபோலத் தோன்றியது. பிறகு கால்களில் விலங்கு போட்டனர். போலீஸ் அதிகாரி ஆர்னால்டு எங்கிருந்தோ வந்தான். அவன் வந்ததும், எங்களைத் தனித்தனியே மரத்தில் கட்டினர். அதற்கு முன் எங்கள் ஆடைகளை அவிழ்த்து விட்டனர். கையில் வைத்திருந்த லத்தியினால் முதலில் நாங்கள்

பார்க்க, பெருமாளை அடித்தான். வலி பொறுக்க முடியாமல் பெருமாள் அலறியதை நாங்கள் கேட்டுக் கொண்டும், பார்த்துக் கொண்டுமிருந்தோம். கை ஓய்ந்ததும் சாவகாசமாகத் தண்ணீர் குடித்து ஓய்வெடுத்தான். ஆர்னால்டு. பெருமாளின் முகம், உடம்பெல்லாம் தடியினால் அடிபட்டு வீங்கிச்சிவந்திருந்தது. வலியில் முனகிக்கொண்டிருந்தான். ஓய்வெடுத்த பின் சங்கரய்யரை அடித்தான். என்னை அடிக்கும் முறை வருவதற்குள் நான் இறந்துவிட வேண்டும் என்று நினைத்தேன். ஆனால் இறக்கவில்லை. சங்கரய்யரை அடித்து ஓய்வெடுத்த பின் என்னருகே வந்து என்னை அடித்தான். அதைப் போன்றதொரு இம்சையை உங்களால் கற்பனை பண்ண முடியாது. வலியை அனுபவிக்காமல் இறந்துவிட வேண்டும் என்று மனம் விரும்பியது. வலியில் உயிர் துடித்தது. அப்படியே எங்களை விட்டுவிட்டு ஆர்னால்டும் அவரது பட்டாளமும் சென்றுவிட்டன. வலியில் எங்களுக்குப் பேசுவதுகூட இயலாத காரியமாகிவிட்டது. பசி கொன்றுகொண்டிருந்தது. நா வறட்சியில் தொண்டை தவித்துக்கொண்டிருந்தது. இரவு முழுக்கக் குளிர் பயங்கரமாகத் தாக்கியது. ஏதேதோ பூச்சிகள் உடம்பில் ஊர்ந்தன. உயிர் சீக்கிரம் போகவேண்டும் என்பதே பிரார்த்தனையாக இருந்தது. சூடு வாங்கித்தான் ஆக வேண்டும் என்று இருக்கும்போது என்ன செய்வது? அடுத்த நாள் ஆர்னால்டு பட்டாளத்துடன் வந்தான். சாவகாசமாக சிகரெட் பிடித்துக்கொண்டே, நெருப்பை உருவாக்கச் சொன்னான். கையோடு கொண்டு வந்திருந்த இரும்புக் கம்பியை அதில் பழுக்கக் காய்ச்சச் சொன்னான். அவன் காரியம் எல்லாம் பதற்றமின்றி நிதானமாக இருந்தது. ஆத்திரப்பட்டோ ஆவேசம் கொண்டோ காரியம் செய்யவில்லை. மிகவும் நிதானமாக காய்ச்சிய இரும்புக் கம்பியை எடுத்து வந்து சங்கரய்யரின் உடம்பில் இழுத்தான். கடைசியாக சங்கரய்யரின் வயிற்றில் குத்தினான். ஓர் அலறலில் சங்கரய்யரின் கழுத்து சாய்ந்தது. உயிர் போக வேண்டும் என்று என்னையறியாது அவசரமாகவும் வேகமாகவும் பிரார்த்திக் கொண்டிருந்தேன். ஆர்னால்டு கம்பியை நெருப்பில் காய்ச்சக் கொடுத்துவிட்டு, ஓய்வெடுத்துக் கொண்டிருந்தான் பிறகு சாவகாசமாக எழுந்து, அதை எடுத்து பெருமாளின் வயிற்றில் மாறி மாறிச் சொருகினான். அதற்குப் பிறகு கம்பியைக் காய்ச்சக் கொடுத்துவிட்டு ஓய்வெடுத்தான். பின் கம்பியை வாங்கிக்கொண்டு என்னை நோக்கி வந்தான். அவன் முகத்தில் அப்படி ஓர் அமைதி தவழ்ந்தது. என் உயிர் எழுந்து அவன் குரல்வளையை நோக்கிப் பாய்ந்தது. பிறகு சூன்யத்திற்குள் உயிர் சுருண்டது. கம்பியின் இழுப்பில் அலறினேன். உடம்பெல்லாம் எரிந்தது. சாவகாசமாகக் கம்பியினால் என் உடலில் கோடுகள் வரைவது போல்

இழுத்தான். உயிர் அலறித் துடித்தது. சற்று நேரத்தில் கோடுகள் வரைவது நின்றது. கண்களைத் திறந்தேன். சாவகாசமாக சிகரெட் பிடித்துக்கொண்டு ஆர்னால்டு நின்றிருந்தான். பின் சிகரெட்டைக் கீழே போட்டுவிட்டுத் தன் பட்டாளத்துடன் வாகனத்தில் சென்றுவிட்டான். என்னை ஏன் கொல்லாமல் விட்டுச் சென்றான் என்று தெரியவில்லை. நினைவுகள் மங்கிக்கொண்டிருந்தன. உயிர் சாகத் துடித்துக்கொண்டிருந்தது. யாரோ போலீஸ்காரர் வெள்ளையாக இருந்தார். வானத்திலிருந்து வந்த வெள்ளைப் போலீஸா அல்லது இயேசுநாதரா என்று தெரியவில்லை. என் கட்டுகளை அவிழ்த்தார். என் கால் விலங்குகளை உடைத்தார். மடியில் கிடத்தி, வாயில் நீரூற்றினார். மருந்து போட்டார். என் காதருகே பிராயச்சித்தம் என்றார். போர்வையால் போர்த்தினார். வானத்தில் பறந்து மறைந்துசென்றார். பிறகு தோன்றினார். எனக்கு உணவூட்டினார். மறைந்தார். தோன்றினார். ஒரு நாள் மறைந்தேவிட்டார். ரணத்தோடு எழுந்தேன். வெகு தூரம் நடந்து, பிச்சை எடுத்து உண்டு, அந்தப் புதிய இடத்தில் ஓர் அரசாங்க ஆஸ்பத்திரியில் சேர்ந்தேன். என்னை யாருக்கும் தெரியவில்லை. வானத்திலிருந்து வந்த வெள்ளைப் போலீஸ் அல்லது இயேசுநாதர் எனக்கு அப்படி ஓர் பாதுகாப்பை அளித்திருந்தார். அவரை என்னால் தெளிவாகப் பார்க்க முடிய வில்லை. 'மறைந்திரு' என்றார். நானும் மறைந்திருக்கிறேன். இன்னும் மறைந்துகொண்டேயிருக்கிறேன். சுதந்திரத் தாய் வெற்றி கொண்ட பின் வரலாம் என்றிருக்கிறேன்.' கிழவன் பேச்சை முடித்துவிட்டு வெறித்துப் பார்த்துக்கொண்டிருந்தான்.

பிறகு எழுந்து, 'உன்னிடம் சொன்னதை யாரிடமும் சொல்லாதே. நான் மறையப் போகிறேன். யாரிடமும் சொல்லாதே' என்று எழுந்து என்னைப் பார்த்து மலங்கலாக விழித்துப் பார்த்துக்கொண் டிருந்தான். பிறகு 'வருகிறேன்' என்று சொல்லிவிட்டு வயல்களினூடே ஓடி, பார்வையிலிருந்து மறைந்தான்.

நான் திகைத்து நின்றிருந்தேன். கண்டதெல்லாம் கனவா அல்லது நினைவா என்ற பிரமை ஏற்பட்டது. மனம் துயரமாக இருந்தது. சிந்தனையிலேயே தென்னந்தோப்பையும் வயல் வெளிகளையும் கடந்து சாலைக்கு வந்தேன். சாலையில் என் ஸ்கூட்டர் மட்டும் நின்றிருந்தது. சாவி ஸ்கூட்டரிலேயே இருந்தது. இந்திரஜித் என்னைச் சந்தித்ததும் என் ஸ்கூட்டரை வாங்கிச் சென்றதும் உண்மைதானா என்று சந்தேகம் ஏற்படும் படியாக ஸ்கூட்டர் சாவியுடன் நின்றுகொண்டிருந்தது. சாலையில் ஒருவரும் இல்லை.

_புதிய பார்வை_, 16 – 30 ஜூன் 1993

புதுவிதமான செடிகளும் வர்ணப் பூக்களும்

அவன், சென்னை செல்வதற்காக ஏற இருந்த ரயில்பெட்டியில் அவர்களும் ஏற உள்ளார்கள் என்ற நினைப்பு அவனுக்குப் பரவசத்தைத் தருவதாக இருந்தது. அவர்களில் இளையவள் ஒடிசலாக இருந்தாள். மூத்தவளின் வலப்பக்க முகவெட்டு அருமையாக இருந்தது. வலப்பக்கத்திலிருந்த மூக்குத்தி வசீகரத்தைக்கூட்டியது. அவள் கண்கள் அவனை ஆட்கொண்டிருந்தன. அவள் கண்களைக் காணும்போது அவன் தன்னையறியாமல் அவள் வசப்பட்டான். இன்று மாலை கேட்ட அவர்களின் சங்கீதம் இந்நிகழ்வின் பின்னனியில் கேட்டுக் கொண்டிருந்தது. சங்கீதம் அவளிடமிருந்து வெளிப்பட்டு அவளை அழகுபடுத்தியதால் அவள் நாதவடிவானவள் போலவும் அப்போது தோன்றிக் கொண்டிருந்தாள். அவன் 'படைப்பும் குழந்தையும்' என்ற தலைப்பில் பேசுவதற்காகச் சென்றுகொண்டிருக்கிறான். எப்படி ஒரே ரயில் பெட்டியில் அந்த சங்கீதக்காரிகளுடன் செல்லும் வாய்ப்பு ஏற்பட்டதென்று வியப்புடனிருந்தான். ரயில் பெட்டியில் ஏறி எண்ணைச் சரிபார்த்து அவர்கள் எதிரே அமர்ந்தான். எதிரே எண் அமைந்திருந்தது கூடுதல் வாய்ப்பு. மூத்தவளின் உடல் மொழியைக் கவனித்துக்கொண்டிருந்தான். சங்கீதம் உடல் வடிவம் எடுக்கும் போலிருக்கிறது என்று நினைத்துக்கொண்டான். கண்கள் அவனை அள்ளிச் சென்றுகொண்டிருந்தன.

ரயில் சென்று கொண்டிருந்தது. டிக்கெட் பரிசோதகர் அவனிடம் டிக்கெட் கேட்டார். எடுத்துக் கொடுத்தான். "இந்த கோச் எஸ். 6. உங்க டிக்கெட் எஸ். 9. தப்பா உக்காந்திருக்கீங்க" என்றார் பரிசோதகர். அவன் திகைத்து டிக்கெட்டை வாங்கிப் பார்த்தான். எஸ். 9 என்றுதான் இருந்தது. அவள் கண்கள் எவ்வாறு எஸ் 9–ஐ எஸ் 6 – ஆக சிந்தையில் மாற்றியது என்று குழம்பினான். அவள், அவனைப் பார்த்தாள். அவள் கண்களைச் சந்தித்ததில் நிலைகுலைந்து, எழுந்து எஸ் 9 பெட்டியை நோக்கிச் சென்றான்.

எஸ் 9 பெட்டியிலிருந்த இருக்கையில் அமர்ந்தான். மாலையில் கேட்ட சங்கீதம், அவள் கண்கள், படித்த ஒரு கவிதை, ஒரு குழந்தையின் முகம் ஆகியவை கலந்த உணர்வுகளுடன் ஜன்னல் வழியே பார்த்துக்கொண்டிருந்தான். 'படைப்பும் குழந்தையும்' என்ற தலைப்பை சொல்லிப் பார்த்துக்கொண்டான். ரயில் சென்றுகொண்டிருந்தது.

2

... எங்கள் போலீஸ் பார்வையைக் கண்டதும் ஓட முயன்ற, பின்னால் விசாரித்துத் தெரிந்துகொண்ட பர்மா பாபு என்ற பாபு, வயது 27, த/பெ சுப்புராமன் என்பவரைப் பிடித்து விசாரித்த போது எதிரி தானாக முன்வந்து கொடுத்த ஒப்புதல் வாக்கு மூலம் பின்வருமாறு:

என்னுடைய பெயர் பாபு. என் முன்னோர்கள் பர்மாவிலிருந்து வந்ததால் என்னை பர்மா பாபு என்று கூப்பிடுவார்கள். என் அப்பா பெயர் சுப்புராமன். தாயார் பெயர் தவமணி தேவி. என்னோட ஒரே அக்கா சுசிலாவை, நாகப்பட்டினத்தில் பர்னிச்சர் கடை வைத்திருக்கும் ராமையாவிற்குக் கட்டிக் கொடுத்துவிட்டோம். என்னுடைய தம்பி தணிகாசலம் கந்தவிலாஸ் பஸ் கம்பெனியிலே கண்டக்டராக இருக்கிறான். அப்பா வாதம் வந்து ஒரு கை, ஒரு கால் விளங்காமல் வீட்டிலே இருக்கிறார். அம்மா பக்கத்துலே இருக்கிற முறுக்குக் கம்பெனியிலே வேலைக்குப் போகும். நான், என் பெரியப்பா மகன் சுப்பிரமணி, ஒறவுமுறையிலே மாப்பிள்ளையான சொக்கக் கொத்தன் ஆகியோர் மோகனா தியேட்டரிலே படம் பார்த்துக்கொண்டிருந்தபோது அலப்பற பண்ணினோம். அதைக் கண்டித்துக் கேட்ட வாட்ச் மேனை பின்னாலே நாங்க அடிச்சுக் காயப்படுத்தின கேசுலே மூன்று மாதத்துக்கு முன்னாலே விடுதலை ஆனோம். போன வருடம் பஞ்சாயத்து எலெக்சன்லே என் பெரியப்பா மகன் சுப்பிரமணிக்கும், பிரஸிடெண்டாக இருந்த நாகலிங்கத்துக்கும், பிரஸிடெண்டாக யார் நிக்கிறதுங்கற தகராறுலே என்னோட

இன்னொரு மாப்பிள்ளை ஒன்றைக் கண் சக்தி என்ற சக்திவேலை வெட்டியதாலே பதிலுக்கு நாகலிங்கத்தோட ஆட்களை அவங்க ஏரியாவுக்குள்ளே போய் வெட்டிக் காயப்படுத்திய கேஸ் ஒண்ணு ஸ்டேசன்லே இருக்கு. இப்ப போன வியாழக் கிழமை, பெரியபாளையத்திலே மணி நாடார் டீக்கடைக்குப் பக்கத்திலே, சரஸ்வதி பள்ளிக்கூடம் பக்கத்துலே நடந்து போய்க்கிட்டிருந்தேன். அப்ப மாணிக்கம் மகன் புரோக்கர் ரத்தினமும் அவனோட நண்பர் சுந்தரும் பள்ளிக்கூடத்துக்கு எதிர்த்தாப்புலே நின்னு பேசிக்கிட்டிருந்தாங்க. எனக்குத் தண்ணியடிப்பது, செக்ஸ் படம் பார்ப்பது பிடிக்கும். நான் புரோக்கர் ரத்தினத்திடம் தண்ணியடிக்கப் பணம் கேட்டேன். அவன் இல்லைன்னு சொன்னான். நம்ம ஏரியாவிலே நான் பெரிய ரவுடி ஏங்கிட்டே இல்லேன்னா சொல்றேன்னு, சத்தம் போட்டு சட்டைக்குள்ள முதுகுலே மறைச்சு வைச்சிருந்த வாளை எடுத்து ரோட்டுலே தேய்ச்சிக்கிட்டே, எனக்கே பணம் இல்லேன்னா சொல்றிங்கன்னு சத்தம் போட்டேன். ரோட்லே போன ஜனங்க பயந்து ஓடினாங்க. வண்டிகள் போக முடியாம பயந்து நின்று போச்சு. புரோக்கர் ரத்தினத்துக்கு, நிலம் வாங்கி விக்கிற பிஸினஸ்லே நல்ல சம்பாத்தியம். அவனும் அவன் நண்பன் சுந்தரும் ஓடப்பார்த்தானுங்க. அவுங்களை விடாம வழி மறிச்சு தண்ணியடிக்க பணம் இல்லேன்னா சொல்றீங்க, இத்தோட செத்துப்போங்கடான்னு புரோக்கர் ரத்தினத்தைத் தோள் பட்டையிலும் காதிலேயும் மாறி மாறி வெட்டினேன். காப்பாற்ற வந்த சுந்தரை வாளால் வெட்டும் போது அவன் கையாலே மறிச்சான். அவன் இரண்டு கையிலேயும் வெட்டினேன். யாராவது பிடிக்கவந்தா வெட்டிப் போடுவேன்னு மிரட்டிக்கிட்டே வாளோடு தப்பி பார்த்திபனூர் போயிட்டேன். சரியா சாப்பிட்டு ரெண்டு, மூணு நாளாச்சு. சின்னப்பட்டியிலே இருக்கிற அப்துல் ரஹ்மானைப் பார்த்து பணம் கேட்கலாம்னு அந்த ஊருக்குப் போயி அவனைக் காளியம்மன் கோயில் பக்கத்துலே இருந்த டீக்கடையிலே வைச்சுப் பார்த்து நல்லா சாப்பிட்டு நாளாச்சு. தண்ணியடிக்கணும், சாப்பிடணும், பணம் கொடுன்னு கேட்டேன். அவன் எகத்தாளமாகப் பேசினான். மரியாதையா பணம் கொடுத்துருன்னு சொல்லி அவன் சட்டைப் பாக்கெட்டுக்குள்ளே கையை விட்டேன். அவன் தட்டிவிட்டான். ஏண்டா பெரிய ரவுடின்னு உனக்கு நல்லாவே தெரியும். பணம் இல்லையின்னா சொல்றேன்னு சத்தம் போட்டுக்கிட்டே வாளையெடுத்து தொடையில் வெட்டினேன். வாளை எடுத்து கையாலே சுழட்டிக்கிட்டே மிரட்டினேன். ஆம்பள, பொம்பள, பசங்க எல்லோரும் பயந்து ஓடினாங்க. பக்கத்துலே இருந்த கடைகளை அடைச்சிட்டாங்க. அப்துல் ரஹ்மான் கால்ல

வெட்டுப்பட்டதாலே கீழே விழுந்து கிடந்தான். இதுதான் சமயம்னு அவன் பாக்கெட்லே கைவிட்டு இருந்த பணத்தை எடுத்துக்கிட்டு தப்பி ஓடினேன். பணம் மொத்தம் எண்பது ரூபாய் இருந்துச்சு. அங்கேருந்து தப்பி மதுரை ரிங்ரோடு வந்து அங்கேயிருந்த ஒரு பரோட்டாக் கடையிலே பரோட்டாவும், சுக்கா வருவலும் சாப்பிட்டு பஸ் ஸ்டாப்புலே நின்னுக்கிட்டு இருக்கும்போது, என்னைப் பிடிச்சிட்டீங்க. நான் ரத்தினத்தையும் சுந்தரையும் வெட்டப்பயன்படுத்தியதும் அப்துல் ரஹ்மானை வெட்டப் பயன்படுத்தியதும் ஒரே வாள்தான். அதை உங்கிட்டே ஒப்படைக்கிறேன். ஒப்பம், பர்மா பாபு என்ற பாபு.

3

... இவ்வழக்கின் எதிரியான தோட்டக்காரன் என்ற வடிவேலன் த/பெ முனியப்பன் வயது 26 எவ்விதத் தூண்டுதலோ, அச்சுறுத்தலோ இல்லாமல் தானாகவே முன்வந்து கொடுத்த வாக்குமூலம்.

நான் 8ஆம்வகுப்பு வரை படித்துள்ளேன். என் அப்பா இறந்து விட்டார். என் அம்மா பெரிய நாயகி வீட்லே டெய்லரிங் வேலை செய்கிறது. எனக்கு இரண்டு அண்ணன்கள். மூத்த அண்ணன் முருகப்பன் பெயிண்டு வேலை பார்த்துவருது. அவருக்கு தொப்புலாபுரத்தைச் சேர்ந்த தமயந்தி என்பவரைக் கல்யாணம் செய்து வைத்து எங்களுக்கு ரெண்டு வீடு தள்ளி அவுனுங்க தனிக் குடித்தனம் நடத்தறாங்க. இரண்டாவது அண்ணன் கந்தசாமி டவுன்லே ஹோட்டல்லே சப்ளையரா இருக்கு. ஒரு தங்கச்சி தெய்வானையை, டவுன்லே வாடகை சைக்கிள் கடை வைச்சிருக்கும் மாரியப்பனுக்குக் கட்டிக் கொடுத்திருக்கு, எனக்கும் என் இரண்டாவது அண்ணனுக்கும் கல்யாணமாகலை. நான் பெரிய கருப்பத்தேவர் தோட்டத்துலே தோட்டவேலை பார்த்துக் கிட்டிருந்தேன். நான் சின்னக்குளம் கருப்பு, சண்முகம், ஓட்டவாய் என்ற சந்திரன் இவர்களுடன் திருச்சி ரோட்டில் ராபரி செய்து ஆறு மாதம் ஜெயிலில் இருந்தேன். என் மூத்த அண்ணன் வந்து பெயில்லே எடுத்தார். வெளியே வந்து வாடகை ஆட்டோ ஓட்டிவந்தேன். எங்க வீடு ஏழு வீடு சேர்ந்து இருக்கற காம்பவுண்டு. ஒரு வீட்லே நான், என் இரண்டாவது அண்ணன், அம்மா இருந்தோம். இரண்டு வீடு தள்ளி என் மூத்த அண்ணன் இருந்தார். இடையிலே இருந்த ஒரு வீடு காலியானப்ப, கட்டையம்பட்டியான் என்ற மலைச்சாமி என்பவர் உசிலம்பட்டியைச் சேர்ந்த காட்டுராஜா என்பவனுக்கு வாடகை பேசி குடியமர்த்தினார். காட்டுராஜா பெரிய குடிகாரன். அவன் மனைவி பெயர் சந்திரா. அவங்களுக்கு

நாலு வயசிலே ராணின்னு ஒரு பெண் குழந்தை. அதை நான் ஸ்கூலுக்குக் கொண்டு போய் விட்டுவருவேன். காட்டுராஜா குடிச்சிட்டு வந்து மனைவியைக் கொடுமைப்படுத்துவான். கெட்டவார்த்தையிலே திட்டுவான். அடிப்பான். நான் ஒரு தடவை இதைத் தட்டிக் கேட்டப்ப என்கூட சண்டைக்கு வந்தான். காட்டுராஜா வேலைபார்த்து வந்த முதலாளி வீட்லே இருந்து திருடிய ரூ 27,000 – த்தை காட்டுராஜாவும், கட்டையம்பட்டியானும் பங்கு போட்டுக்கிட்டாங்க. பின்னாலே ஒத்துவராம, காட்டுராஜா திருட்டைப் போட்டுக் கொடுத்துவிட்டான். அதனாலே ரெண்டுபேரும் சண்டை போட்டுக்கொண்டார்கள். நான் என் கூட்டாளிகளுடன் ராபரி செய்துவிட்டு நல்ல பிள்ளை மாதிரி இருந்துக்குவேன். இரண்டு மாதத்திற்கு முன்னால் காட்டுராஜா குடித்துவிட்டு, ரோட்லே பல பேர் முன்னால அடித்து கையை முறுக்கிட்டான். எனக்கு அவமானமாக இருந்தது. பிறகு என்னிடம் வந்து மன்னிப்புக் கேட்டான். அவன் குடித்துவிட்டு, பெண்டாட்டியை அடிக்கிறான், என்னை அடிக்கிறான், கட்டையம்பட்டியானையும் அடிக்கிறான் என்பதால் இவனைத் தீர்த்துக்கட்ட நானும் கட்டையம்பட்டியானும் நேரம் பார்த்துக்கிட்டிருந்தோம். அன்னைக்கி நான், காட்டுராஜா, கட்டையம்பட்டியான் மூணுபேரும் பொன்னையா டீக்கடையிலே உட்கார்ந்திருந்தோம். கட்டையம்பட்டியான் டீயும் சிகரெட்டும் வாங்கிக் கொடுத்தான். காட்டுராஜா நல்லாகுடித்திருந்தான். அப்போது சாயங்காலம் சுமார் 6.30 மணியிருக்கும். கட்டையம்பட்டியான் என்னைப் பாத்து ஜாடை காட்டினார். நான் ஆத்துக்குப் போகலாமா என்று காட்டுராஜாவிடம் கேட்டேன். அவன் முன்னால் சென்றான். நான் அவன் பின்னால் சென்றேன். எனக்கு அவன் குடித்துவிட்டு சண்டியர்த்தனம் பண்ணுவது ஆத்திரம் ஆத்திரமாக வந்தது. அவன் அங்கிருந்த செடிகளுக்குப் பின்னால் அமர்ந்து வெளிக்கி இருந்தான். கால் கழுவி விட்டு மணல் மீது குத்தவைத்து உட்கார்ந்தான். நிலா வெளிச்சம் இருந்தது. இரவு சுமார் 7.30 மணி அளவில் அவனுக்குப் பின்புறம் இருந்த செடிகளின் மறைவில் வெளிக்கி இருக்கச் செல்வது போல் சென்றேன். அங்கு சிகப்பு, ஊதா கலந்த கட்டம்போட்ட என் கைலியைக் கழட்டி கயிறுபோலத் திரித்து அவன் கழுத்தில் இறுக்கி திமிராமல் பிடித்துக்கொண்டேன். உயிர் போனபின் கைலியைப் பிரித்து உடுத்திக்கொண்டேன். அவன் வெள்ளைச் சட்டையும், வேட்டியும் அணிந்திருந்தான். ஜட்டி போட்டிருந்தான். அவனைத்தூக்கி கொஞ்ச தூரம் சென்று அங்கிருந்த செடி மறைவில் போட்டேன். நான் என் கையைக் கழுவி விட்டு, பொன்னையா டீக்கடைக்கு வந்து, அங்கேயிருந்த கட்டையம்பட்டியானிடம் குளோஸ்

பண்ணிட்டேன் என்று சொல்லிவிட்டு வீட்டுக்குப் போயிட்டேன். அடுத்த நாள் சாயங்காலம் நான் வீட்டில் இருக்கும்போது சந்திரா வந்து என் வீட்டுக்காரரைப் பார்த்தியா என்று கேட்டது. நான் இல்லை என்று சொல்லிவிட்டேன். அதற்கடுத்த நாள் விவரம் தெரிந்து எல்லோரும் ஓடினார்கள். போலீஸ் நின்றிருந்தது. நானும் கூட இருந்து வேடிக்கை பார்த்துவிட்டு வந்து விட்டேன். இந்தக் கொலை சம்பந்தமாக போலீஸார் என்னைத் தேடிக்கொண்டிருப்பதாலும், என் மனசாட்சி உறுத்தியதாலும் நான் கிராம நிர்வாக அதிகாரியிடம் ஆஜரானேன். நான் போலீஸாரிடம் கொலை நடந்த இடத்தைக் காட்டினேன். கொலை செய்யப் பயன்படுத்திய கைலியை எடுத்து தங்கள் முன் ஆஜர் செய்கிறேன். கட்டையம்பட்டியான் தற்போது இருக்கும் இடத்தையும் காட்டுகிறேன். ஒப்பம், தோட்டக்காரன் என்ற வடிவேலன்.

4

. . . இவ்வழக்கின் எதிரியான தங்கராசு, த/பெ. பாலுச்சாமி வயது 28 எவ்வித வற்புறுத்தலும், அச்சுறுத்தலும் இன்றி தானாக முன்வந்து கொடுத்த ஒப்புதல் வாக்குமூலம்:

என்பெயர் தங்கராசு. என் அப்பா பாலுச்சாமி வேன் டிரைவராக இருக்கார். அம்மா ரொம்ப வருஷத்துக்கு முன்னாடி இறந்து போச்சு. என் அப்பா ரெண்டாம் கல்யாணம் பண்ணிக்கிட்டார். என் சின்னம்மாவுக்குப் பிள்ளை இல்லை. எனக்கு ஒரு தம்பி. பெயர் நல்லதம்பி. அவனும் வேன் ஓட்றான். தங்கச்சி கல்யாணியை மிச்சர் கடை வைச்சிருக்கும் முத்துச்சாமிக்குக் கட்டிக் கொடுத்து தனியா எங்க ஏரியாவுலேயே குடியிருக்கு. என் தம்பிக்குக் கல்யாணமாகல. எனக்குக் கல்யாணமாகி மலர் என்ற மனைவியும் ரெண்டு வயசுலே பிரியாங்கிற மகளும் இருக்கு. நான் சென்னைக்கு லாரி ஓட்டறேன். போகும் இடங்களில் வண்டியை நிறுத்தி பெண்களிடம் ஜாலியாக இருந்துவிட்டுப் போவேன். லாரிக்குப் போகாமல் வீட்டில் இருக்கும்போது, தண்ணியடித்து விட்டு ஜாலியாக இருப்பேன். காசு இல்லைன்னா கத்தியைக் காட்டி மிரட்டி பவுஸ் வாங்குவேன். என் மேலே இரண்டு அடிதடி கேசும், மூன்று பவுஸ் வாங்கிய கேசும் கோர்ட்டில் நடந்துவருகிறது. அன்றைக்கு சிங்காரபுரம் பஸ்ஸ்டாப்புலே பின்னால் பெயர் கேட்டுத் தெரிந்த நாகேந்திரன் மகள் கௌரி, கன்னியப்பன் மகன் சேகர் நின்னிருந்தாங்க. நான், என் கூட்டாளிங்க சித்தப்பா என்ற மோகன், ராமர், எதிர்த்தாப்லே நின்னு நோட்டம் போட்டோம். நாங்க மூணு பெரும் போய் விசாரிச்சோம். சேகர்

தன் காதலி கௌரியுடன் நின்றிருப்பதாகவும் திருமணம் செய்யக் கொண்டு போறேன் என்றும் சொன்னான். நானும் மோகனும் அந்தப் பொண்ணை எங்களிடம் விட்டுறு இல்லைன்னா கொன்னுருவோம் என்றோம். சேகர் விடமுடியாதுன்னு போல்டா பேசினான். நாங்க ரெண்டு பேரும் அவனைக் காலைத்தட்டி கீழே விழுத்தாட்டினோம். முனியாண்டியை ஆட்டோ எடுத்து வரச்சொல்லிக் கத்தியைக் காட்டி கௌரியை ஏறுடின்னு மிரட்டினோம். அவள் மாட்டேன்னு சொன்னாள். ராமர் அவள் கையை முறுக்கி ஆட்டோவுக்குள்ளே தள்ளினான். முனியாண்டி ஆட்டோவை ஓட்டினான். நாங்க மூணு பேரும் அவளைக் கத்தவிடாம கத்தியைக் காட்டி மிரட்டிக்கிட்டே, சர்ச்சுக்குப் பின்னாலே இருந்த புறம்போக்கு நிலத்திற்குக் கொண்டு போனோம். அங்கே கருவேல மரத்திற்குக் கீழே நாங்க சீட்டு வெளையாட விரிச்சு வைச்சிருந்த சாக்கில் கௌரியை நிக்க வைச்சு, நாங்க ஏற்கனவே வாங்கி வைத்திருந்த பிராந்தி, பீரைக் குடிக்கச் சொல்லி மிரட்டினோம். மறுத்தாள். ட்ரெஸ்ஸை அவுக்கச் சொன்னோம். மறுத்தாள். வலுக்கட்டாயமாக சட்டை சுடிதாரைக் கழட்டினோம். மல்லாக்க சாக்கில் படுக்க வைச்சு வயிற்றில் கத்தியை வைச்சு பிராந்தியைக் குடி என்று மிரட்டினோம். சாக்கின் சைடு பக்கம் கத்தியால் மாறி மாறி கிழிச்சு பயமுறுத்தினோம். அப்பவும் பிராந்தியைக் குடிக்க மறுத்து கத்தினாள். மத்தரெண்டு பேரும் அவளை வாயைப் பொத்தி கையைப் பிடிச்சுக்க, நான் கற்பழிக்க முயலும்போது ஒரு கல் வந்து என் முதுகிலே விழுந்தது. திரும்பிப் பார்த்தா எங்க காலனியைச் சேர்ந்த பாண்டி மகன் அய்யனார், எப்படிடா எங்க வீட்டுக்கு வந்த பொண்ணைக் கொண்டு வரலாம் என்று மீண்டும் கல்லை எறிந்தான். அது என் இடது பக்கத் தொடையில் பட்டது. நாங்க அவளை விட்டுவிட்டு வெளியே வந்து பங்சர் கடை வெளிச்சத்தில் வைத்து, ஏண்டா அய்யனார், அந்த பொண்ணை உனக்குப் பட்டா போட்டு வைச்சிருக்கான்னு சத்தம் போட்டேன். அவன் பதிலுக்குச் சத்தம் போட்டான். நான், உன்னை உயிரோட விட்டாத்தானே தடுப்பே, கல்லை விட்டு எறிவே, உன்னை நான் கொன்னுட்டு அவளை அனுபவிக்கிறேன்டா என்று அய்யனாரின் அடி வயிற்றில் கத்தியால் குத்தினேன். அப்ப மோகன், அய்யனாரை ஓடாம பிடிச்சிக்கிட்டான். ராமர் அவன் கத்தியாலே வலது தோள் பட்டையில் வெட்டினான். அப்ப மணி இரவு சுமார் 10.30 இருக்கும். கௌரி எங்க பின்னாடி நிர்வாணமா வந்தது. இதைப் பார்த்துக் கத்தினாள். அதுக்குள்ளே ஆட்டோவிலே வந்து இறங்கின அய்யனாரோட அப்பா பாண்டி, ராசா, சங்கிலி ஆகியோர் எங்களைப் பிடிக்க வந்தாங்க. அய்யனார்

வெட்டுக்காயம் பட்டிருந்தாலும் கைலியைக் கழட்டி கெளரிக்குக் கொடுத்து போர்த்தச் சொன்னான். நாங்க கத்தியைக் காட்டி மிரட்டிக்கிட்டே ஆட்டோவிலே ஏறித் தப்பிச்சிட்டோம். அங்கிருந்து மானாமதுரைக்குப் போய் அங்கே ராமர் மோதிரத்தை வித்து பணம் வாங்கிட்டு மதுரைக்கு வந்து, வேப்பன்தோப்பு வேட்டைச் சாமி கோயில்ல உட்கார்ந்து வக்கீலைப் பார்த்து கோர்ட்லே சரணடையனும், போலீஸ்ல மாட்டிக்கக் கூடாதுன்னு நாங்க பேசிக்கிட்டிருந்தப்ப தாங்கள் பார்ட்டியோட வந்து எங்களைப் பிடிச்சிட்டீங்க. சம்பவத்திற்குப் பயன்படுத்திய கத்தியை எடுத்து தங்கள் முன் ஆஜர் செய்கிறேன். ஒப்பம், தங்கராசு.

5

... இவ்வழக்கின் எதிரியான தாண்டவராயன் த/பெ. மாணிக்கம், வயது 29, எவ்வித வற்புறுத்தலும் அச்சுறுத்தலும் இன்றி, தானாக முன் வந்து கொடுத்த ஒப்புதல் வாக்கு மூலம்.

என் பெயர் தாண்டவராயன். என் அப்பா மாணிக்கம் பூக்கடை வைச்சிருக்கார். அம்மா காமாட்சி அப்பாவுக்குத் துணையா பூக்கடையிலே இருக்கும். என் அண்ணன் கருப்பசாமி பிளாஸ்டிக் கம்பெனியிலே வேலை செய்யறான். என் அக்கா கவிதாவை சிங்கம்புணரியிலே ஸ்டேட் பாங்குலே பியூனா இருக்கற சுந்தரபாண்டிக்குக் கட்டிக் கொடுத்திருந்தோம். அவ கல்யாணமாகி ரெண்டு வருசத்திலே தூக்குப் போட்டு இறந்து போயிட்டாள். என் மேலேயும் என் கூட்டாளிங்க செந்தில், குலசேகரன், தண்டபாணி ஆகியோர் மேலேயும் திருநெல்வேலி, நடராஜ முதலியார் தெருவில் உள்ள நகைக் கடையில் கொள்ளையடித்த கேஸ் விசாரணையல் இருந்துவருகிறது. மாணிக்கபுரம் பகுதியிலே நானும், செந்திலும் செயின் அத்த கேஸ் ஜி.கே. புரம் காவல் நிலையத்தில் விசாரணையில் இருந்துவருகிறது. அண்ணாநகர் காவல் நிலையத்தில், நான் பவுஸ் கேட்டதாக வழக்குப் பதிவு செய்யப்பட்டு விசாரணையில் இருந்துவருகிறது. நான், செந்தில், குலசேகரன் இவுங்களோட, நான் ஏற்கனவே திருடி வைச்சிருந்த பைக்கில் பழைய பேட்டைப் பக்கம் வந்து கொண்டிருந்தோம். அப்போது பகல் 1.00 மணி இருக்கும். பஸ் ஸ்டாப்பிலே இறங்கி சுமார் 45 வயசுப் பொம்பளை ஒண்ணு நடந்து போய்க்கொண்டிருந்தது. செந்தில் ஓடிப்போய் கத்தியைக் காட்டி செயினை அத்துக்கிட்டு பைக்கில் ஏறிக்கொண்டான். பெரியபாளையத்திலே நகைக்கடை வைத்திருக்கும் அழகப்பனிடம் கொடுத்து எடை போட்டதில் ஐந்து பவுன் இருக்கு என்று சொல்லி இருபதாயிரம் ரூபாய் கொடுத்தார். அதை நாங்க

பிரிச்சிக்கிட்டோம், தண்ணியடிச்சும், பொம்பளைட்டே போயும் செலவு பண்ணினேன். சந்தைக்குளம் ரோட்டில் டி.வி.எஸ். 50 – இல் வந்த ஒருத்தரை, கத்தியைக் காட்டி மிரட்டி செல்போன், ஒரு மைனர் செயின், மோதிரம், கைக்கடிகாரம், பணம் ரூ. 350 –ஐ ராபரி பண்ணினோம் மணிமங்கலம் ரோட்டிலே மூணு பெண்கள் நடந்து போய்க்கிட்டிருந்தாங்க. நான் பைக்கை நிறுத்தி, செந்திலையும், குலசேகரனையும் இறக்கி விட்டேன். செந்தில் ஒரு பொம்பளை கழுத்தில் கிடந்த செயினை அத்துட்டான். குலசேகரன் இன்னொரு பொம்பளையிடம் செயினை அக்கும்போது, சத்தம் போடவும் அக்காம ஓடிவந்துட்டான். நாங்க பைக்குலே ஏறி, பெரியபாளையம் அழகப்பனிடம் கொடுத்து அவர் எடை போட்டுப் பார்த்து ரூ. 15, 000 கொடுத்தார். அதை வாங்கித் தண்ணியடிச்சி, பொம்பளைட்டே போயி செலவு பண்ணினோம். ஜெயில்லே எங்களுக்குப் பழக்கமான மணிகண்டன், மச்சக்காளை, ஆட்டோ மோகன் எங்களை வந்து பார்த்தாங்க. பைபாஸ் ரோட்டிலே ஒரு ஒதுக்குப்புறமான வீட்லே பணமும் நகையும் நிறைய இருப்பதா துப்புக்கிடைச்சிருப்பதாக ஆட்டோ மோகன் சொன்னான். மணிகண்டன் டாக்ஸியோட மாரியம்மன் கோயில் பக்கத்துலே நிக்கிறேன், நீங்க திருடிக்கிட்டு வாங்கன்னு சொன்னான். நான், ஆட்டோ மோகன், செந்தில், மச்சக்காளை நான்குபேரும் அந்த வீட்டுக்குள்ளே நுழைந்தோம். ஒரு கிழவியும் ஒரு நடுத்தரவயது ஆளும் இருந்தாங்க. நாங்க அவுங்க ரெண்டுபேரோட கையையும், காலையும் கட்டி ஒரு ரூமுக்குள் அடைச்சோம். அந்தக் கிழவி கழுத்தில் போட்டிருந்த இரட்டைவடச் செயினை செந்தில் எடுத்துக்கொண்டான். பீரோக்களைத் திறந்து நகை, பணத்தை எடுத்து முடிக்கும்போது, வாசக்கதவைத் தட்டுற சத்தம் கேட்டது. திறக்காம இருந்தா பிரச்சினைங்கிறதுனாலே கதவை மச்சக்காளை திறந்தான். வந்த நபருக்கு 55 வயது இருக்கும். கதவைச் சாத்திவிட்டு, சத்தம் போட்டால் கொன்னுருவோம்னு சொன்னேன். வந்தவர் சத்தம் போட்டார். ஆட்டோ மோகன் அவர் கைகளைப் பின்புறமா வந்து பிடிச்சுக்கிட்டான். சத்தமா போடுறே செத்துப்போடான்னு அவர் வயித்திலே கத்தியாலே குத்தினேன். அவர் சரிந்து விழுந்தார். அவரை அப்படியே போட்டுவிட்டு வெளியேறி கார்லே ஏறி மதுரைக்கு வந்து செகண்ட் ஷோ படம் பார்த்தோம். பின்னர் மறைவா ஒரு இடத்திலே உட்கார்ந்து நகைகளையும், பணத்தையும் பார்த்தோம். ரொக்கம் ரூ. 85, 000 இருந்தது. அழகப்பனிடம் போய் நகைகளைக் கொடுத்தோம், 65பவுன் இருந்தது. ரூ. 2லட்சம் கிடைத்தது. என் பங்குக்கு ரூ. 50, 000 கிடைத்தது. என் தங்கச்சி கவிதா வீட்லே ரெண்டு நாள் தங்கியிருந்தேன். பாண்டிச்சேரிக்குப்போய் தண்ணியடிச்சு, பொம்பளைட்டே

போயி செலவு பண்ணினேன். மதுரைக்கு வந்து புட்டுத்தோப்புப் பக்கம் பஸ் ஸ்டாப்லே நின்று கொண்டிருக்கும்போது போலீஸ் பார்ட்டியுடன் வந்து என்னைப் பிடித்துக்கொண்டார்கள். என் உடம்பில் மறைத்து வைத்திருந்த நீளக்கத்தியை எடுத்து ஆஜர் செய்தேன். ஒப்பம், தாண்டவராயன்.

6

பர்மா பிரபு என்ற பிரபு, தோட்டக்காரன் என்ற வடிவேலன், தங்கராசு, தாண்டவராயன் ஆகிய நான்கு பேர்களும் அவரவர் வழிகளில் பயணம் செய்து, சிறைச்சாலையில் பழக்கமாகி, கூட்டாகக் காரியங்கள் செய்துகொண்டிருக்கின்றனர்.

அந்தக் கூட்ட அரங்கை விட்டு வெளியே வந்த அவர்களின் மனோநிலை இதற்குமுன் அவர்கள் அனுபவித்தறியாததாக இருந்தது. அந்த எழுத்தாளன் ‘படைப்பும் குழந்தையும்’ என்ற தலைப்பில் பேச ஆரம்பிப்பதற்கு முன் இருந்தவர்களாக தாங்கள் இப்போது இல்லை என்று உணர்ந்திருந்தார்கள்.

பர்மா பாபுவிற்குக் குழந்தைப் பிராயத்தில் தாய்மூலமாக அனுபவித்த கொடுமைகள் ஒவ்வொன்றாக நினைவுக்கு வர ஆரம்பித்தன . . . அப்பாவை . . . அவள் அவமதித்துதான் தோன்றித் தனமாக இருந்தது, அப்பா அவனை அணைத்துக்கொண்டு, கண்ணீர்விட்டுப் படுத்திருந்தது. மூன்று குழந்தைகளின் மேலேயும் அவளுக்குப் பாசம் இருந்ததில்லை. தன்மேல் அவளுக்கு வெறுப்பு இருந்ததினால் சேட்டைகள் செய்தோமா, சேட்டைகள் செய்ததினால் அவள் வெறுப்பாக இருந்தாளா என்று புதிராக இருந்த உணர்வு தற்போது மிகுதியாகி அவனுக்குக் குழப்பம் ஏற்பட்டது. குச்சியால் அடிவாங்கி, திண்ணையில் படுத்திருந்த சிறுவயது நினைவுகள் அலைக்கழித்துக் கொண்டிருந்தன.

தோட்டக்காரன் என்ற வடிவேலனுக்கு ஆரம்பப் பள்ளிக்கூடத்தில் கூடப்படித்த பரிமளா என்ற சிறுமி நினைவுக்கு வந்தது. ஐந்தாவது வரைக்கும் அவள் கூட படித்தாள். அவளோடு சேர்ந்துதான் அவன் விளையாடுவான். கொடுக்காப்புளி மரத்திலிருந்து விழும் பழங்களை எடுத்து இருவரும் பகிர்ந்து சாப்பிடுவார்கள். ஒரு நாள் ஒரு குச்சி ஐஸ் வாங்கி இருவரும் சாப்பிட்டார்கள். பின்னால் அவள் தந்தை பிழைப்புத் தேடி குடும்பத்துடன் எங்கோ சென்றுவிட்டார். சந்திராவின் மீது கொண்ட ஈடுபாடு, அபிமானம் காரணமாகத்தான் அவள் கணவன் காட்டுராஜாவைக் கொலை செய்தோம் போலிருக்கிறது என்ற எண்ணம் அவனுள் ஓடிக்கொண்டிருந்தது.

தங்கராசுக்கு, பர்வதம் நினைவுக்கு வந்தாள். பர்வதம் குடும்பத்தினர் இரண்டு வீடு தள்ளிக் குடியிருந்தனர். பர்வதத்தின் கணவன் பஸ் டிரைவராக இருந்தான். இவன் சிறுவனாக இருந்தபோது பெரும்பாலும் அவர்கள் வீட்டிலேயே இருப்பான். அவள் இவனுக்குத் தாயார் போல சவரட்சனை செய்துவந்தாள். அவள் கணவன் சமயங்களில் இரவு வேலைக்குச் செல்லும்போது, இவன் அவள் வீட்டில் துணைக்குப் படுத்துக் கொள்வான். அவள் மூலமகத்தான் அவன் சிறு வயதிலேயே செக்ஸை அறிந்தான். பெண்களின் மீது மோகம் கொண்டு ஏன் அலைகிறோம் என்ற கேள்வி அவனுள் பெரிதாகிக் கொண்டிருந்தது.

தாண்டவராயனுக்கு அக்கா நினைவு ஏற்பட்டது. அவன் அக்காவிற்கும் அவனுக்கும் 15 வயது வித்தியாசம். அக்காவையே சுற்றிக் கொண்டிருப்பான். அப்பா, தகுதிக்கு மீறி ஸ்டேட் பாங்குலே பியூன் வேலை பார்க்கிறவனுக்குக் கட்டிக் கொடுத்தார். அவராலே வாக்குக் கொடுத்தபடி நகை பணம் கொடுக்க முடியவில்லை. தாண்டவராயன், அக்கா வீட்டில் இருந்தபோது, நகை, பணம் கொண்டு வரச்சொல்லி கணவன் அடிக்கும்போது பயந்துகொண்டே பார்த்துக்கொண்டிருப்பான். ஒரு நாள் அவள் தூக்குப்போட்டு இறந்துவிட்டதாகச் செய்தி வந்தது. ஒரு சுழலுக்குள் சென்று கொண்டிருப்பதுபோன்ற உணர்வு தாண்டவராயனுக்குத் தற்போது ஏற்பட்டுக்கொண்டிருந்தது.

இவர்கள் நால்வரையும் அழைத்த உருவம் பேசியது அவர்களுக்கு அப்போது புரியவில்லை. இப்போதும் புரிந்தமாதிரி யும், புரியாத மாதிரியும் இருக்கிறது. அட்வான்ஸ் கொடுத்ததினால் இவர்கள் பெரிதாக எதையும் யோசிக்கவில்லை.

அந்த உருவம் அப்போது சொன்னது: “அந்த எழுத்தாளன் லூஸ் மாதிரி இருப்பான். லூஸ் மாதிரிதான் நடந்துகொள்வான். அவன் புதுவிதமான சிருஷ்டியை எழுத்தில் கொண்டு வந்து கொண்டிருக்கிறான். வன்முறையில் அந்த சிருஷ்டியை நசுக்க வேண்டும்.”

“சிருஷ்டி என்றால் என்ன” என்று தாண்டவராயன் கேட்டான்.

“உங்களுக்கு விளங்குகிற மாதிரி எனக்குச் சொல்லத் தெரியாது. புது விதமாக விவசாயம் பண்ணுகிற மாதிரி என்று நினைத்துக்கொள்ளுங்கள். உருவாக்குகிறவனை அழித்தால் சிருஷ்டி வளராது” என்றது உருவம்.

“அப்படியானால் அட்வான்ஸ் கொடுங்கள்” என்றான் தாண்டவராயன்.

அட்வான்ஸ் பணம் எடுத்து வைக்கப்பட்டது. அந்த எழுத்தாளன் கூட்டத்தில் கலந்துகொள்ள வரும் இடம், நேரம் பற்றிய விவரங்களைக் கூறி, அவனைப் பார்த்து வைத்துக் கொண்டு, பின்னர் அவர்கள் வசதிப்படி செய்துகொள்ளுங்கள் என்றது அந்த உருவம்.

"நாம் இப்போது என்ன செய்வது" என்றான் பர்மா பாபு.

"உருவத்தைப் போட்டுத் தள்ளுவோமா?" என்றான், தாண்டவராயன்.

நால்வரும் கூடிப்பேசி அட்வான்ஸைத் திருப்பிக் கொடுத்துவிட்டு ஊருக்குச் சென்று விடுவது என்று முடிவு செய்தனர்.

7

அவன் சென்னையிலிருந்து, ஊருக்குத் திரும்பிக் கொண்டிருந்தான். 'படைப்பும் குழந்தையும்' என்ற தலைப்பில் இன்னும் சில விஷயங் களைப் பேசியிருக்கலாம் என்று யோசித்துக் கொண்டிருந்தான். ரயில் சென்றுகொண்டிருந்தது.

அவனுக்குக் கீழ்ப்படுக்கை ஒதுக்கப்பட்டிருந்தது. நடுப்படுக்கை ஒதுக்கீடு செய்யப்பட்ட முதியவருக்குக் கீழ்ப்படுக்கையைக் கொடுத்துவிட்டு, அவன் நடுப்படுக்கையில் படுத்திருந்தான். விளக்குகள் அணைக்கப்பட்டன. அரைத்தூக்கம்போலத் தூங்கிக் கொண்டிருந்தான்.

தூக்கத்தில், அடர்த்தியான வர்ணங்களில் புதுவிதமான செடிகள், வர்ணப்பூக்கள் தோன்றின. அவற்றைப் பார்த்துக் கொண்டிருப்பதே பரவசமாக இருந்தது. அழகு, அழகான குழந்தைகள். அவை கண்ணைக் கவரும் அடர்த்தியான வர்ணங்களில் இருந்தன. குழந்தைகள் மறைந்து, தோன்றிய ஆண்கள், பெண்கள் வர்ணங்களின்றி இருந்தனர். ஒரு தூரிகை, வர்ண டப்பாக்கள் இருந்தன. ஒரு கை தூரிகையை எடுத்தது. இரண்டு கண்கள் ஆண்களையும் பெண்களையும் பார்த்துக் கொண்டிருந்தன.

தூக்கம் கலைந்துவிட்டது. அவன் எழுந்து சிறுநீர் கழிக்கக் கழிப்பிடத்திற்குச் சென்றான். அங்கு ஜன்னல் விளிம்பில் ஒரு பர்ஸ் இருப்பதைப் பார்த்தான். ரயில் செல்வதில், அதிர்வில், பர்ஸ் கீழேவிழுந்து கழிப்பிடக் குழிக்குள் சென்றுவிடுமோ என்ற எண்ணம் ஏற்பட்டது. அவன் அவசரமாக வெளியேறி அடுத்த பெட்டியிலிருந்த காவலரை அணுகி விவரத்தைக் கூறினான். அவர், அவன் கூட வந்து பர்ஸை எடுத்தார். இதை

எஸ்.ஐ.யிடம்தான் காண்பித்துக் கொடுக்க வேண்டும் என்றும் பர்ஸைத் திறந்து பார்க்காமல் கொண்டு செல்வதற்கு அவன்தான் சாட்சி என்றும் கூறி அவனையும் அழைத்துக்கொண்டு இரண்டு, மூன்று பெட்டிகளைக் கடந்து அங்கு அமர்ந்திருந்த எஸ்.ஐ.யிடம் பர்ஸைக் கொடுத்து விவரம் கூறினார் காவலர்.

எதிர்பார்த்தாற்போல் இல்லாமல் எஸ்.ஐ. குட்டையாக, ஒல்லியாக இருந்தார். கீச்சுக்குரலில் பேசினார். பர்ஸைத் திறந்து பார்த்தார். உள்ளே இருந்த விசிட்டிங் அட்டையை எடுத்தார். அதில் இருந்த பெயரைக் கூறினார். அவனுக்கு அதிர்ச்சியாக இருந்தது. விசிட்டிங் அட்டையில் இருப்பதாக அவனது பெயரை எஸ்.ஐ. கூறியிருந்தார். அவன் விசிட்டிங் அட்டையை வாங்கிப் பார்த்தான். அவன் பெயர்தான் இருந்தது. தனது பர்ஸ் எப்படி வேறொரு பர்ஸாக மாறியது என்று ஆச்சரியம் அடைந்தான்.

தனது பர்ஸ் போன்ற எண்ணத்தை இந்தப் பர்ஸ் தோற்றுவித்தாலும் இந்த பர்ஸ் தன்னுடையதில்லை என்றும் ஆனால் அந்த விசிட்டிங் அட்டை தன்னுடையது என்றும் கூறினான். தான் இரண்டு நபராக மாறி இன்னொரு நபர் இதே ரயிலில் பயணம் செய்துகொண்டிருக்கின்றானோ என்ற எண்ணம் அவனுக்கு ஏற்பட்டது.

பேசச்சென்ற இடத்தில் பலருக்கு விசிட்டிங் அட்டையைக் கொடுத்தது திடீரென்று நினைவுக்கு வந்தது. வாழ்வு, இப்படித்தான் புனைவுகள் போலும் நிகழ்வுகளை உருவாக்கும் என்று எஸ்.ஐ.யிடம் கூறினான். விசிட்டிங் அட்டை தன்னுடையது என்றும் பர்ஸ் தன்னுடையது அல்ல என்றும் கூறினான். இன்னாருக்குச் சொந்தமானது என்பதற்கு பர்ஸில் அடையாளமில்லையே என்று எஸ்.ஐ. கூறினார்.

பர்ஸில் இருந்த பணத்தை, எஸ்.ஐ. எண்ணினார். இவ்வளவு இருக்கிறது என்று சொல்லி பர்ஸுக்குள் வைத்தார். யாரை எழுப்பி இந்த பர்ஸ் யாருடையது என்று கேட்பது என்று தெரியாததால் காவல் நிலையத்தில் ஒப்படைக்கப்போவதாக எஸ்.ஐ. கூறினார்.

அவன் நன்றி கூறிவிட்டு தனது பெட்டிக்கு வந்து நடுப்படுக்கையில் படுத்தான். தூக்கத்தில் அடர்த்தியான வர்ணங்களில் புதுவிதமான செடிகள், வர்ணப்பூக்கள் உருவாகிக் கொண்டிருந்தன.

உயிர்மை, பிப்ரவரி 2009

விரித்த கூந்தல்

இவ்வளவு பெண்கள் விரித்த கூந்தலுடன் இருப்பது அவனுக்குத் திகிலை ஏற்படுத்திக் கொண்டிருந்தது. பெண்கள் விரித்த கூந்தலுடன் உட்கார்ந்திருந்தார்கள்; நின்றுகொண்டிருந்தார்கள்; நடந்துகொண்டிருந்தார்கள். பலர் நனைந்த ஆடைகளுடன் இருந்தார்கள். அருவி, பிரம்மாண்டமான தோற்றத்துடன் இருந்தது. சுமார் இருபதுக்கும் மேற்பட்ட ஆண்கள் நீர்வீழ்ச்சியில், பாறையுடன் தேனடை போல அப்பியிருந்தனர். மிகவும் குறுகிய ஒரு நீர்வீழ்ச்சியில் – ஒரு நபர் மட்டுமே நிற்கலாம் – வரிசையாய்ப் பெண்கள் நின்று தலையையும் உடலையும் நனைத்து வெளியேறிக் கொண்டிருந்தனர். நிற்கும் ஒவ்வொரு பெண்ணின் தலையிலும் நீர் விழுந்து முகத்திலும் உடலிலும் வழிந்து ஓடிக்கொண்டிருந்தது. வீழும் நீரினூடே தெரியும் முகங்கள் தூய்மையடைந்து மின்னிக் கொண்டிருந்தன. அவன் கண்ணெதிரே பிருஷ்டம் வரை மறைத்த நீண்ட விரித்த கூந்தலுடன் ஒரு பெண் சென்றுகொண்டிருந்தாள். இந்த இடத்திற்கு வந்ததிலிருந்து விரித்த கூந்தல் ஏற்படுத்தும் தொந்தரவுகளை, அவன் தன் நண்பரிடம் அவருக்கு விளங்கியும் விளங்காத வகையிலும் கூறிக்கொண்டு தானிருக்கிறான்.

விரித்த கூந்தலுடன் நான்கு பெண்கள் தங்கள் ஆடவர்களுடன் அவனைக் கடந்துசென்றனர். சாலையோரத்தில் குஷ்டரோகி ஒருவன், காசு விழுந்த தகரடப்பாவை ஆட்டி ஓசையை ஏற்படுத்திக் கொண்டிருந்தான். பாறையில் அமர்ந்திருந்த

ஒரு குரங்கு எதையோ நக்கிக்கொண்டிருந்தது. அவன், தன் நண்பரிடம் விரித்த கூந்தல் ஒரு குறியீடு போலத் தன்னைத் துரத்திக்கொண்டிருப்பதாகக் கூறினான். ‘எல்லாம் நீங்கள் பாவித்துக் கொள்வதுதான்’ என்று நண்பர் கூறினார். ‘விரித்த கூந்தல் கோபத்தையும் பிடிவாதத்தையும் காட்டுகிறது’ என்றான் அவன். இருவரும் நடந்து ஒரு அடர்த்தியான மர நிழலின் கீழ் இருந்த பாறையில் அமர்ந்தனர்.

நண்பர், அவனிடம் அவளைத் தற்போது அடிக்கடி சந்திப்பதுண்டா என்று கேட்டார். சந்தர்ப்பம் அடிக்கடி கிடைப்ப தில்லை என்றும், அபூர்வமாகச் சந்தர்ப்பம் கிடைப்பதாகவும் அவன் பதில் கூறினான். அவளின் மண வாழ்க்கையைப் பற்றி நண்பர் விசாரித்தபோது அவன், ‘அவளின் பிடிவாதம் பற்றி உங்களுக்குத் தெரியாது, அது மிகவும் கடினமானது, இந்தப் பாறையைப் போல. தன்னுடைய பிடிவாதத்தால் அவள் தன் மண வாழ்க்கையைச் சிக்கலாக்கிக் கொண்டாள். அவளின் பிடிவாதம் அவள் கணவனைச் சில எல்லைகளுக்குக் கொண்டு சென்றிருக்கவேண்டும், ஆனால் அவ்வாறு நடக்கவில்லை. பிடிவாதம் ஏற்படுத்தும் சினம் அவரிடமிருந்து பல வகைகளில் வெளிப்பட்டு அவள் பிடிவாதம் மேலும் உறுதியாகிறது என்றே தோன்றுகிறது’ என்றான். தொடர்ந்து இருவரும் மௌனமாய் அமர்ந்திருந்தனர்.

அவளின் கைவிரல்களும், கால்களும், கழுத்தும், முகத்தின் பக்கவாட்டுத் தோற்றமும் மிகவும் அழகானவை. அவள் மெலிந்திருந்ததினால் அவள் இடுப்பு எலும்பு துருத்திக் கொண்டிருந்ததைக் கண்டு, அதை அவன் ஒரு சந்தர்ப்பத்தில் கூறினான். அந்தச் சந்தர்ப்பத்தின் தொடர்ச்சியான ஒரு நிகழ்வில் தான் அவள் முதன் முதலாக மண வாழ்க்கை பற்றி அறிவதாகக் கூறியிருந்தாள். அன்று இரவில், இன்றுதான் தனக்கு முதன் முதலாக மணமானதாகக் கூறினாள்.

நண்பர், ‘விரித்த கூந்தல் உங்களைத் துரத்துவதாக நினைப்பது ஏன்?’ என்று கேட்டார். அவன் ஒன்றும் கூறவில்லை. நண்பருக்கு அவ்வப்போது அவன் கூறும் விஷயங்களிலிருந்து ஏதோ ஒரு வகையில் கோர்வைப்படுத்த முடிந்தாலும் பல விஷயங்கள் புரிபடாமல் யூகவெளியில் அழைத்துச் செல்வதாகவே தோன்றியது.

மலைமேல் இருக்கும் ஒரு அருவியைக் காண எண்ணி இருவரும் எழுந்து நடந்தனர். சிகரெட் பற்றவைத்துக் கொண்டனர். சாலைக்குச் சென்று அங்கிருந்து பிரியும் மலைப் பாதையில் செல்லவேண்டும். ரோட்டில் சென்றுகொண்டிருக்கும்போது

பாழடைந்த ஒரு தேரின் அருகில் தரையில் அலங்கோலமான ஆடைகளுடன் ஓர் இளவயதுப் பெண் அமர்ந்திருந்தாள். தலையில் கலர் காகிதங்களைப் பூப்போலச் செருகியிருந்தாள். அவனுக்குத் தன் மனதில் அவள் உருவம் ஓர் இடம் பிடிக்க முயல்வதாகத் தோன்றியது. இவன் உதற உதற அவள் உருவம் தடுமாற்றமின்றி சகஜமாக நுழைவதாகத் தோன்றியது. நண்பர் அந்தப் பெண்ணைக் கவனித்திருந்தாரா என்பதும் அவனுக்குத் தெரியவில்லை. அவரிடம் விசாரித்தால் அப்போதுதான் அவர் கவனத்துக்கே வருவதாக இருக்குமோ என்று தோன்றியதால் அவன் மௌனமாகவே நடந்து வந்தான்.

மலைப் பாதையின் இருபுறமும் உயரமான மரங்கள் வினோதமான வடிவங்களில் இருந்தன. சமதளமற்ற பிரதேசங்களில் இஷ்டத்திற்கு அழகாக வளர்ந்திருந்தன. மரங்களினூடே ஒரு பெண் மறைந்திருந்து தோன்றினால் நன்றாக இருக்கும் என்று அவனுக்குத் தோன்றியது. மற்ற ஆண்களின் வாழ்க்கையும் இவ்விதமாகவே இருக்குமோ என்ற சம்சயமும் அவனுக்குத் தோன்றியது. பின்னோக்கிப் பார்க்கையில் இரண்டு பெண்கள் வலை விரித்து, தான் சிக்கிக்கொண்டதை நினைவு கூர்ந்தான். அவள்கூட ஒரு தடவை, ‘நீங்கள் என்னிடம் சிக்கிவிட்டீர்கள்’ என்று தன்னிச்சையாகக் கூறியிருந்தாள். ஆனால் தற்போதுள்ள மனோரீதியான உறவு இதையெல்லாம் பொருட்படுத்த இயலாத வகையில் வளர்ந்துவிட்டது. பால்ய காலத்தில் தன் மனம் தன்னிச்சையாக நாடிய ஒரு பெண்ணுக்கும் தனக்கும் ஸ்தூலமான உறவு ஏதும் நிகழவில்லை என்பதை அவன் இப்போது நினைத்துக்கொண்டான். மரங்களினூடே அப்பெண்ணின் முகம் தெரியுமானால் சந்தோஷமாக இருக்குமென்று அவன் நினைத்துக்கொண்டான். இந்த எண்ணம் தோன்றியவுடன் தேர் அருகில் பார்த்த பெண்ணின் முகம் மரங்களினூடே தோன்றி மறைந்தது.

எதிரே வந்த ஒரு குடும்பத்தினர் அவர்களைக் கடந்து சென்றபோது ‘டி.வி. மகாபாரதம்’ என்ற வார்த்தைகள் அவன் காதில் விழுந்தன. ‘இது டி.வியில் மகாபாரதம் திரையிடும் நேரமா?’ என்று நண்பரிடம் கேட்டான். நண்பர் வாட்சைப் பார்த்துவிட்டு ‘ஆமாம்’ என்றார். அதைத் தொடர்ந்து சிந்தனையில் திடீரென்று அவனுக்கு ஒன்று தோன்றியது. அது அவனுக்குப் புதிதாகவும் இந்த இடத்திற்கு வந்ததிலிருந்து இதுவரை தோன்றாத விஷயமாகவும் தோன்றியது. எப்படி தனக்குத் தோன்றாமல் போனது என்று மிகவும் ஆச்சரியமும் அடைந்தான். விரித்தகூந்தல் தொந்தரவு தருவதற்கான காரணம் விளங்கிவிட்டது போலவும் தோன்றியது. திரௌபதியின் விரித்த கூந்தல் நினைவுக்கு வந்ததே இதற்குக்

காரணம். ஓர் ஆஸ்திரேலியருக்கோ ஓர் அமெரிக்கருக்கோ விரித்த கூந்தல் இவ்விதமான தாக்கத்தை ஏற்படுத்தாது என்று அவனுக்குத் தோன்றியது.

தற்போது மனம் லேசாகிவிட்டதுபோல் அவனுக்குத் தோன்றியது. உற்சாகத்துடன் ஒரு சிகரெட்டைப் பற்றவைத்துக் கொண்டு நடந்தான். அவனும் நண்பரும் ஏதேதோ அளவளாவிக் கொண்டு அருவியை அடைந்தனர். சுற்றிலும் உயரமான மரங்கள் அமைந்திருந்த ஒரு பெரிய பாறையின் தலையிலிருந்து நீர் வீழ்ந்து பாறைகளினூடே ஓடையாக ஓடிக்கொண்டிருந்தது. ஆண்களும் பெண்களுமாக மூன்று நான்கு குடும்பத்தினர் குளித்துக்கொண்டிருந்தார்கள். பெண்களின் விரித்த கூந்தலைப் பார்த்துக்கொண்டிருந்தான். நண்பர் குளிக்கச் செல்ல, அவன் ஒரு மர நிழலில் உட்கார்ந்திருந்தான். நண்பர் குளித்து முடித்து ஆடையணிந்த சற்று நேரத்தில் பசி எடுக்கவே இருவரும் கீழே இறங்க ஆரம்பித்தனர்.

வழியில் சென்றுகொண்டிருந்த இரண்டு விரித்த கூந்தலை இருவரும் கடந்துசென்றனர். மலைப் பாதை முடிந்து சாலையை அடைந்தனர். சாலையில் சென்றுகொண்டிருக்கும்போது, தேருக்கு எதிர்ப்புறம் உள்ள திருமண மண்டபத்திலிருந்து நாதஸ்வர இசை ஒலித்துக்கொண்டிருந்தது. அவன் தேர்ப்பக்கம் பார்வையைச் செலுத்தினான். தேரின் அருகில் ஏற்கெனவே இருந்த இடத்தில் அந்தப் பெண்ணைக் காணோம். நன்றாகப் பார்த்தபோது பெரிய சக்கரங்களுக்கு இடையே தேரின் அடியில் அந்தப் பெண் காய்ந்த மாலையைக் கழுத்தில் அணிந்துகொண்டு, ஒரு காலை மடித்து, மறு காலைக் குத்துக் காலிட்டு மணமகள் போல் அமர்ந்திருந்ததைக் கண்டான். சாலையில் தென்பட்ட பெண்களின் விரித்த கூந்தல் அவனுக்கு இப்போது பயத்தை ஏற்படுத்தியது.

விருட்சம் 11, ஜனவரி – மார்ச் 1990

மனைவிகள்

நானும் மனைவியும் ரயிலில் உட்கார்ந்திருந்தோம். ரயில் மதியம் இரண்டு மணிக்குச் சென்னையை அடையும். அதற்குள் எடுத்துவிடுவார்கள் என்று தோன்றியது. எனக்கு நேற்று நடு இரவுக்குப் பின்தான் தகவல் கிடைத்தது. ஒருவேளை வெளியூரிலிருந்த நெருங்கிய சொந்தத்தி லிருப்பவர்களில் எவராவது வரத் தாமதமானால் எடுப்பதற்குத் தாமதமாகும். அப்படி அமையுமா என்று தெரியவில்லை.

எங்களுக்கு எதிர் இருக்கையில் ஜன்னலோர மாக உட்கார்ந்திருந்தவன் தொப்பி, கூலிங்கிளாஸ் அணிந்திருந்தான். நீலக்கலரில் கட்டம் போட்ட சட்டையும் ஜீன்ஸ் பேண்ட்டும் அணிந்திருந்தான். வாக்மேன் மூலமாகப் பாட்டுக் கேட்டுக் கொண்டிருந்தான். அவனுக்கு அடுத்தாற்போல் ஒருவரும் அவரின் மகளும் அமர்ந்திருந்தனர். மகளுக்குப் பத்து வயதிலிருந்து பன்னிரெண்டு வயதிற்குள் இருக்க வேண்டும். அவரின் மனைவி, அவர்கள் இருக்கையின் தொடர்ச்சியாக, நடைபாதை யின் அந்தப் பக்கம் இருக்கும் இருக்கையில் அமர்ந்திருந்தாள். ரயில் கிளம்பும்போதே அவள், அந்தப் பையனிடம், அவளுக்கு ஒதுக்கப்பட்ட இருக்கையில் அமர்ந்து கொள்ளுமாறும் தாங்கள் அனைவரும் ஒன்றாக அமர்ந்துகொள்ள விரும்புவ தாகவும் கூறினாள். அவன் ஜன்னலோர இருக்கையை விட்டுக்கொடுத்துவிட்டு, அவளுக்கு ஒதுக்கப்பட்ட இருக்கைக்குச் செல்ல மறுத்துவிட்டான். அவள் ஏமாற்றத்துடன் அவள் இருக்கையில் அமர்ந்துகொண்டாள்.

அந்தச் சிறுமி, அம்மாவிடம் சென்று பேசிவிட்டு, அவள் கொடுக்கும் தின்பண்டங்களை வாங்கி வருவதும் செல்வதுமாக இருந்தாள். அதைக் கவனித்தால், தன் மனம் இந்த இடத்தை விட்டுக் கொடுக்கத் தூண்டும் என்பதால், அவன் இந்தப் பக்கம் திரும்பாமல், பாட்டுக் கேட்டுக்கொண்டே, ஜன்னல் வழியே பார்த்துக்கொண்டிருந்தான்.

அந்தச் சிறுமியின் தாயாரை நான் கவனித்தேன். முதல் பார்வையில் அவள் என்னைக் கவரவில்லை பிறகு அவள் கழுத்தில் இருந்த பெரிய கருமச்சம் என் பார்வையில் பட்டது. தற்போது அந்த மச்சத்துடன் அவளைப் பார்க்கும்போது அழகாகத் தெரிந்தாள். சுமாரான தோற்றத்திலிருக்கும் பெண்ணைக் கூர்ந்து கவனித்தால் அழகையும் கவர்ச்சியையும் கண்டுபிடிக்க முடியும். இதேபோல்தான் பெண்களுக்கும் இருக்கும் என்று நினைக்கிறேன். என் மனைவி, நான் பெண்களைப் பார்ப்பதைச் சகஜமாக எடுத்துக்கொண்டு விட்டாள். இரு சக்கர வாகனத்தில் செல்லும்போது மட்டும் 'ரோட்டை கவனிச்சு ஓட்டுங்க' என்பாள்.

எனக்குச் சிறுநீர்ப் பாதையில் ஏற்பட்ட பிரச்சினை காரணமாக அறுவைசிகிச்சை மேற்கொள்ள நேர்ந்தது. அறுவை சிகிச்சை அறையில் நான் படுத்திருந்தேன். ஊசி போட்டு மரத்துப் போகச் செய்து அறுவை சிகிச்சை செய்து கொண்டிருந்தார்கள். அறுவை சிகிச்சை நடப்பது காட்சிப் பெட்டியில் ஓடிக்கொண்டிருந்தது. எனக்குச் சற்றுநேரத்தில் போரடித்து விட்டது. நல்ல வேளையாக இரண்டு செவிலியர்கள் என் பார்வையில் தெரிந்தனர். நான் அவர்களைப் பார்த்துப் பொழுதைக் கழித்துக்கொண்டிருந்தேன். அவர்கள் அறுவை சிகிச்சையைக் கவனித்து, தேவையான உபகரணங்களை மருத்துவருக்கு எடுத்துக் கொடுத்துக்கொண்டிருந்ததால் நான் பார்ப்பதை அவர்கள் கவனிக்கவில்லை. சுமார் முக்கால் மணி நேரத்தை இப்படியே கழித்துவிட்டேன். ஒருத்திக்குக் காதுகளும் இன்னொருத்திக்கு உதட்டு அமைப்பும் அழகாக இருந்தன. என்பதை அப்போது நான் கண்டுபிடித்தேன்.

ஐ.சி.யூ.வில் இருந்தபோது, மனைவி வந்தாள். 'என்னங்க முக்கா மணி நேரம் ஆபரேஷன் நடந்ததே ஏதும் பிரச்சினை இருந்துச்சா' என்றாள். 'டி.வி.யிலே ஆபரேசனைப் பாக்கறதுக்குச் சங்கடமா இருந்துச்சு. ரெண்டு நர்சுகளை பாத்துக்கிட்டிருந்தேன். பொழுது போயிருச்சு' என்றேன். 'அந்த நேரத்துலேகூடவா பாத்துக்கிட்டிருந்திங்க . . . இந்த ஆப்பரேசனுக்கெல்லாம் பொம்பளை நர்சையா வைச்சுக்கிறாங்க . . .' என்றாள். இப்படி

ஒரு மனைவி வாய்த்திருப்பது பற்றி எனக்குச் சிறு மகிழ்வு ஏற்பட்டது.

என் மனைவியின் கைபேசி ஒலித்தது. அவள் எடுத்துப் பேசினாள். 'பன்னெண்டு மணிக்கெல்லாம் பாடியை எடுத்துரு வாங்களாம். நம்ம ட்ரெயின் எத்தனை மணிக்குப் போகும்?' என்றாள்.

'ரெண்டு மணி ஆயிடும். அப்புறம் ரூம் போட்டு பேக்கை வைச்சிட்டு ஆட்டோ பிடிச்சு அவுங்க வீட்டுக்குப் போகும் போது மூணு, மூணரை ஆயிடும்' என்றேன்.

எனக்குச் செத்தவர்களைப் பார்ப்பது தொந்தரவு தரக் கூடியது. சிலர் செத்தவர்களின் முகத்தை உற்றுப் பார்த்துக் கொண்டிருப்பார்கள். நான் பெரும்பாலும் முகத்தைப் பார்ப்பதைத் தவிர்த்துவிடுவேன். நான் முதன்முதலாகச் சுடுகாடு சென்றது, அடுத்த வீட்டு அக்காவிற்கு இறந்து பிறந்த குழந்தையை எரிப்பதற்காகச் சுடுகாடு சென்றபோது நானும் கூடச் சென்றது தான். அந்தக் குழந்தை தலைச்சான் குழந்தை என்பதால் மந்திரவாதி வந்து மண்டையோட்டை எடுத்துச் சென்று விடுவான் என்று பேசிக்கொண்டார்கள். சாம்பலாகும் வரை அங்கேயே காத்திருந்து கடலில் கரைப்பதற்காக மண்டையோட்டை எடுத்துச்சென்றார்கள். அதற்குப்பின் உறவினர்கள், தாத்தா, பாட்டி, உள்ளிட்ட பல மரணங்கள்.

என் அப்பாவின் மரணம் எதிர்பாராமல் நிகழ்ந்த மரணம். நான் அப்போது தூங்கிக்கொண்டிருந்தேன். அம்மாவின் அலறல் சத்தம் கேட்டு விழித்தேன். எங்கள் வீட்டிற்குச் சற்றுத் தள்ளி இருந்த பள்ளி அருகே நடைப்பயிற்சிக்காக, காலை ஐந்தரை மணியிலிருந்து ஆறு மணிக்குள் கூடுவார்கள். ஒரு குழுவாக – சுமார் பதினைந்திலிருந்து இருபது நபர்கள் வரை – இருப்பார்கள். அப்பா அவர்களுடன் சேர்ந்துகொள்வார். அவர்கள் வழக்கமாகச் செல்லும் பாதைகளில் நடந்து சுமார் ஒரு மணி நேரம் கழித்து பள்ளி அருகே மீண்டும் வந்து பிரிவார்கள். எவ்வளவு தாமதமாக இரவில் வந்து படுத்தாலும் அப்பா காலையில் சீக்கிரமாக எழுந்து நடைப்பயிற்சிக்குத் தயாராகி விடுவார். ஒரு மாதத்தில் சுமார் பதினைந்து நாட்கள் விட்டு விட்டு இன்னொரு வீட்டில் தங்குவார். அப்போதும் அங்கு நடைப்பயிற்சிக்குச் செல்வார் என்றுதான் நினைக்கிறேன்.

வாசலுக்கு வந்து பார்த்தேன். ஆம்புலன்ஸ் நின்றிருந்தது. அப்பாவின் உடலை இறக்கினார்கள். நடைப்பயிற்சியின் போது மயங்கி விழுந்தவரை, அருகிலுள்ள மருத்துவமனைக்குக்

கொண்டு சென்றிருக்கிறார்கள். மருத்துவர், அவர் ஏற்கனவே இறந்துவிட்டார் எனத் தெரிவித்திருக்கிறார். வீட்டின் சூழ்நிலை மாறியது. உறவினர்களுக்கும் வெளியூரிலிருந்த அக்காவிற்கும் மாமாக்களுக்கும் தகவல் சொன்னேன்.

அப்பாவை ஐஸ் பெட்டியில் வைத்தாகிவிட்டது. வீட்டின் வாசலில் பந்தல் அமைத்து, வாடகைக்கு சேர்கள் எடுத்துப் போட்டாயிற்று. வாசலில் ஒருவன் சங்கு ஊதி சிகண்டி அடித்துக் கொண்டிருந்தான். நான் என் நண்பர்களுடன் இருந்தேன். மதியம் வாக்கில் ஒரு வேன் வந்து நின்றது. ஒரு பெண் கத்திக்கொண்டே வேனிலிருந்து இறங்கி வீட்டை நோக்கி வந்தாள். கூட இரண்டு சிறுமிகள் வந்தனர். ஒருத்திக்குப் பதினாலு, பதினைந்து வயது இருக்கும். இன்னொருத்திக்குப் பதினொன்று, பன்னிரெண்டு வயது இருக்கும். கூட நாலைந்து ஆண்கள் வந்தார்கள். அதில் ஒருவர் கையில் பெரிய மாலை இருந்தது.

சிவநேசன் மாமா, அவர்களைத் தடுத்துக் கூட வந்தவர் களுடன் வாக்குவாதம் பண்ணிக்கொண்டிருந்தார். அந்தப் பெண்ணும் கூட வந்த சிறுமிகளும் அழுதுகொண்டிருந்தனர். சிறுமிகள் அழுகையினூடே 'அப்பாவைப் பாக்கனும்' என்று சொல்லிக்கொண்டிருந்தனர். வீட்டிற்குள் போகக் கூடாது என்றும், உடலை எடுத்துச் செல்லும்போது வெளியிலிருந்து பார்த்துக்கொள்ள வேண்டும் என்றும், எந்தச் சடங்கிலும் பங்கு பெறக் கூடாது என்றும் சிவநேசன் மாமா கத்திக் கொண்டிருந்தார்.

அந்தப் பெண்ணின் கூட வந்தவர்கள் அடக்கமாக இருந்தனர். கூட வந்தவர்களில் பெரியவரான ஒருவர் 'இவளும் ஒரு பொண்டாட்டிதானே. வந்து பாத்துட்டு கொஞ் சநேரம் இருந்துட்டு, கூட்டிட்டு போயிர்ரோம். செத்தவீட்லே பஞ்சாயத்து வேண்டாம்' என்றார்.

சிவநேசன் மாமாவிற்குப் பஞ்சாயத்து என்ற வார்த்தை கோபத்தைக் கிளப்பிவிட்டது. 'எப்படி பஞ்சாயத்துன்னு சொல்லலாம். நான் என்ன பஞ்சாயத்தா பண்றேன். அவருக்கு ஒரு பொண்டாட்டிதான். சேத்து வைச்சிருந்ததெல்லாம் பொண்டாட்டி ஆயிருமா? வீட்டுக்குள்ளே போகக் கூடாதுன்னா போகக் கூடாதுதான்' என்றார்.

மயங்கியவள் போல் கிடந்த அம்மா, இந்தப் பரபரப்பைக் கண்டு, கூந்தலை அள்ளி முடிந்துகொண்டு வெளியே வந்தாள். அம்மாவும் அந்தப் பெண்ணும் இப்போதுதான் நேருக்கு நேர் பார்த்துக்கொள்கின்றார்கள். அம்மாவிற்கு ஆவேசத்தில்

மூச்சிரைத்தது. சிவநேசன் மாமாவைப் பார்த்து 'அந்தத் தேவ்டியாளை வந்து பாத்துட்டு போகச் சொல்லு' என்றாள், அம்மா.

அம்மா கூறியது அந்தப் பெண்ணிற்கும் பெரியவருக்கும் கூட வந்தவர்களுக்கும் கேட்டிருக்கும் என்றுதான் நினைக்கிறேன். அவர்கள் அமைதியாக இருந்தனர். எப்படியாவது என் அப்பாவின் உடலை அந்தப் பெண்ணும் அவளின் குழந்தைகளும் பார்க்க வேண்டும் என்பதற்காக அவர்கள் பொறுமையாக இருப்பதாகத் தோன்றியது.

சிவநேசன் மாமா, அம்மாவிடம் சென்று ஏதோ கூறினார். அம்மா மீண்டும் கூறினாள். சத்தம் போட்டு சொன்னாள் 'அந்தத் தேவ்டியாளை வந்து பாத்துட்டு போகச் சொல்லு'. பெரியவர் முன் சென்று ஏதோ கூற யத்தனித்தார். அந்தப் பெண், பெரியவரை இழுத்துப் பேசாமல் இருக்கச் சொல்லி அவரைக் கும்பிட்டாள்.

அவளும் குழந்தைகளும் கூட வந்தவர்களும் உள்ளே நுழைந்தனர். அப்பாவின் உடலைப் பார்த்து அவளும் அந்தச் சிறுமிகளும் அழுதுகொண்டிருந்தனர். அந்தச் சிறுமிகள் 'அப்பா ... அப்பா . . . ' என்று கூறி அழுதனர். அந்தப் பெண் 'நான் என்ன செய்வேன். என்னை விட்டுப் போயிட்டீங்களே' என்று அழுகையினூடே சொன்ன, அடுத்த கணம் அம்மா ஆவேசம் வந்தவள் போல எழுந்து 'என் நிம்மதியை கெடுத்தியே . . . நீ நல்லா இருப்பியா' என்று அவளை அடிக்க ஆரம்பித்தாள். கூட இருந்த பெண்கள் விலக்கிவிட்டனர்.

பெரியவர் 'இப்படி அவமானப்பட்டு பாக்கனுமா... நான்தான் சொன்னேன்ல வரவேண்டாம்னு . . . உன் வாழ்க்கையையும் கெடுத்து இப்படி அவமானப்பட்டு நிக்கறியே' என்று அவரும் அவளை அடித்தார். அந்தப் பெண் கூட வந்த மற்றவர்கள் விலக்கிவிட்டனர். அந்தச் சிறுமிகள் 'அம்மாவை அடிக்காதிங்க' என்று பெரியவரைக் கட்டிக் கொண்டு அழுதனர்.

அனைவரும் வெளியேறினார்கள். வெளியேறும்போது அவள் கூட வந்தவர்களில் ஒருவன் 'இதுக்குப் பதில் சொல்ற காலம் வரும்' என்றான். சிவநேசன் மாமா 'பாப்பம்டோய்' என்று குரல் கொடுத்தார்.

அவமானத்துடன் அந்தப் பெண் அழுதுகொண்டிருக்கும் குழந்தைகளை இழுத்துச் சென்றாள். இக்காட்சி எனக்குச் சங்கடத்தை ஏற்படுத்தியது. அம்மாவும் சிவநேசன் மாமாவும்

நாகரிகமாக நடந்துகொண்டிருக்க வேண்டும் என்று தோன்றியது. மயானத்திற்கு அவர்கள் மீண்டும் வருவார்கள் என்று பேசிக் கொண்டனர். ஆனால் அவர்கள் மயானத்திற்கு வரவில்லை.

ஒரு காலகட்டத்தில் அப்பா, அடிக்கடி வீட்டுக்கு வராமல் இருந்தார். அப்போது ரியல் எஸ்டேட் தொழிலில் பணம் கொட்டிக்கொண்டிருந்த நேரம். வீட்டிற்குப் புதிய பொருட்கள், கார் வந்தன. அவர் அடிக்கடி வெளியில் தங்குவதை அம்மா பெரிதாக எடுத்துக்கொள்ளவில்லை. பிறகுதான் அவளுக்குக் கொஞ்சம் கொஞ்சமாக விஷயம் தெரிந்தது என்று நினைக்கிறேன்.

ஒருநாள் இரவு, அப்பா, அம்மா தூங்கும் அறைக்குள் இருவரும் சத்தமாகப் பேசிக்கொள்வது, இன்னொரு அறையில் படுத்திருந்த அக்காவிற்குக் கேட்டு, அவள் விழித்து என்னை எழுப்பினாள். நாங்கள் இருவரும் விளக்கைப் போடாமல், என்ன பிரச்சினை என்று தெரியவில்லையே என்று பேசிக் கொண்டிருந்தோம். திடீரென கதவு திறக்கும் சத்தம் கேட்டது. நாங்கள் இருவரும் அவரவர் இடத்திற்குச் சென்று படுப்பதற்குள் அம்மா வந்துவிட்டாள். அவள் அழுதுகொண்டிருந்தாள். எங்களுக்கு ஒன்றும் புரியவில்லை. 'அப்பா நம்மை விட்டுட்டுப் போயிருவாரு போல இருக்கு' என்று மட்டும் சொன்னாள். பிறகு கண்ணீரைத் துடைத்துவிட்டு அக்கா பக்கத்தில் படுத்துக்கொண்டாள். அப்பா வெளியே வரவில்லை.

அம்மா கூறியபடி, அப்பா எங்களை விட்டுவிட்டுச் செல்லவில்லை. இங்கேயும் அங்கேயுமாக இருந்தார். அப்பா, அம்மா நடவடிக்கைகளில் மாற்றம் ஏற்பட்டது. அம்மா புதிய ஆடைகள் உடுத்த ஆரம்பித்தாள். கண்களுக்கு மை தீட்டிக்கொண்டாள். அடிக்கடி பியூட்டி பார்லருக்குச் செல்ல ஆரம்பித்தாள். அப்பா எங்களை ஓட்டலுக்கும் வெளியூருக்கும் பிக்னிக்குக்கும் கூட்டிச் செல்ல ஆரம்பித்தார். சில நேரம் எங்கள் முன்னிலையிலேயே கூட வாய்த்தகராறு ஏற்படும். சில நாட்கள் இருவரும் பேசாமல் இருப்பார்கள். பிறகு அம்மா இறங்கி வந்து பேச ஆரம்பிப்பாள்.

அவர் இன்னொரு குடும்பம் வைத்திருப்பது எல்லோருக்கும் தெரிந்த விஷயமாகிவிட்டது. அவரையும் அந்தப் பெண்ணையும் அங்கே பார்த்தேன்; இங்கே பார்த்தேன் என்று யாராவது வந்து அம்மாவிடம் சொல்வார்கள். "நான் அவருக்கு என்ன கொறை வைச்சேன்... அந்தத் தேவ்டியா மயக்கிப் புட்டாளே..." என்பாள்.

ஒருநாள் சிவநேசன் மாமா 'அந்த வீட்டிற்கு நான், கொஞ்சப் பேரைக் கூட்டிட்டுப் போயி அவளைச் சத்தம் போட்டுட்டு

வரவா?' என்று அம்மாவிடம் கேட்டார். அம்மா வேண்டாம் என்று சொல்லிவிட்டாள். 'அந்த வீடா, இந்த வீடான்னு பிரச்சினை ஏற்பட்டால், அவர் அந்த வீட்டுலயே போயி நிரந்தரமாக இருந்துட்டா என்ன பண்றது?' என்றாள்.

சிவநேசன் மாமாவிற்கும் பிரச்சினை செய்தால் அப்படி ஒரு வாய்ப்பு ஏற்படலாம் என்ற எண்ணம் இருந்தது. ஆனால் அவர் அம்மாவின் அண்ணன் என்ற முறையில், ஏதாவது நடவடிக்கை எடுக்கலாமா என்று கேட்டுக்கொண்டிருப்பார்.

அப்பா இந்த வீட்டில் இறந்தது நல்லதாகப் போயிற்று, அந்த வீட்டில் இறந்திருந்தால் அந்தப் பெண்தான் கொன்று விட்டாள் என்று எங்கள் வீட்டார் தூற்றியிருப்பார்கள். அப்பாதான் இல்லையே என்ற தைரியத்தில் அந்த வீட்டில் போய் தகராறு செய்திருப்பார்கள். எனக்கு அந்த வீட்டார் மீது அனுதாபமும் அவர்களுக்குப் பிரச்சினையோ கெட்டதோ ஏற்பட்டுவிடக் கூடாது என்ற எண்ணமும் ஆரம்பத்திலிருந்தே இருந்துகொண்டிருந்தது. அப்பா நல்லவர். அவருக்கும் அந்தப் பெண்ணிற்கும் ஏதோ ஈர்ப்பு ஏற்பட்டு வாழ்கிறார்கள்; இதில் என்ன இருக்கிறது என்று நான் சாதாரணமாக எடுத்துக்கொண்டு விட்டேன்.

அப்பா அந்தப் பெண்ணின் பெயருக்குச் சொத்துக்கள் ஏற்படுத்திவைத்திருந்தார். முன்ஜாக்கிரதையாக அப்படிச் செய்திருக்கலாம். அவர்கள் அதை விற்று வேறு ஊருக்குச் சென்றுவிட்டார்கள். அந்தக் குழந்தைகளின் அப்பாவும் என் அப்பாவும் ஒருவர்தான். அக்குழந்தைகளின் பள்ளிச் சான்றுகளிலும் இதர ஆவணங்களிலும் அப்பா பெயர்தான் இருக்கும். அவர்களுக்குத் திருமணம் ஆகும்போது, திருமணப் பத்திரிகையில் அப்பாவின் பெயரைப் போட்டு, இன்னாரின் மகள் என்றுதான் போடவேண்டியிருக்கும். எனக்கு அவர்கள் சகோதரிகள்தானே. இப்படியெல்லாம் எனக்குத் தோன்றியது. இப்போது கழுத்தில் கருப்பு மச்சம் உள்ள இந்தப் பெண் கூட அந்தச் சகோதரியாக இருக்கலாம். அன்று அந்தப் பெண்தான் என் மனதில் பதிந்திருந்தாள். அந்தக் குழந்தைகளின் தோற்றம் மனதில் தெளிவில்லாமல் உள்ளது. அந்தக் குழந்தைகளில் ஒருத்தியின் கழுத்தில் மச்சம் இருந்ததா என்பதைக் கவனிக்கவும் இல்லை. இப்போது அப்பாவின் நினைவு வந்ததால் இப்படியெல்லாம் தோன்றுகிறது போலும்.

ரயிலில் நாங்கள் உட்கார்ந்திருந்த வரிசையில் ஜன்னலோர மாக ஒரு வயதான பெண்ணும் அடுத்து என் மனைவியும் அதற்கடுத்து நானும் அமர்ந்திருந்தோம். நான் 'ஸிஸ்டர், இந்த

இடத்திலே உக்காந்துக்கோங்க... சவுர்யமா இருக்கும். நான் உங்க இடத்திலே உக்காந்துக்கிறேன்' என்று அந்தச் சிறுமியின் தாயாரை – கழுத்தில் கருப்பு மச்சம் உள்ள அந்தப் பெண்ணைப் – பார்த்துச் சொன்னேன். அவள் மலர்ச்சியுடன் எழுந்தாள்.

என் மனைவி 'ரொம்ப வழியாதிங்க' என்றாள். 'இல்லை அவள் என் ஸிஸ்டர் மாதிரி' என்றேன்.

ரயில் சென்னையை அடைந்தது. ஸிஸ்டராக மாறிவிட்டவளின் குடும்பத்திடம் விடைபெற்று, தங்கும் ஓட்டலையடைந்தோம். வரவேற்பில் இருந்தவன் எங்களுக்கு அறை கொடுக்கத் தயங்குவது போல் தெரிந்தது. நான் அடையாள அட்டையைக் காண்பித்த பின், ரிஜிஸ்டரைப் புரட்டி, அப்போதுதான் அறை காலியாக இருந்ததை அறிந்தவன்போல் பாவனை செய்து அறையை ஒதுக்கீடு செய்து சாவியைக் கொடுத்தான். அறைக்குச் சென்று பைகளை வைத்துவிட்டு, கழிவறைக்குச் சென்றுவிட்டு, செத்த வீட்டிற்குச் செல்வதால், முகத்தைக்கூட கழுவாமல் இருவரும் தலைமுடியை மட்டும் சரிசெய்துவிட்டு, சோகத்தோற்றத்துடன், வெளியே வந்து ஆட்டோ பிடித்தோம்.

எனக்குக் குளிக்காமல், தோற்றப் பொலிவு இல்லாமல், மதிய வெயிலில் சென்றுகொண்டிருப்பது எரிச்சலாக இருந்தது. செத்த வீட்டிற்குச் செல்வதால் இதையெல்லாம் சகித்துக்கொண்டிருந்தேன். சற்று சிரமப்பட்டு வீட்டைக் கண்டுபிடித்துவிட்டோம். வீடு கழுவி விடப்பட்டிருந்தது தெரிந்தது. வீட்டிற்குள் நானும் மனைவியும் நுழைந்தோம். துக்கம் விசாரிப்பதற்கு நான் சில வாக்கியங்களை யோசித்து வைத்திருந்தேன்.

இறந்தவரின் மனைவி அறையிலிருந்து வெளியே வந்தார். எங்களை சோபாவில் அமரச் சொன்னார். பளிச்சென்றிருந்தார். அவர் வழக்கமாக வைக்கும் பெரிய பொட்டை வைத்திருந்தார். தலைக்குக் குளித்திருந்ததினால், தலைமுடியைத் தொங்க விட்டு கீழே முடிச்சிட்டிருந்தார். முகம் அப்படி ஓர் களையுடன் இருந்தது. எனக்கு இந்தச் சூழ்நிலையே வினோதமாக இருந்தது. இறந்ததாக எனக்குச் சொல்லப்பட்டது கூட பிரமைதானோ என்றும் ஒரு கணம் தோன்றியது.

உள்ளறையிலிருந்து வந்த, எனக்குத் தெரியாத – அவருடைய உறவுக்காரப் பெண்ணாக இருக்க வேண்டும் – ஒரு பெண், எங்களைப் பார்த்துவிட்டு உள்ளே சென்றுவிட்டாள். வீட்டில் வேறு யாரும் இருப்பதாகத் தெரியவில்லை. அவரின் மகள்கள்

இந்த வீட்டின் அருகேயே சற்றுத் தள்ளி வசிப்பதால் அவரவர்கள் வீடுகளுக்குச் சென்றிருப்பார்கள் என்று நினைத்துக்கொண்டேன்.

இறந்தவரின் மனைவி 'மோர் சாப்பிடறீங்களா? காபி சாப்பிடறீங்களா?' என்றார்.

எனக்குத் திக்கென்றிருந்தது. நான் 'வேண்டாம்... விசாரிக்க வந்தோம்...' என்று மெல்லிய குரலில் சொல்லி, சம்பிரதாயமாக விசாரித்தேன். மனைவியும் சம்பிரதாயமாக ஏதோ விசாரித்தாள்.

'எடுக்கறப்ப நல்ல கூட்டம், வெடி எல்லாம் போட்டாங்க. அம்புட்டு கூட்டம்' என்றார். நான் அவர் சாவைப் பற்றிக் கேட்க, 'தூக்கத்திலேயே இறந்து போய்விட்டார்' என்று சொல்லி விட்டு வந்த கூட்டத்தைப் பற்றியும் வந்த ஆட்கள் பற்றியுமே சொல்லிக்கொண்டிருந்தார். எனக்கு ஆயாசம் ஏற்பட்டது.

இறந்தவரின் மனைவி மீண்டும் 'மோர் சாப்பிடறீங்களா, காபி சாப்பிடறீங்களா?' என்றார்.

சூழ்நிலைக்கு ஏற்றாற்போல் போய்விட வேண்டியதுதான் என்று 'மோர்' என்றேன். மோர் வந்தது. பெரிய டம்ளரில் இருந்தது. வெயில் நேரமாக இருந்ததால் மோர் இதமாக இருந்தது.

நாங்கள்தான் சோபாவில் அமர்ந்திருந்தோம். இறந்தவரின் மனைவி அறையின் நிலைவாசலில் சாய்ந்து நின்று எங்களுடன் பேசிக்கொண்டிருந்தார். கைகளைப் பின்னால் வைத்து, ஒரு காலை நிலைவாசலில் மடக்கி வைத்து, ஒரு காலை தரையில் ஊன்றி நின்றிருந்தார். தோற்றப் பொலிவுடன் இருந்தார்.

ஆட்டோ வெயிட்டிங்கில் இருந்தது. நாங்கள் இறந்தவரின் மனைவியிடம் விடைபெற்றுக்கொண்டு வெளியே வந்தோம். ஆட்டோவில் ஏறினோம். ஆட்டோ ஓடிக்கொண்டிருந்தது.

இறந்தவரின் மனைவியின் உள்ளம், பெரிய பாரத்தை இறக்கிவைத்த உணர்வுடனும் விடுதலையடைந்த உணர்வுடனும் அதனால் ஏற்பட்ட மகிழ்ச்சியிலும் இருப்பதாக எனக்குத் தோன்றியது. ஆனால் அவர் துக்கத்தில் இருப்பவர் போல் ஏன் நடிக்கவில்லை என்பதுதான் எனக்குப் புதிராகவே இருக்கிறது.

உயிர்எழுத்து, அக்டோபர் 2012

மாபெரும் சூதாட்டம்

என் நண்பன் சூரி கொடுத்திருந்த நோட்டுப் புத்தகத்தை நான் இரண்டு நாட்களுக்கு முன் படித்தேன். அதில் கறுப்பு மசியினால் எழுதப்பட்டிருந்த பழைய எழுத்துக்கள் ஈர்ப்பைத் தந்தன. சூரியின் பாட்டன், அல்பாயுளில் இறந்த – தன் ஒரே மகனான – சூரியுடைய தந்தையின் ஜாதகத்தை எழுதி, அது தொடர்பான குறிப்புகளை யும் அதில் எழுதியிருந்தார். சில ஜோதிட நூல்களின் பெயர்களும், கிரகங்களின் தொடர்பைக் கணக்கிடும் விளங்கிக்கொள்ள முடியாத கணக்குகளும், அடுத்த சில பக்கங்களில் இருந்தன. மகா உத்தம ஜாதகம் என்று அவரால் குறிப்பிடப்பட்டிருந்த, அந்த ஜாதகத்துக்குரிய ஒரே மகன் – சூரியின் தந்தை – ஒரு அரசியல் தலைவர் இறந்த துக்கம் தாளாது அவருடைய ஆதரவாளர்கள் கல்லெறிந்து கொண்டிருந்தபோது, தலையில் கல்லடி பட்டு இறந்தார். கல்லடிபட்டபோது, அவர், மதுரையிலிருந்து திருச்சி சென்றுகொண்டிருந்த பஸ்ஸில் ஜன்னலோரமாக அமர்ந்திருந்தார். அருகில் அமர்ந்திருந்த சூரியைக் கருக்கொண்டிருந்த அவருடைய மனைவி என்ன செய்வதென்று தெரியாது, பயத்துடன் திண்டாடிக் கொண்டிருந்தபோது அவர் இறந்தார்.

இது ஒரு புறம் இருக்க, அக்குறிப்புகளின் இறுதி யாகக் குறிப்பிட்டிருந்த வாசகங்கள், இவை:

'எந்தப் போக்கும், வாழ்வினுடைய காலத்தினுடைய சூதாட்டங்களினால் கணிப்பிற்குட்படுவ தில்லை. நடந்த காரியத்தின் காரணங்களை

ஆராய்ந்து அடுக்குவது சுலபம். வலுவான காரணங்கள் இருக்க, அவற்றிற்கான காரியங்கள் ஏன் நடக்கவில்லை என்பதை எவரும் அறிய முடியாது. நடந்ததை நடக்க விதிக்கப்பட்டதாக நினைத்து ஏற்றுக்கொள்ள, சூதாட்டம் வெற்றிகரமாக ஆட்டத்தை நடத்திக் கொண்டிருக்கிறது.'

இவ்வாசகங்களைத் தொடர்ந்து, நான்கு பக்கங்கள் எதுவும் எழுதப்படாமல் விடப்பட்டிருந்தன. அடுத்து எழுதப் பட்டவை கட்டுரை, சிறுகதை, குறிப்பு ஆகிய எந்த வகையிலும் அடங்காத எழுத்துக்கள். தொண்ணூறு பக்கங்களில் இவை எழுதப்பட்டிருக்கின்றன.

சீட்டாட்டம், சதுரங்கம் ஆகியவற்றின் ஒவ்வொரு நடவடிக்கையிலும், ஆட்டம் மாறிக்கொண்டே வருவதை, பலவித உதாரணங்களுடனும், கணக்குகளுடனும், விரிவாகக் கூறுகிறார். கடற்கரையில் நிற்கும் பெண் என்ற பிம்பம் அடிக்கடி திடீரென்று எழுத்துக்களில் வருகிறது. அப்பெண்ணைப் பற்றிய வர்ணனைகள் வெவ்வேறு இடங்களில் வெவ்வேறு விதமாக வருகின்றன. கடற்கரையில் நின்று கடலைப் பார்த்துக்கொண்டிருக்கும் அப்பெண் ஒவ்வொரு முறையும் ஒவ்வொரு வர்ணத்துடன் தோன்றுகிறாள்.

சதுரங்கம் பற்றிய கணக்குகள் மிகவும் சிக்கலானவை. அவற்றைப் பற்றிக் கூற முயன்றால் நான் தோல்வியையே அடைய நேரிடும். மேலும், அந்தக் கணக்குகள் சதுரங்கத்தை வைத்துக்கொண்டு ஆடிப்பார்த்தால் மட்டுமே அறியக்கூடிய சூட்சுமங்களை உடையவை. சீட்டாட்டம், சதுரங்கத்துடன் ஒப்பிடும்போது பெரும்பாலோருக்குப் பரிச்சயமானது. விளை யாடும் ஏழு நபர்கள் வைத்திருக்கும் சீட்டுகளுக்குள் உள்ள தொடர்புகள் பற்றியும், கட்டுக்குள் இருக்கும் சீட்டுகளுக்கும் அவற்றுக்கும் உள்ள தொடர்புகள் பற்றியும் விவரித்துக்கொண்டு செல்லும் பகுதி வாசிக்க மிகவும் சிக்கலாக இருக்கிறது.

மூன்று கட்டுகள் கலந்து, கலைக்கப்பட்ட சீட்டுக்கட்டிலிருந்து, ஒரே நிறத்தையுடைய சீட்டுக்களை விளையாடும் நபர்கள் எடுத்துத் திருப்பிப் போடுகின்றனர். எண்களின் வரிசைக்கிரமத்திற்கேற்ப, எடுத்த நபர்கள் அமரும் நிலை அமைகிறது. குறைந்த எண் எடுத்தவன் சீட்டைக் கலைக்கிறான். கலைத்து முடித்து வைக்கும்போது, அவரவர்களுக்கு வரக்கூடிய சீட்டுக்கள் ஒரு புதிர் போல சேர்ந்தமைகின்றன. விளையாடும் நபர்கள் ஏழு என்றால், முதல் நபருக்கு வரும் சீட்டுகள் 1, 8, 15 என்ற முறையில் அமைகின்றன. ஆனால் சீட்டுக்களைப் போடும் முன் அடுத்து இருப்பவன் கட்டை வெட்டி மாற்றி வைத்து

ஜோக்கரை எடுக்கிறான். இப்போது ஏற்கனவே இருந்த அமைப்பு மாறி புது அமைப்பு ஏற்படுகிறது. இப்போது 1, 8, 15 வேறு வகையில் அமைகிறது. கையில் சீட்டுக்களை வைத்திருப்பவன் எவ்விதம் அதை அமைத்துச் சேர்க்கிறான் என்பது அப்போதைய மனோநிலை, உள்ளிருந்து வரும் சீட்டு, இடக்கைப் பக்கம் இருப்பவன் இறக்கும் சீட்டு, வலக்கைப்பக்கம் இருப்பவன் இறக்கும் சீட்டு ஆகியவைகளைப் பொறுத்து அமைகிறது. கையிலிருக்கும் பதிமூன்று சீட்டுகளும் ஜோக்கரைப் பார்த்ததும் மாறுகின்றன. ஒன்றுக்கும் உதவாத சீட்டுக்கள் ஜோக்கராக மாறியதும் உயிர் பெறுகின்றன. ஜோக்கர் இன்றி ஜெயிப்பது கடினம். நிறைய ஜோக்கர்கள் இருந்தாலும், ஒரிஜினல் ரெமி இல்லாமல் ஜெயிக்க முடியாது. கிளாவர் ஐந்து வேண்டும் என்றால் தனக்கு ஐந்து தேவையில்லை என்ற பாவனையில் இஸ்பேட் ஐந்தை இறக்கி விட்டு உட்கார்ந்திருக்கிறான். (உதாரணமாக, இந்த இடத்தில் கடற்கரையில் நிற்கும் பெண் வயலட் நிறமாக இருக்கிறாள். ஒடுங்கிய கூர்மையான முகம். கூர் நாசி. உடலில் சதைப்பற்று இல்லை.) இவனுக்கு வேண்டிய சீட்டு எனப் பக்கத்தில் இருப்பவன் பிடித்து வைத்திருக்கும் சீட்டு இவனுக்குத் தேவைப்படாத சீட்டு. இறங்கிய சீட்டை எடுக்கும்போது உள்ளே இருக்கும் சீட்டின் வரிசை மாறி விடுகிறது. சீட்டைப் பிடித்து வைப்பதால் சீட்டு சேராமலும் போகிறது. அனைவருக்கும் ஜெயிப்பதில் குறி. சீட்டு வருவதும் சேர்வதும், புதிர்மயமாக உள்ளது. சீட்டுகள் சேர்ந்து ஜெயிக்கும்போது பிற சீட்டுகள் செத்து விழுகின்றன.

பிறகு உயர்நீதிமன்றத்தில் உதவிப் பதிவாளர் (குற்றங்கள்) என்பவரைச் சந்திக்கச் செல்வதைப் பற்றிய விவரிப்பு இடம் பெறுகின்றது. உயர்நீதி மன்றம் பெரிய நிலப்பரப்பில், பல வாசல்களுடைய, பெரிய மாடிகளுடைய கட்டடமாக விவரிக்கப்படுகிறது. இந்த விவரிப்பு மட்டும் ஒன்பது பக்கங்களில் வருகின்றது. பல வாசல்களும், பல அறைகளும், பல உள்வாசல்களும், பல உள் அறைகளும், அவற்றின் குழப்பக்கூடிய வழிகளும் விரிவாக விவரிக்கப்பட்டிருக்கின்றன. பிரதான வாசல் வழியாக உள்ளே நுழையும் ஒருவன் பக்கத்து அறையில் நுழைந்து வெளியேறினால், மீண்டும் கட்டடத்திற்கு வெளியே வந்து விடுவான். ஒரு அறையிலிருந்து இன்னொரு அறைக்குச் சென்றால் அந்த அறை பல அறைகளுக்கு அழைத்துச் செல்கிறது. அறைகளின் நிறம் அறைகளிலிலுள்ள பழங்கால மேஜை நாற்காலிகள், பெரிய ஜன்னல்கள், உயரத்திலிருக்கும் மேற்கூரை ஆகியவை லகுவற்ற உணர்வுகளை ஏற்படுத்திக் கொண்டிருக்கின்றன. கறுப்புக் கோட்டுச் சீருடையில் அலைந்துகொண்டிருக்கும் வக்கீல்கள்,

தென்படும் இடங்களில் எல்லாம் ஒரே சாயலில் தோன்றி, மேலும் வழியைக் குழப்பிக்கொண்டிருக்கின்றனர். உதவிப் பதிவாளர் (குற்றங்கள்) அவர்களைக் காண, வழி கேட்க, நேராகச் சென்று, வலப்பக்கமாகத் திரும்பி, கடைசிப்பகுதிக்குச் செல்லுமாறு ஒருவர் கூறுகிறார். அந்த இடத்தை அடைந்து விசாரிக்கும்போது, அங்கிருந்தவர் வலப்பக்கமாகவே திரும்பி, மீண்டும் வலப் பக்கம் திரும்பிச் செல்லுமாறு கூற, அவ்வாறே செல்ல, புறப்பட்ட இடத்திற்கே மீண்டும் வந்து சேர்கிறார். மீண்டும் வழிகேட்டு புதிய வழிகளில் அலைந்துகொண்டிருக்கும்போது கையில் குடையுடன் களைத்த முகத்துடன் ஒருவர், இவரிடம் உதவிப் பதிவாளர் (குற்றங்கள்) அவர்களைக் காண வழி கேட்கிறார். அவரைக் காண்பதற்கே அலைந்துகொண்டிருப்பதாக இவர் கூற, களைத்து வந்தவர் இவ்வாறு கூறுகிறார்: 'உதவிப் பதிவாளர் (குற்றங்கள்) அவர்களை ஒரு மணி நேரத்திற்கு முன் இங்குள்ள அறை ஒன்றில், நான் பார்த்தேன். அவர் ஒரு மணி நேரம் கழித்து மீண்டும் வரச்சொன்னார். நான் வெளியே சென்று, டீ குடித்து பொழுதைக் கழித்து இப்போது மீண்டும் அவரைப் பார்க்க வந்தேன். அவரை எந்த இடத்தில் பார்த்தேன் என்பதை அறிய முடியவில்லை.'

இருவருமாகச் சேர்ந்து பல வழிகளில் அலைந்து சிரமப்பட்டு அறையைக் கண்டு பிடிக்கிறார்கள். வாசலில் நின்ற தலைப்பாகை அணிந்திருந்தவனைத் தாண்டி அறைக்குள் செல்வதற்கு அரை மணி நேரமாகிறது. அறைக்குள் நுழைகிறார்கள். அங்கிருந்த ஒருவர், உதவிப் பதிவாளர் (குற்றங்கள்) அவர்கள் வெளியே சென்றுவிட்டதாகவும், எப்போது வருவார் என்று தெரியாது என்றும், வராமலேயே கூட இருக்கலாம் என்றும் தெரிவிக்கிறார்.

இதற்கு அடுத்தாற்போல் ஒரு திருமணக் காட்சி விவரிக்கப்படுகிறது. பெரிய மண்டபத்தில் திருமணம் நடக்கிறது. சமையற்காரர்கள், வேலைக்காரர்கள், பந்தல்காரர்கள், ஒலி பெருக்கி சம்பந்தப்பட்டவர்கள், உறவினர்கள், சம்பந்திகள், நாத்தனார்கள், தோழர்கள், தோழிகள், நெருங்கிய உறவினர்கள், மணமகன் உடன் பிறந்தவர்கள், மணமகள் உடன் பிறந்தவர்கள், மணமகன், மணமகள் இத்யாதி ... எனப் பலர் வருகின்றனர்.

மணமகள் பெயர் ராணி, மணமகன் பெயர் நாகராஜன். இந்தப் பகுதி நாற்பத்தைந்து பக்கங்களில் வருகிறது. பிரதானமாக மணமகன், மணமகள், கணவன் மனைவியாக மாறுவதும், அவர்களின் மன நாடகங்களும், மற்றவர்கள் அவற்றை அனுசரிக்கும் விதங்களும், நாடகங்களுக்குப்பின் இருக்கும் காமம், சுயநல உணர்வுகளும், மிகுந்த சிக்கல்களினூடே காண்பிக்கப்பட்டுள்ளன. மனைவி கணவனிடமும், கணவன்

மனைவியிடமும் பேசும் வசனங்களில் உள்ள ஜோடனைகளும் காண்பிக்கப்படுகின்றன.

ராணியின் மனதில் காம உணர்வுகள் தோன்றியதிலிருந்து, இதுவரையில் வரித்துப் பார்த்துள்ள, பொருட்படுத்தக் கூடிய ஆண்களைப்பற்றியும், அவளின் இச்சைகளைப்பற்றியும் விரிவாகக் குறிப்பிடப்பட்டுள்ளன. பெண் மனம், ஆண் மனம் போல் இயங்காது என பாவித்துக் கொண்டிருப்பவர்களைக் கவனத்தில் கொண்டதால், இப்பகுதிக்கு அழுத்தம் கொடுத்திருப்பதாகக் குறிப்பிடப்பட்டுள்ளது.

கால்களைக் கணவன் கொஞ்சிக் கொண்டிருக்கையில், காமத்தின் மூலம் அவனைப் பணியவைக்க முடியுமென்று அவளுக்குத் தோன்றுகிறது. அவனைக் காமத்திற்குத் தூண்டும் தோரணைகளையும் சந்தர்ப்பங்களையும் அவளால் கண்டறிந்து கொள்ள முடிகிறது. மனதின் இச்சைகளுக்கு வடிகால் என அவள் இருந்து மகிழ்விப்பது, அவனுக்கு மேலும் மேலும் அவள் மேல் ஈர்ப்பை ஏற்படுத்துகிறது. தொன்று தொட்ட தொடர்புப் பொருளான அல்வாவும் மல்லிகைப் பூவும் நன்றாக நடித்து தங்கள் கடமையைச் செய்கின்றன.

கணவனும் மனைவியும் சீட்டாட ஆரம்பிக்கின்றனர். அக்கறையும், தீவிரமும் இன்றி விளையாட்டாக ஆடுகின்றனர். வெற்றி தோல்வி பற்றி அக்கறையின்றி ஆடுகின்றனர். அவன் வெற்றியடைவது பற்றி இவளுக்குக் கவலையில்லை. இவள் வெற்றியடைவது பற்றி அவனுக்குக் கவலையில்லை. பின்னர் இருவரும் பணயம் வைத்து ஆடுகின்றனர். ஆட்டம் தீவிரமாகிறது. இருவரும் தோல்வியடையக் கூடாது என்று நினைக்கின்றனர். சீட்டைப் பிடித்து வைத்து ஆடுகின்றனர். அவனுடைய வெற்றி அவளுக்கு ஆத்திரத்தையும், அவளுடைய வெற்றி அவனுக்கு ஆத்திரத்தையும் தருகின்றன. கண்ணுக்குத் தெரிந்தும் தெரியாமலும் ஒருவரையொருவர் காயப்படுத்துகின்றனர். ஆத்திரம் காமரூபம் கொண்டு மோதுகின்றது.

குழந்தைக்குத் தாய் தந்தையாக உறவு மாற்றம் அடைந்த பின்னர், இருவரின் மனநிலையிலும் பெருத்த மாற்றம் ஏற்படுகிறது. இப்பொழுது, ஆடும் சீட்டாட்டத்தில் பெரும் சிக்கல் ஏற்படுகிறது. சீட்டுக்களைச் சேர்ப்பது கஷ்டமான காரியமாக இருக்கிறது. சேரும் என்று நினைத்து வைத்திருக்கும் சீட்டுக்கள் சேர்வதில்லை. ஜோக்கர் வருவது கடினமாக இருக்கிறது. சமயங்களில் வரவேமாட்டேனென்கிறது. சீட்டுக்கள் சேர்ந்து வெற்றி பெறுவது தாமதமாகிக் கொண்டேயிருக்கிறது. சீட்டாட்டம் அலுப்புத்

தரக்கூடிய ஆட்டமாக மாறுகிறது. ஆட்டத்தின் நீட்சியில் வெற்றி பெற்றவருக்கும் களைப்பு ஏற்படுகிறது.

பிறகு ஆடும் சீட்டாட்டத்தில் ஒருவர் சீட்டுக்களை மற்றவர் பார்க்கும் போக்கு ஏற்படுகிறது. மற்றவர் சீட்டுக்களை தான் பார்க்கலாம் என்றும் தன் சீட்டுக்களை மற்றவர் பார்க்கக்கூடாது என்றும் இருவரும் முனைய, பெரும் குழப்பமும் சண்டையும் ஏற்படுகின்றன. சீட்டாடாமலும் இருக்க முடியவில்லை. இக்கட்டத்துடன் இப்பகுதி முடிவுறுகிறது.

இறுதிப்பகுதியில், இறக்கும் தறுவாயில் உள்ள ஒருவன், எதிரில் ஆள் இல்லாமல், தனியே சீட்டாடிக்கொண்டிருக்கிறான். அவனே இரண்டு நபர்களாய் மாறி ஆடுகிறான். இருவருக்கான சீட்டுக்களும் அவனுக்குத் தெரிகிறது. அந்தந்தச் சீட்டுக்களை வைத்திருப்பவனாக மாறி அந்தந்தச் சீட்டுக்களுக்கு நியாயம் செய்பவனாக ஆடுவது மிகக்கடினமான காரியமாக இருக்கிறது. அடுத்த சீட்டுக்களுக்குத் தேவையான சீட்டு இருக்கும்போது, தேவையில்லை என்றாலும், அந்தச் சீட்டை இறக்கும் மனநிலை ஏற்பட மாட்டேனென்கிறது. எனவே அந்தச் சீட்டுக்களுக்கு நியாயம் செய்யும் முறையில் ஆடமுடிவதில்லை. இரண்டு சீட்டுக்களையும், ஒருவரே ஆடும் போது இருபக்கமும் நியாயமாக ஆட முடியுமா என்ற கேள்வி விடை தெரியாமல் அலைகிறது.

நான், சூரியிடம், இந்தத் தொண்ணூறு பக்கங்களைப் புத்தகமாக்கலாமா எனக் கேட்டேன். ‘இத்தகைய எழுத்துக் களுடைய புத்தகத்தை என்ன என்று அழைப்பது? நாவல் என்று அழைத்து விடலாமா?’ என்றான் சூரி. அவன், ‘புரட்சிகர பிட்சு’ என்ற பெயர் கொண்ட மதுபானத்தைக் கொண்டு வந்திருந்தான். அதை அருந்திக்கொண்டே புத்தகப் பிரசுரம் பற்றியும், புத்தகத்தை எப்படி அழைப்பது என்றும் பேசிக்கொண்டிருந்தோம்.

சூரி, சீட்டுக்கட்டைக் கலைத்துப் போட்டான். ஒரு அதிசயம் பாருங்கள். நானும் சூரியும் சீட்டாடும் போது முதல் இரண்டு ஆட்டங்களில் எனக்குப் போடப்பட்ட சீட்டுக்கள் அனைத்தும் சேர்ந்தே இருந்தன. இத்தகைய அபூர்வத்தைக் காப்பாற்றிக் கொள்வதற்காக, மூன்றாவது ஆட்டம் விளையாடாமல் ஆட்டத்தை முடித்துக்கொண்டோம். சூதாட்டத்தின் போக்கையும், புதிரையும் யாரறிவார்? பிற விஷயங்களைப் பின்னர் முடிவு செய்யலாம் என்றும் ‘மாபெரும் சூதாட்டம்’ என்ற தலைப்பில் புத்தகமாகக் கொண்டு வரலாம் என்றும், அன்று முடிவு செய்தோம்.

***காலச்சுவடு* 29, ஏப்ரல் ஜூன் 2000**

ஒரு காதல் கதை

உள்ளே நுழைந்ததும், அதியமானிடம், பதற்றத்துடன் இருந்த நர்ஸ் கூறினாள். நோயாளி இறந்துவிட்டார் என்று. அதியமானுக்கு அதிர்ச்சியாக இருந்தது. கால்மணி நேரத்திற்கு முன்னதாகத்தான், துரைசாமியிடம் பேசிக்கொண்டிருந்தார். உப்புப்போடாத இட்லியும், காபியும் வாங்கிவரச் சொல்லியிருந்தார். அதியமான், காபி குடித்துவிட்டு உப்புப் போடாத இட்லியும், காபியும் வாங்கிவந்த நேரத்தில் துரைசாமி இறந்திருக்கிறார்.

துரைசாமியை இன்று காலையில்தான் மருத்துவமனையில் சேர்த்தார்கள். அவருக்கு நீரிழிவு நோய் இருந்தது. சிறுநீர் பிரியாமல் இருந்ததால் அவரை மருத்துவமனையில் சேர்த்தார்கள். மதியத்திற்கு மேல்தான் அதியமானுக்கு அவரை மருத்துவமனையில் சேர்த்துள்ள தகவல் கிடைத்தது. அவரைப் பார்த்து அரைமணி நேரம் பேசியிருப்பார். நோயைப்பற்றி அவர் பெரிதாக அலட்டிக் கொள்ளவில்லை. தைரியமாக இருந்தார். "எல்லாம் சரியாகிவிட்டது. வீட்டுக்கு சீக்கிரமாக போகவேண்டியதுதான்" என்று கூறினார். ஆனால் அங்கிருந்த ஒரு நர்ஸைப் பற்றித்தான் அவர் பேசிக்கொண்டிருந்தார். அவளிடம் ஆர்.கே.யின் சாயல் இருப்பதாகக் கூறியிருந்தார். அவளுடைய உடல் மொழியும், முகவெட்டும் வசீகரிப்பதாகக் கூறியிருந்தார்.

அதியமானும், துரைசாமியும் படிக்கும் காலத்தி லிருந்தே நண்பர்கள்தான். துரைசாமிக்கு வயது 62.

அதியமானுக்கு அவரைவிட ஒரு வயது அதிகம். துரைசாமியின் மகன் திருமணமாகி அமெரிக்காவில் பொறியாளராக இருக்கிறான். மனைவியும் இவரும் மட்டும்தான் இங்கு இருக்கிறார்கள்.

ஒவ்வொரு காலகட்டத்திலும், அவர் ஒரு பெண்ணை நினைத்து வந்திருக்கிறார். அந்த மாதிரி அனுபவம் அதியமானுக்குக் கிடையாது. மனைவி மீது துரைசாமிக்கு ஈடுபாடு இருந்ததில்லை. துரைசாமியும், அதியமானும் சேர்ந்து சில பெண்களிடம் சென்றிருக்கிறார்கள். பெங்களூர் சென்றிருந்தபோது அவர்கள், 'மினி' என்று பெயர் சொல்லிக்கொண்டே ஒரு பெண்ணுடன் சுற்றினார்கள்; தங்கினார்கள். அவர்களுக்கு அது புதுவிதமான அனுபவமாக இருந்தது. அவளை இருவருக்குமே பிடித்துப் போயிற்று. அவள் கூந்தல் முழுங்கால்வரை இருந்தது. அவர்கள் மினியைப் பற்றி, அவள் அழகைப்பற்றி, நடந்துகொண்ட விதம் பற்றி பின்னர் அடிக்கடி பேசிக்கொண்டனர். துரைசாமி மீண்டும் அவளைச் சந்திக்கவேண்டும் என்று விரும்பி அதியமானை அழைத்தபோது, அதியமான் அதில் ஆர்வம் காட்டவில்லை. துரைசாமியை வழியனுப்பி வைத்தார். பெங்களூரிலிருந்து திரும்பி வந்தவரை அதியமான் சந்திந்தபோது துரைசாமியின் முகம் விசனத்திலிருந்தது. துரைசாமி அவளை மிகவும் கஷ்டப்பட்டுத் தேடிச் சந்தித்திருக்கிறார். அவளிடம் கூந்தல் இல்லை. மொட்டையடித்து முளைத்த முடியுடன் இருந்திருக்கிறாள். அவள் முகத்தில் வசீகரம் இல்லை. காவல்துறையில் சிக்கி, அவர்கள் இவளை மொட்டையடித்திருக்கின்றனர். சிறைச்சாலையிலிருந்து திரும்பி வந்த நேரம். இவர் அவளிடம் பணம் கொடுத்து விட்டு, பேசிக்கொண்டிருந்து திரும்பிவிட்டார். பிறகு அவளை இருவருமே சந்திக்கவில்லை.

துரைசாமிக்கும், அவர் அலுவலகத்தில் பணிபுரிந்து கொண்டிருந்த ஒரு பெண்ணுக்கும் ஒரு பயிற்சிக்குச் சென்றிருந்த நேரத்தில் பழக்கம் ஏற்பட்டது. துரைசாமியின் மகன் அப்போது எட்டாவது படுத்துக்கொண்டிருந்தான். அந்தப் பெண்ணின் மகன் ஐந்தாவது படித்துக்கொண்டிருந்தான். அந்தப் பெண்ணின் கணவர் வெளியூரில் பணிபுரிந்துகொண்டிருந்தார். அந்தப் பெண்ணுடன் கொண்டிருந்த பிணைப்பு அவருக்கு அதிகக் கிளர்ச்சியூட்டுவதாக இருந்தது. அவள், ஒருவருக்கு மனைவி என்பதால் அதிகக் கிளர்ச்சி ஏற்படுகிறதா என்று அதியமானிடம் அவர் பேசியிருக்கிறார். துரைசாமி தனது மனைவிக்குத் தெரியாமலும் அந்தப் பெண், தனது கணவனுக்கத் தெரியாமலும் லாவகமாக அந்த உறவை கடைசிவரை கையாண்டார்கள். சமயங்களில் அந்தப் பெண்ணின் கணவர் வீட்டிலிருக்கும்போதே சென்று சாதாரணமாகப் பேசிவிட்டு வருவார். அவளின்

கணவருக்கு சிறு சந்தேகம்கூட ஏற்பட்டது கிடையாது.

அந்தப் பெண்ணும், அவரும் பிணைந்திருந்த அந்தக் காலகட்டத்தில் இருவரும் மிகவும் மகிழ்ச்சியாக இருந்தார்கள். அந்தப் பெண்ணுக்கு உடல்நலக் குறைவு ஏற்பட்டு, பரிசோதனையில் ரத்தப்புற்றுநோய் என்று அறியவந்தது. அவள் மருத்துவமனையில் இருக்கும்போது அன்யோன்யத்தை மறைத்து மூன்றாம் மனிதன்போல் சென்று பார்த்து வருவார். அதியமானிடம் அனைத்தையும் பகிர்ந்துகொள்வார். புற்றுநோய் என்று அறிந்தபின்னர், இதுதான் கடைசி அன்யோன்யம் என்று அவள், அவரை அழைத்து நடந்துகொண்டதை அவர் ஓரளவிற்கு அதியமானிடம் பகிர்ந்துகொண்டிருக்கிறார்.

அந்த பெண் இறந்தபின்னர், அவருக்கு மனச்சோர்வு ஏற்பட்டது. வேலைகளைச் சரியாகச் செய்யமுடியவில்லை. அதியமான் அவரை மனநல மருத்துவரிடம் அழைத்துச் சென்றார். தலைமுடி உதிர்ந்து மெலிந்து நோயாளியாக, பின் பிணமாக அவள் கிடந்த தோற்றமும், கடைசி அன்யோன்ய அலங்காரத் தோற்றமும் நினைவுக்கு வந்து குழப்புவதாகக் கூறிக்கொண்டிருந்தார்.

காலத்தின் நீட்சியில் அவர் மீண்டு சகஜமானார். நாளடைவில் அவருக்கு பெண் சிநேகம் இருந்தால்தான் மனதிற்கு சக்தி கிடைக்கும் என்ற எண்ணம் ஏற்பட்டது. இயற்கையாகவே அவர் மனதிற்கு பெண் தோற்றம் தேவைப்பட்டது. பஸ் நிறுத்தத்தில் வழக்கமாக நிற்கும் பெண், அவர் கணக்கு வைத்திருக்கும் வங்கியில் வேலை பார்க்கும் பெண், ஒரு குறிப்பிட்ட தெருவில், வாசலில் உட்கார்ந்திருக்கும் பெண், டாக்டரம்மா என்று பல பெண்கள் அவர் மனதில் நிறைந்திருந்தனர்.

அவர் வேலை பார்க்கும் துறையில் பணிபுரிந்த வழக்கமாக பழகிக்கொண்டிருந்த ஒரு பெண்மீது, ஒரு திருப்பம்போல் அவருக்குக் காமம் ஏற்பட்டது. அந்தப் பெண்ணிற்கும் இவர்மீது காமம் ஏற்பட்டது. இருவரும் காமத்தை நோக்கித்தான் தங்களையறியாமல் பந்தைத் தள்ளிக்கொண்டிருந்தனர். அவளுக்கு வயதுக்கு வந்த மகள் இருந்தாள். அவள், அதை துரைசாமியிடம் சொல்லி தன்னைக் கிழவி என்று பரிகாசம் செய்துகொள்வாள். துரைசாமி, அவளை குமரிபோல் இருக்கிறாய் என்று சொல்லிக் கிளர்ச்சியூட்டுவார். அவள் அப்படியா என்று கேட்பாள். அவர் காமம் ததும்ப ஏதாவது கூறுவார். இப்படியாக அவர்களின் விளையாட்டு நடந்துகொண்டிருந்தது. நேரிலும், தொலைபேசியிலும் இருவரும் காமமாகப் பேசிக்கொள்வதைப் பழக்கமாகக் கொண்டிருந்தனர். ஆனால் தனியிடத்திற்குச்

செல்வதை அவள் தவிர்த்து விடுவாள். ஒருநாள் சந்தோஷமாக அதியமானிடம் வந்தார். அவளின் கைவிரல்களை தன் கைவிரல்களுடன் கோர்த்து விட்டதாகவும், அவள் சிறிது நேரம் இருந்து, பின்னர் விடுவித்துக் கொண்டதாகவும் சந்தோஷமாகக் கூறினார். பெரும் பரவசம் என்றும், வாழ்க்கையில் மறக்கமுடியாத, பெரும் செக்ஸ் இன்பம் என்றும் அந்நிகழ்வை அவர் கூறினார்.

அவள் வேறு ஊருக்கு மாற்றலாகிச் சென்றுவிட்டாள். அவர் பலவாறாக அவளிடம் பேச முயற்சி செய்தும் அவள் கொஞ்சம் கொஞ்சமாக அவரைத் தவிர்த்துவிட்டாள். ஒருநாள் அவள் மகளின் திருமணப் பத்திரிகை அவருக்கு தபாலில் வந்தது. "ஞாபகம் வைத்திருந்து அனுப்பியிருக்கிறாள்" என்றார் துரைசாமி. ஆனால் அவர் ஏனோ திருமணத்திற்குப் போகவில்லை.

துரைசாமிக்கு படிக்கும் காலத்திலிருந்தே ஒரு நடிகையின் மீது ஈர்ப்பு இருந்தது. அதியமானுக்கு அந்த நடிகையின் மீது ஈர்ப்பு இல்லை. அதியமானையும் அழைத்துக்கொண்டு அந்த நடிகை நடித்த படங்களுக்குச் செல்வார். அந்த நடிகையின் தோற்றம். பாவனைகள், துரைசாமிக்குக் காம ஊட்டத்தைக் கொடுத்துக் கொண்டிருந்தது. அவள் இளம் பெண்ணாகத்தோன்றி, கிளர்ச்சியூட்டும் பேரிளம் பெண்ணாகத் தோன்றி பின் அடுத்த கட்டத்திற்கு அவள் தோற்றம் வந்தபோது அந்த நடிகையைக் காண்பதில் அவருக்கு மனத்தொந்திரவு ஏற்பட்டது.

ஒருநாள் என்ன நினைத்தாரோ, தெரியவில்லை. அவருக்கு அந்த நடிகையைப் பார்க்கவேண்டும் என்ற எண்ணம் ஏற்பட்டது. அதியமானை அழைத்தபோது அவர் ஏதோ காரணம் சொல்லித் தவிர்த்துவிட்டார். துரைசாமி தனியாக சென்னைக்குக் கிளம்பிவிட்டார். ஒரு வாரம் தங்கி அவளைப் பார்த்துவிட்டுத் தான் வந்தார். கூர்க்காவிற்கு ஆயிரம் ரூபாய் கொடுத்தேன் என்றார். அவர் உள்வாசலுக்குச் சென்றபோது, அந்த நடிகையே தற்செயலாக வந்துவிட்டார்.

அவரை யார் என்று கேட்டு விசாரிக்க அவர் பதில் சொல்லியிருக்கிறார். அவள் லேசாகச்சிரித்து தனக்கு வேறு வேலை இருப்பதாகவும் இன்னொரு நாள் சந்திப்பதாகவும் கூறியிருக்கிறார். அவளை நேரில் பார்த்ததே போதும் என்று திரும்பிவிட்டார். அவர் வெளிவாசலைத் தாண்டும்போது, அவள் கூர்க்காவை அதட்டிக் கூப்பிடுவது அவருக்குக் கேட்டது. ஆனால் அவர் அதியமானிடம்கூட, அந்த நடிகை தன்னை அமரவைத்து காபி கொடுத்து குடும்பம் பற்றி விசாரித்ததாகப் பொய்யாகக் கூறினார். சினிமாவில் பார்த்த அளவு வசீகரமாக இல்லை என்றாலும் அழகாக இருந்தாள் என்றும், அவளைப்

பார்த்திருக்காவிட்டால் தன் வாழ்வில் அது ஒரு குறையாகவே இருக்கும் என்றும் அவர் அதியமானிடம் கூறினார்.

சமீபகாலமாக அவர் கணக்கு வைத்திருக்கும் வங்கியில் பணிபுரிந்த ஒரு பெண்மீது அவருக்கு அதிக ஈர்ப்பு ஏற்பட்டது. வங்கிக்கு அடிக்கடி செல்ல ஆரம்பித்தார். தேவாலயத்திற்கு ஒவ்வொரு ஞாயிறு அன்றும் வரும் உயரமான, திடமான பெண்ணைக் கவனித்துக்கொண்டிருந்தார்.

இத்தகைய நிலையில்தான் அவருக்கு உடல்நலக்குறைவு ஏற்பட்டு, சிறுநீர் பிரியாததால் அவரை மருத்துவமனையில் சேர்த்திருந்தார்கள். அதியமான் அவரைப் பார்க்க வந்த நேரத்தில், துரைசாமியின் மனைவி அவரை துணைக்கு இருக்கச் சொல்லி விட்டு வீட்டிற்குச் சென்றிருந்தார். அப்போதுதான் துரைசாமி அந்த நர்ஸ் பற்றிப் பேசினார்.

துரைசாமியும் அதியமானும் கல்லூரியில் படித்துக் கொண்டிருந்தபோது, துரைசாமிக்கு பள்ளியிறுதி வகுப்புப் படிக்கும் ஒரு பெண் மீது காதல் ஏற்பட்டது. அந்தப் பெண் படிக்கும் பள்ளியைக் கடந்துதான் அவர் படிக்கும் கல்லூரிக்குச் செல்லவேண்டும். அவருக்கு அப்போது தைரியம் போதாது. அவர் ஏதோ கற்பனைகள் செய்துகொண்டு, அவளைப் பார்த்து ஒரு தலையாகக் காதலித்துக் கொண்டிருந்தார். விடுமுறை நாட்களில் அவளைக்காண அவள் வீட்டுப்பக்கம் காத்திருப்பார். அவளின் பெயரில் வரும் இரு எழுத்துக்களைச் சேர்த்து ஆர்.கே. என்று துரைசாமியும், அதியமானும் பேசிக்கொள்வார்கள்.

ஒருநாள் அவள் வீட்டு வாசலில் முகூர்த்தக்கால் நடப் பட்டிருந்ததைப் பார்த்தபின்னர்தான் அவளுக்குத் திருமணம் நிச்சயிக்கப்பட்டிருப்பதை இருவரும் அறிந்தனர். துரைசாமிக்கு அதுதான் முதல் காதல்; ஒருதலைக்காதல். விரக்தியடைந்தவரை அதியமான்தான் தேற்றினார். அவளின் திருமணத்திற்கு கூட்டத்தோடு கூட்டமாக துரைசாமியும், அதியமானும் அமர்ந்து ஆர்.கே.யை மணமகளாகப் பார்த்தனர். அன்று இரவு முழுவதும் துரைசாமிக்கு தூக்கம் வரவில்லை. தொடர்ந்து பல நாட்கள் தூக்கமின்றிக் கஷ்டப்பட்டார். தூங்கினால் அவளுக்குக் கெடுதல் நடப்பதுபோல் கனவுகள் வந்தது. நீண்டநாட்கள் கழித்துதான் சகஜநிலைக்கு வந்தார்.

அவருக்கு வயதாகி, வாழ்க்கையில் உத்தியோகம், திருமணம் என்று மாற்றம் ஏற்பட்டுக்கொண்டிருக்க, வெவ்வேறு காலகட்டங் களில் ஆர்.கே.யை, புதுப்பெண்ணாக, குழந்தைக்குத் தாயாக, தூரத்தில் நின்று கவனித்து வந்திருக்கிறார். ஒருகட்டத்திற்கு

மேல் அவள் எங்கு சென்றாள்; எங்கு வசிக்கிறாள் என்று அவருக்குத் தெரியவில்லை.

பல பெண்கள் அவர் வாழ்க்கையில் வந்து சென்றாலும், பல பெண்கள் கற்பனையில் வந்து சென்றாலும் ஆர்.கே.யின் மீதான அவரின் நினைவுகளே அவரின் மன ஆழத்தில் இருந்தது. சஞ்சல வேளையிலும், துயருற்ற வேளையிலும் அவள் தோற்றமும், அவளின் நினைவுகளும் வருவதன் சூட்சுமத்தை யாரும் அறியமாட்டார்கள்.

மனைவி வீட்டுக்குப் புறப்பட்டுச் சென்ற பின்னர் அதியமானிடம் துரைசாமி ஒரு நர்ஸைக் காண்பித்து அவளைக் கவனிக்குமாறு கூறினார். "அந்த நர்ஸ் நடக்கிறவிதம், உட்கார்ர விதம் எல்லாம் ஆர்.கே. மாதிரி இருக்கு. ஒருவேளை மகளா இருப்பாளோ? அல்லது அவள் சாயல்லே வேறே எவளோ ஒருத்தியாகவும் இருப்பாள்" என்று பேசிக்கொண்டிருந்தார். அதியமானுக்கு ஒன்றும் தெரியவில்லை. அவருக்கு ஆர்.கே.யின் தோற்றமே மறந்துவிட்டது. துரைசாமியின் உடல்நிலை பற்றி விசாரித்துவிட்டு, அவர் கேட்டுக் கொண்டபடி உப்பில்லாத இட்லியும், காபியும் வாங்கச் சென்றுவிட்டார்.

இப்போது பிணமாகக் கிடக்கும் அவரைப் பார்க்கும்போது, அதியமானுக்கு ஒருவிதமான அநித்திய உணர்வுகள் ஏற்பட்டன. மனதில் பெரும் சங்கடம் ஏற்பட்டு, நெஞ்சுவலி வருவதுபோல உணர்வு ஏற்பட்டது. துரைசாமியின் மனைவியும் உறவினர்களும் வந்துவிட்டனர். சூழ்நிலை அழுகைக் குரல்களுடன் மாறியது. அதியமான் அந்த இடத்தை விட்டு அகன்றார். மருத்துவமனை வாசலில் ஆம்புலன்ஸ் நின்றிருந்தது. திடீரென ஏற்பட்ட மாரடைப்பால் இறந்துவிட்டதாக மருத்துவமனையில் கூறினார்கள்.

துரைசாமி குறிப்பிட்டுச் சுட்டிக் காட்டிய நர்ஸிடம் அதியமான் சென்று நடந்ததை விசாரித்தார். அவளைப் பற்றியும், அவள் குடும்பத்தைப் பற்றியும், அவளின் தாய் தந்தையர், கணவன், குழந்தைகள் பற்றியும் துரைசாமி விசாரித்ததாக அந்த நர்ஸ் கூறினாள். பின்னர் அடுத்த அறைக்குச் சென்றுவிட்டதாகவும், திரும்பி வந்தபோது, அவர் இருந்த நிலையைப் பாாத்து டாக்டரை அழைத்து வந்ததாகவும், டாக்டர் பரிசோதித்துவிட்டு அவர் மாரடைப்பால் இறந்துவிட்டதாகத் தெரிவித்ததாகவும் கூறினாள். "உங்க அப்பா, அம்மா எங்கே இருக்காங்க" என்று அதியமான் கேட்டார். "அவங்க ரெண்டுபேருமே இறந்துபோய்ட்டாங்க" என்றாள், நர்ஸ். அந்த நர்ஸின் தாயார் பெயர் என்ன என்று கேட்டுத் தெரிந்துகொள்வதில், அதியமானுக்கு சங்கடமும்,

கூச்சமும் ஏற்பட்டது. எனினும் மன நிர்ப்பந்தத்தில் கேட்டார். "உங்க அப்பா அம்மா பெயர் என்ன?" அவள், அவரை வித்தியாசமாகப் பார்த்துவிட்டு "எதுக்குச் சொல்லணும்" என்று கூறி அந்த இடத்தில் இருந்து சென்றுவிட்டாள்.

துரைசாமியின் பிணத்தை, ஆம்புலன்ஸில் ஏற்றினார்கள். மனைவியும், உறவினர்களும் உடன் ஏறிக்கொண்டனர். ஆம்புலன்ஸ் கிளம்பியது. அதியமான் நின்றுகொண்டிருப்பதே அவர்கள் கவனத்தில் இல்லை. அவர் தனியாக நின்று கொண்டிருந்தார். அந்த வழியாக வந்து ஆட்டோவை நிறுத்தி, ஏறி ஆம்புலன்ஸிற்குப் பின்னால் போகச் சொன்னார். துரைசாமி, அவரிடம் பகிர்ந்துகொண்ட பல விஷயங்கள் நினைவிற்கு வந்தன. அதியமானுக்கு கண்கள் கலங்கின. அநித்தியமான உணர்வுகள் ஏற்பட்டன.

உயிர் எழுத்து, ஏப்ரல் 2008

எலும்புக்கூடுகள்

என் பெயர் லூாயி பெர்டினாண்ட். நான் 1875ஆம் ஆண்டு ஏப்ரல் 29–ந்தேதி பாரிஸில் பிறந்தேன். என் படிப்பு மானிட இயல் சம்பந்தப்பட்டிருந்ததாலும், அந்த இயலில் நான் ஆர்வம் கொண்டிருந்ததாலும், 1897ஆம் ஆண்டு ஆஸ்திரேலியா சென்று, பின் அங்கிருந்து கரேஷியா சென்றேன். என் ஆராய்ச்சி நீக்ரோ – ஆஸ்திரேலிய இனம் சம்பந்தப்பட்டதாக இருந்தது. ஐரோப்பிய நாட்டைச் சேர்ந்தவர்களால், நீக்ரோ – ஆஸ்திரேலிய இனத்தினர் வாழும் ஆஸ்திரேலியா, கரேஷியா, மரேலியா நாடுகள் ஆக்கிரமிக்கப்பட்டிருந்தன.

கரேஷியாவிலேயே நான் என் வாழ்க்கையை அமைத்துக்கொண்டேன். 1901ஆம் ஆண்டு ஜனவரி 22–ந் தேதி ஜெனிஃபரை நான் மணந்தேன். அதே நாளில்தான், பிரிட்டனின் ராணி விக்டோரியா இறந்தார் என்பதை என் மனைவி அடிக்கடி சொல்லிக்கொண்டிருப்பாள். எங்கள் மண வாழ்க்கை மகிழ்ச்சியாக இல்லை. மானிட இயல் பற்றிய என் ஆர்வங்கள் அவளுக்கு ஏனோ வெறுப்பை ஏற்படுத்திக்கொண்டிருந்தன. என்னிடம் சொல்லிக் கொள்ளாமலேயே ஒரு நாள் எங்கள் மகன் பெர்னார்டு ரேன்ஸையும் அழைத்துக்கொண்டு பிரிட்டன் சென்றுவிட்டாள்.

நான், என்னுடைய இரண்டு உதவியாளர்களுடன், நீக்ரோ – ஆஸ்திரேலியா இனம் பற்றிய ஆராய்ச்சியில் ஈடுபட்டிருந்தேன். நீக்ரோ –

ஆஸ்திரேலிய இனம் பின்வரும் அடையாளங்களை இயல்பாகக் கொண்டது. தோல், மயிர், கண்கள் ஆகியவற்றின் கருமை நிறம். புரிவடிவாகச் சுருண்ட அல்லது அலை படிந்த தலைமுடி. முகத்தின் மேலும், உடம்பின் மேலும் மிகவும் அருகிய, ஆனால் சிலருக்கு அடர்த்தியான மயிர். முகம், தாடைப்புறம் ஓரளவு அகன்றிருக்கும். மூக்குத் துவாரங்கள் அகலமானவை. மேல்தாடை கொஞ்சம் துருத்தியிருக்கும். தடித்த உதடுகள். உடலுடன் ஒப்புநோக்கும் போது பெரும்பாலோருக்குக் கால்கள் நீளமானவை.

நீக்ரோ – ஆஸ்திரேலியா வகைத் தன்மைகொண்ட குழு இந்தியாவிலோ, சீனாவிலோ, தெற்கு ஆசியாவின் ஒரு பகுதியிலோ பின் தொன்மைக் கற்காலத்தின் ஆரம்பத்தில் வசித்தது என்றும், பிற்காலத்தில் இது மேற்குக் கிளையாகவும், கிழக்குக் கிளையாகவும் பிரிந்தது என்றும், பின்னர் இந்தக் கிளைகள் பிரதேசத் தொடர்பைத் தமக்குள் இழந்துவிட்டன என்றும் நான் அபிப்பிராயம் கொண்டிருந்தேன்.

*1930*ஆம் ஆண்டு செப்டம்பர் *28*–ந் தேதி நாங்கள் அதிர்ச்சியும், ஆச்சரியமும் அடையும்படியாக ஏகப்பட்ட எலும்புக்கூடுகள், ‘கம்பக்டி டமரு’ என்ற நகரின் வெளிப்பகுதியில் கிடைத்தன. இவற்றின் நீளம், கபாலத்தின் கொள் அளவு, மண்டையோடு ஆகியவற்றைக் கொண்டு, இவை கரேஷியர்களின் எலும்புக்கூடுகள் என்ற அபிப்பிராயத்திற்கு வந்தேன். இவ்வளவு எலும்புக்கூடுகள் அந்தக் குறிப்பிட்ட இடத்தில் கிடைப்பதற்கான காரணம் எனக்கு விளங்கவில்லை. தோண்டத் தோண்ட எலும்புக்கூடுகள் வெளிவந்து கொண்டிருந்தன. இன்னதென்று கண்டறிய இயலாத காரணங்களினால் அதிகமானோர் இறந்திருக்கலாம் என்ற பொதுவான அபிப்பிராயத்திற்குத்தான் வரவேண்டியிருந்தது.

ஆஸ்திரேலியா, கரேஷியா, மரேலியா நாடுகள் ஒன்றுக்கொன்று அருகிலுள்ள நாடுகள். பிரிட்டன் மற்றும் ஐரோப்பியர்களின் குடியேற்றம் ஏற்படுவதற்கு முன்பும், தற்போதும் கரேஷியாவில் மக்கள் தொகை விகிதத்தில் கரேஷியர்களே பெரும்பான்மையானவர்களாக இருந்தார்கள்.

எனினும் மரேலியர்களின் நெடுங்கால ஆட்சியின் கீழ்தான் கரேஷியா இருந்தது. மரேலிய பிரிவைச் சேர்ந்த நரோமா பரம்பரையே கரேஷியாவை ஆண்டு வந்தது. பிரிட்டனின் ஆட்சி ஏற்பட்ட பின் அரசர் குடும்பே நரோமா பொம்மையாக்கப் பட்டார். இக்காலகட்டத்தில் கரேஷியாவில், பெருமளவு பிரிட்டன் சார்ந்த ஐரோப்பியக் குடிகளின் எண்ணிக்கை மொத்த எண்ணிக்கையில் பதினைந்து சதவீதமாக இருந்தது.

பெருமளவில் எலும்புக்கூடுகள் கிடைத்தது பற்றி அடுத்த நாள் பத்திரிகைகளில் செய்திகள் வெளிவந்தன. மூன்று நாட்கள் கழித்து, ஒரு ராணுவ அதிகாரி என்னைச் சந்தித்தான். தொப்பியைக் கழற்றியதும் அவனுடைய பொன்னிற முடி பளபளத்தது. அதற்காகவே அவன் தொப்பியைக் கழற்றினானோ என்றும் தோன்றியது. ராணுவச் செயலகத்தின் உதவி அலுவலர் என்னைச் சந்திக்க விரும்புவதாகவும், கையோடு அழைத்து வரச் சொல்லி உத்தரவு என்றும் கூறினான். நான் உடைகள் மாற்றிக் கொண்டு அவன் கூடச் சென்றேன். பாதுகாப்பு நிலைகளையும் ஆங்காங்கே ஓர் ஒழுங்குக்கு உட்பட்டு நின்றுகொண்டிருந்த ராணுவத்தினரையும் கடந்து அந்த அலுவலரின் அறைக்குச் சென்றோம். உள்ளே நுழைந்து திரும்பி வந்து, என்னை அழைத்துச் சென்றவன் அலுவலர் அழைப்பதாகக் கூறினான். நான் மட்டும் உள்ளே சென்றேன்.

இந்தச் செயலகக் கட்டிடம், என் சுதந்திரத்தைப் பறித்துக் கொண்டிருப்பதாகத் தோன்றியது. அலுவலர் என்னை வரவேற்று அமரச் சொன்னார். எனது கண்டுபிடிப்புகளும், ஆராய்ச்சி களும் பேரரசின் பெருமையைக் காட்டுவதாகக் கூறினார். பெருமளவில் கிடைக்கும் எலும்புக்கூடுகள் தொடர்பாக விசாரித்தார். நான் உற்சாகமாக விவரிக்க ஆரம்பித்தேன். ஆரம்பித்த சற்றைக்கெல்லாம் அவர் பொறுமையின்றி ஆனால் அதை அடக்கிக் கேட்டுக்கொண்டிருப்பதாகத் தோன்றியதால் நான் விரைவிலேயே நிறுத்திவிட்டேன். இந்த எலும்புக்கூடுகள் எப்படி அந்த இடத்தில் வந்தன என்றும், அந்த எலும்புக் கூடுகளின் பின்னணி பற்றியும் கேட்டார். அந்த எலும்புக் கூடுகள் அனைத்தும் கரேஷியர்களுடையவை என்று அறிய வந்திருப்பதாகக் கூறினேன். இன்னதென்று அறிய இயலாத இயற்கையின் உற்பாதங்களினால் ஏற்பட்ட அழிவின் காரணமாக இருக்கலாம். பாதுகாப்புக் கருதி ஒரே இடத்தில் குழுமியிருந்த போது அழிவு ஏற்பட்டிருக்கலாம். கரேஷியர்களின் வெவ்வேறு குழுக்களிடையே ஏற்பட்ட சண்டை காரணமாக அழிவு ஏற்பட்டிருக்கலாம். அழிவுக்குட்பட்ட குழுவினர் ஏதோ சதிக்கு உட்படுத்தப்பட்டு அல்லது ஒரே இடத்தில் குழும வைக்கப்பட்டு அழிக்கப்பட்டிருக்கலாம். சரியான காரணம் பிடிபடவில்லை யென்று கூறினேன். நான் கடைசியாகக் கூறிய காரணம் மிக சுவாரஸ்யமாக இருப்பதாகவும், மரேலியர்களால், கரேஷியர்கள் தாக்கப்பட்டிருக்கலாம் என்ற கருதுகோளுக்கு வரச்சான்றுகள் உண்டா என்றும் கேட்டார். இந்தக் கருதுகோளுக்கு வர வாய்ப்பில்லை என்றும், மரேலியர்களின் குடியேற்றக் காலம் பிற்காலத்தியது என்றும், அதற்கு முற்பட்ட காலத்தைச்

சேர்ந்தவை இந்த எலும்புக்கூடுகள் என்றும் கூறினேன். இதில் மாற்றம் ஏற்பட வாய்ப்புண்டா என்று கேட்டார். நான் இல்லை என்றேன்.

அவர் பேசினார்: 'கரேஷியாவில் நமது அரசுக்கு எதிரான போராட்டங்கள் பற்றி உங்களுக்குத் தெரியும். உங்களுடைய கண்டுபிடிப்புகள் சரித்திர முக்கியத்துவம் வாய்ந்தவை. சரித்திரப் பதிவுகள் பெற்ற சில சம்பவங்கள் மாறாத தழும்புகளாக மக்கள் மனங்களில் இடம் பிடித்திருக்கும். நம்மை ஸ்திரப்படுத்திக் கொள்ள நாம் பல தந்திரங்களிலும் ஈடுபட வேண்டியிருக்கிறது. எதைக் காட்டிலும் நமது பேரரசின் பெருமை மிக முக்கியமானது. மரேலியர்களுக்கும், கரேஷியர்களுக்குமான பிளவை ஆழப்படுத்துவதன் மூலம் சச்சரவுகள் ஏற்பட்டு மக்களின் வாழ்வை ஒழுங்கு செய்வதற்கான சக்தி என்ற தேவையில் நாம் ஸ்தாபிதம் பெறலாம். மேலும் இவர்களுக்கு இடையேயான ஒற்றுமை நமக்கு எதிரான செயல் என்பதையும் நாம் அறிந்திருக்கிறோம். நமது பாதுகாப்பிற்காகச் சில சமயம் நாம் சிலவற்றைத் தியாகம் செய்ய வேண்டியிருப்பது, நமது இனத்திற்கு நாம் செய்யும் அஞ்சலி. இவற்றையெல்லாம் உத்தேசித்து, தேசபக்தியைக் கணக்கிலெடுத்துக்கொண்டு யோசித்தால், மரேலியர்களின் தாக்குதலுக்கு உட்பட்டு இறந்த கரேஷிய ஆண்கள், பெண்கள், குழந்தைகளின் எலும்புக்கூடுகளே அவை என்று சொல்வதில் எந்தத் தவறும் இல்லை என்று தோன்றும். நீங்களும், அவ்வாறே செயல்பட வேண்டும் என்று நான் விரும்புவது நமது நலன் கருதியே என நீங்கள் விளங்கிக்கொள்ள வேண்டும்.'

சூசகமாகத் தெரிந்த வலை தற்போது கண்களுக்கு முன்னாலேயே வெளிப்பட்டு விட்டது. என்னால் அவ்வாறு கூற இயலாது என்றும், மானிட இயலுக்கு உண்மையானவனாகவே நான் இருக்க விரும்புகிறேன் என்றும் கூறினேன். நாங்கள் அரசுக்கு உண்மையாக இருக்க விரும்புகிறோம். முடிவை பரிசீலனை செய்யுங்கள் என்றார் அலுவலர். எனது முடிவில் மாற்றம் இல்லை என்றேன்.

இறுகிய முகத்துடனிருந்த அலுவலர் என்னைச் சற்று நேரம் வெளியே இருக்கும்படி கூறினார். நான் வெளியே வந்து ஜன்னல் வழியே வந்த காற்றைச் சுவாசித்தேன். பொன்னிற முடிகொண்ட இளைஞன் என்னைப் பார்த்துச் சிரித்தான். கதவைத் திறந்துகொண்டு அலுவலர் வெளியேறினார். பொன்னிற முடி இளைஞன், அவரைக் கண்டதும் உடல் விறைப்புற்று, அவர் பின்னாலே சென்றான். நான் என் கவனத்தையும், சிந்தனையையும் கட்டுப்படுத்தி என் பதற்றத்தைத் தளர்த்த

முயற்சித்துக் கொண்டிருந்தேன். ஜன்னல் வழியாகத் தெரிந்த ராணுவத்தினரின் நடவடிக்கைகளைச் சாதாரணமாகப் பார்க்க முயன்றுகொண்டிருந்தேன்.

சுமார் அரைமணி நேரம் கழித்து அலுவலர் திரும்பி வந்து அறைக்குள் நுழைந்தார். சற்றுநேரத்தில் பொன்னிற முடி இளைஞன், அலுவலர் என்னை அழைப்பதாகக் கூறினான். நான் உள்ளே நுழைந்து இருக்கையில் அமர்ந்தேன். மரேலியர்களின் தாக்குதலுக்குட்பட்டு இறந்த ஆண்கள், பெண்கள், குழந்தைகளின் எலும்புக்கூடுகளே அவை என்று ஓர் அறிக்கை மானிட இயல் வல்லுநர் லூயி பெர்டினான்ட் பெயரில் இன்று வெளியிடப்படும் என்று கூறினார். இது மிகவும் அக்கிரமமானது என்றேன். யாரிடம் பேசுகிறீர்கள் என்பதைக் கவனத்தில் கொள்ளுங்கள் என்றவர், பொன்னிற முடி இளைஞனை அழைத்து சங்கேதமொழியில் ஏதோ சொன்னார். அடுத்த விநாடி அவன், என்னைக் கோட்டைப் பிடித்துத் தூக்கித் தள்ளினான். நான் கீழே விழுந்தேன். அலுவலர் சங்கேதமொழியில் ஏதோ சொன்னார். அந்த இளைஞன் என்னை வெளியே அழைத்துச் சென்றான்.

வன்முறை பற்றிய கற்பனைகள் என்னைப் பீதியில் உலுக்கிக்கொண்டிருந்தன. தனி அறைக்கு அழைத்துச் சென்ற இளைஞன், ‘உங்களிடம் சில வெற்றுத்தாள்களில் கையொப்பம் வாங்க உத்தரவு’ என்றான். நான் அவனிடம் என் நிலையை விளக்க முயன்றேன். அவன் அதைக் கேட்க விரும்பவில்லை. ‘கையொப்பமிடுவதுதான் உங்களுக்கு நல்லது. அதுதான் விவேகம். உங்களைக் கையொப்பமிட வைப்பது சிரமமான காரியமில்லை. எதற்காக உங்களைத் துன்பப்படுத்திக் கொள்ள விரும்புகிறீர்கள். உங்களைத் துன்பப்படுத்திக்கொண்டு இந்தச் சூழலில் எதுவும் சாதிக்க இயலாது’ என்றான்.

என்னைத் துன்பப்படுத்திக் கொண்டு நிர்பந்தத்தினால் கையொப்பமிடும் நிலை வரை சென்று பார்க்கலாமா என்று தோன்றியது. இப்போதே இருதயத் துடிப்பு அதிகரித்து உடல் வியர்த்திருந்தது. தலைச்சுற்றல் வேறு தோன்றியிருந்தது. எப்படியிருந்தாலும் கையொப்பம் வாங்கித் தீருவது என்ற நிலையில், துன்பப்படுத்திக் கொள்ளாமல் கையொப்பமிடுவது உசிதம் என்றும், பின்னால் சந்தர்ப்பம் வாய்க்கும் போது உண்மையை வெளியிட்டுக் கொள்ளலாம் என்றும் என் நோஞ்சான் மனதில் எண்ணங்கள் தோன்றின. அவனிடமிருந்த சில வெற்றுத் தாள்களில் கையொப்பமிட்டுக் கொடுத்தேன். கையொப்பமிடும்போது ‘மாற்றிக் கையொப்பமிடக் கூடாது’ என்றான் இளைஞன். நான், அவ்வாறு செய்ய வில்லை என்றேன்.

அறைக்கதவைத் திறந்து இரண்டு இராணுவத்தினரை என்னைப் பார்த்துக்கொள்ளும்படி கூறிவிட்டு, இளைஞன் உற்சாகத்துடன் சென்றான். இரண்டு இராணுவத்தினரையும் பார்த்து, அறைக்கு வெளியே சற்று நேரம் ஜன்னலோரமாக நிற்கலாமா என்று கேட்டேன். அவர்கள் ஒருவரையொருவர் பார்த்துக்கொண்டு, இளைஞன் வரும்வரை காத்திருக்குமாறு கூறினார்கள். இளைஞன் உற்சாகமாக வந்தான். என்னை வீட்டிற்கு அழைத்துக் செல்வதாகக் கூறினான். நான் உடன் சென்றேன். என் வீட்டைச் சுற்றி இராணுவத்தினர் நின்றிருந்தனர். நான் அதுபற்றி விசாரித்தபோது, எனது நடவடிக்கைகள் பாதுகாப்பிற்கு உட்படுத்தப்பட்டு இருப்பதாக இளைஞன் தெரிவித்தான். அத்துடன் எனது ஆராய்ச்சிக் கூடமும், உதவியாளர்களும், பாதுகாப்பிற்கு உட்படுத்தப்பட்டிருப்பதாகவும் தெரிவித்தான்.

அடுத்த மூன்று நாட்கள் மிகுந்த மனக்குழப்பத்துடன் இருந்தேன். என் நிலை பற்றியும், உதவியாளர்கள் மற்றும் ஆராய்ச்சிக் கூடத்தின் நிலை பற்றியும் பீதி அடைந்திருந்தேன். மூளையும் உடலும் சோர்வுற்றபோது உறங்கினேன். விழிப்பு வந்தபோது விழித்துக்கொண்டிருந்தேன். இதனால் நேரங்கள் எனக்குக் குழம்பிக்கொண்டிருந்தன. நான்காம் நாள் காலை ஒருவன் வந்து செய்தித்தாள்களைக் கொடுத்துச் சென்றான். எனக்குச் செய்தித்தாள்களைக் கொடுக்கும்படி அவனுக்கு உத்தரவாகியிருக்க வேண்டும் என்று நினைத்துக்கொண்டேன். நான்கு நாட்களின் செய்தித்தாள்களை அவன் கொடுத்துச் சென்றிருந்தான்.

செய்தித்தாள்களில் இருந்து எனக்குக் கிடைத்த தகவல்கள் மேலும் குழப்பங்களையும் அதிர்ச்சியையும் ஏற்படுத்துவதாக இருந்தன. கண்டுபிடிக்கப்பட்ட எலும்புக்கூடுகள் மரேலியர்கள், கரேஷியாவைக் கைப்பற்றிய காலத்தைச் சேர்ந்தவை என்றும், ஆண்கள், பெண்கள், குழந்தைகள் கொண்ட கரேஷிய மக்கள் ஒரே இடத்தில் சேர்க்கப்பட்டு மரேலியர் களால் அழிக்கப் பட்டுள்ளனர் என்றும் இவை லூயி பெர்டினாண்டின் ஆராய்ச்சி யில் அறிய வந்துள்ளதாகவும், அதற்கான மானிட இயல், புவியியல் ஆதாரங்களுடன் முதல் நாள் பத்திரிகைகளில் செய்திகள் வந்திருந்தன. மற்ற நாட்களின் பத்திரிகைகளில் பல நகரங்களில் மரேலியர்களுக்கும், கரேஷியர்களுக்கும் ஏற்பட்ட மோதல்கள், சொத்துச் சேதங்கள் மற்றும் உயிர் அழிவு பற்றிய விரிவான செய்திகளும் அரசு அமைதியையும், சட்டத்தையும், ஒழுங்கையும் ஏற்படுத்துமாறு விடப்பட்ட அறிக்கைகளும் இருந்தன. மோதலினால் ஏற்பட்ட மனித அழிவுகள் துக்கத்தை

ஏற்படுத்துவதாக இருந்தன. கற்பழிக்கப்பட்ட பெண்கள் மற்றும் கொலை செய்யப்பட்ட குழந்தைகள் ஆகியயோரின் எண்ணிக்கை மோதலில் தாட்சண்யமற்ற தன்மை அதிகரித்துக்கொண்டே போவதைக் காட்டிக்கொண்டிருந்தன. பொறுப்பான தகப்பனின் பாவனையில் அரசு மக்களுக்கு அறிவுரைகள் வழங்குவதும், ஆங்காங்கு காணப்பட்டது. 'கம்பக்டிடமரு படுகொலை' என்ற சொற்றொடர் உபயோகப்படுத்தப்பட்டிருந்தது. மரேலியர்களிட மிருந்து காப்பாற்றுவதற்காக லூயி பெர்டினாண்டிற்கு அரசு பாதுகாப்பு வழங்கப்பட்டிருப்பதாகவும் அரசு அறிக்கை காணப்பட்டது.

எனக்கு ஆயாசமும், தலைச்சுற்றலும் ஏற்பட்டன. உண் மையைக் கண்டுபிடிக்க முடியாதபடி சிக்கல்கள் மறைத்து விட்டன என்று தோன்றியது. உண்மை வெளிப்பட்டாலும், மரேலியர்களுக்குச் சாதகமாக இட்டுக்கட்டப்பட்ட பொய் என்ற பெயரையே அது அடையும் என்றும் தோன்றியது. இவ்வாறு தோன்றியதும் எனக்குப் பீதி ஏற்பட்டது.

என் உதவியாளர்களின் நிலை பற்றி இராணுவத்தினரிடம் நான் விசாரித்து அறிந்து கொள்ள செய்த முயற்சி பயனளிக்கவில்லை. பிறகு எனக்குப் பத்திரிகைகள் அளிக்கப் படவில்லை. பொன்னிற முடி இளைஞனுக்குப் பதிலாக, கன்னத்தில் தழும்பு கொண்ட இளைஞன் வந்திருந்தான். அவன் தற்போது இருக்கும் இடம் பற்றி இவனுக்குத் தெரிந்திருக்கவில்லை. சுற்றியுள்ள மனிதர்கள் உத்தரவுகளுக்கு உட்பட்டு யந்திரமாக இயங்கிக்கொண்டிருந்தனர். கடிகாரம் இருந்தாலும் நேரங்களைப் பற்றிய குழப்பங்களும், நாட்களைப் பற்றிய குழப்பங்களும் ஏற்பட்டுக்கொண்டிருந்தன. சிறிது நாட்களாக என் மகன் பெர்னார்டு ரேன்ஸைப் பற்றிய நினைவுகள் வந்துகொண்டிருந்தன. அவனைப் பார்த்துவிட வேண்டும் என்றும் ஏனோ தோன்றிக் கொண்டிருந்தது.

நாளாவட்டத்தில், தலைச்சுற்றலும் வாந்தியும் ஏற்பட்டுக் கொண்டிருந்தன. நான் சந்தித்த அந்த அலுவலர் ஒரு மாந்திரீகவாதியாக மாறி வாளால் சரித்திரத்தில் காயங்கள் ஏற்படுத்திக்கொண்டிருப்பதாக ஒரு எண்ணம் எல்லா நேரங் களிலும் அச்சுறுத்திக் கொண்டிருந்தது. சரித்திரம் அலற, மக்கள் கூட்டம் கூட்டமாகத் தங்களுக்குள் தாட்சண்யமற்று சண்டை யிட்டு மடிவது எங்கோ பார்த்த ஓவிய அல்லது படக்காட்சி போலத் தோன்றிக் கொண்டிருந்தது. எண்ணமும், காட்சியும் என் சிந்தனையைச் சக்தியுடன் ஆக்கிரமித்துக் கொண்டிருந்தன. தூக்கம் ஏற்படுவது சிரமமாக இருந்தது. நேரங்கள், நாட்கள் பற்றிய குழப்பங்கள் அதிகரித்துக்கொண்டே போயின. பகல் மூன்று

மணிக்கு ஏன் இருட்டாக இருக்கிறது என்று எனக்குப் புரியவில்லை. நான்தான் நேரங்களைக் குழப்புகிறேன் என்று நினைப்பு ஏற்பட்டு, நான் மேலும் பீதியடைந்தேன். அலுவலர் ஒரு மாந்திரீகவாதியாக மாறி என்னை அச்சுறுத்திக்கொண்டேயிருந்தார். என் செயல், என் மனம், மாந்திரீகவாதியின் கட்டளைக்கு உட்பட்டது என்று தோன்றியது. மாந்திரீகவாதி கட்டிலுக்குக் கீழே படு என்று உத்தரவிட்டதும், நான் அவ்வாறே கட்டிலுக்குக் கீழே படுத்தேன். காகிதங்களைத் தின்ன உத்தரவிட்டதும் காகிதங்களைத் தின்ன ஆரம்பித்தேன். தலைகீழாக நிற்க உத்தரவிட்டதும் நான் அவ்வாறு நிற்க இயலாமல், உத்தரவிற்குப் பணிய வேண்டும் என்ற நினைப்பில் பலமுறை மன்னிப்புக் கேட்டுக்கொண்டு, கீழே விழுந்துகொண்டிருந்தேன். வார்த்தைகள் உருவாகி என்னைக் குழப்பிக்கொண்டிருந்த நேரத்தில் மாந்திரீகவாதி என்னை வார்த்தைகளை விழுங்க உத்தரவிட, அவ்வாறே நான் செய்ய ஆரம்பித்தேன். எப்போது நான் இல்லாமல் போனேன் என்பது என் நினைவில் இல்லை.

சுபமங்களா, ஆகஸ்ட் 1992

முற்றுப் புள்ளி

நான் அறைக்குள் நுழைந்தபோது, ராமசுப்பிரமணியன் ஏதோ ஒரு ஆங்கிலப் பத்திரிகையைப் படித்துக்கொண்டிருந்தான். என்னைப் பார்த்ததும் "நம்பர் கிடைத்ததா" என்றான். "உதவி செய்வதற்காகத்தான் செல் நம்பர் கேட்பதாகச் சொன்னதால் கிடைத்தது" என்றேன். "சொல்லு சொல்லு" என்று நம்பரை அலைபேசியில் ஏற்றிக்கொண்டான். என்ன பெயரில் பதிவு செய்திருப்பான் என்று யோசித்தேன். அவனைக் கேட்கவும் செய்தேன். அவன் சிரித்துக்கொண்டே "ஜெயசுந்தரி" என்று, சொன்னான்.

ராமசுப்பிரமணியன் என் கூடப் படித்த நண்பன். அமெரிக்கா சென்று அங்கேயே பல வருடங்களாகக் குடும்பத்துடன் வசிக்கிறான். அவன் படிக்கும்போதே நடிகை ஜெயசுந்தரியின் ரசிகன். அப்போது வெளிவந்து கொண்டிருந்த பெரும்பாலான படங்களில் அவள் கிளப் நடனக் காட்சியில் நடனமாடிக் கொண்டிருந்தாள். சில படங்களில் நடித்தும் இருக்கிறாள். அவள் ஒரு பாட்டுக்கு நடனக் காட்சியில் ஆடுகிறாள் என்றால் எப்படியும் அந்த சினிமாவுக்குச் சென்று விடுவான். என்னையும் பல சினிமாக்களுக்கு அழைத்துச் சென்றிருக்கிறான். நிறைய சினிமா இதழ்கள் வாங்குவான். ஜெயசுந்தரியின் படங்கள் பத்திரிகையில் வந்திருந்தால், அவற்றைக் கத்தரித்து ஒரு நோட்டுப் புத்தகத்தில் ஒட்டிப் பராமரித்து வந்தான். அவளைப் பற்றிய செய்திகளையும் கத்தரித்து ஒட்டுவான். அந்த நோட்டுப் புத்தகத்தைப் பத்திரமாக பாதுகாப்பான். யாரிடம் காண்பித்தாலும், அந்த நோட்டுப் புத்தகத்தைக் கொண்டு சென்றுவிடாமல் வாங்கி வைத்துக்கொள்வான்.

படிப்பு முடிந்த சில காலத்திலே அவன் அமெரிக்கா சென்றுவிட்டான். காலமாற்றத்தில் ஜெயசுந்தரிக்கும் வாய்ப்பு குறைந்துகொண்டே வந்து ஒரு கட்டத்தில் சினிமாவில் தென்படவேயில்லை. சினிமா சம்பந்தப்பட்ட ஒருவரைத் திருமணம் செய்துகொண்டதாகச் செய்தி படித்தேன். காதல் திருமணம் என்று ஞாபகம்.

ஜெயசுந்தரியின் படங்கள் ஒட்டிய இரண்டு நோட்டுப் புத்தகங்களை அவன் கொண்டு வந்திருந்தான். பெட்டியில் பத்திர மாக வைத்திருந்தான். என்னிடம் அந்த நோட்டுப் புத்தகங்களைக் கொடுத்துப் பார்க்கச் சொன்னான். எல்லாம் பத்திரிகையில் வந்த கருப்பு வெள்ளை, கலர்ப் படங்கள் மற்றும் செய்திகள். கருப்பு வெள்ளைப் படங்கள், பல காலமாகிவிட்டதால் பழுப்பு நிறமாக இருந்தது. கலர்ப் படங்கள் பரவாயில்லாமல் இருந்தன.

ராமசுப்பிரமணியன் தமிழ்நாடு வருகைக்குப் பல காரணங்கள் இருந்தன. அவற்றில் ஒன்று தற்போது கஷ்டப்பட்டுக் கொண்டிருக்கும் ஜெயசுந்தரியை நேரில் சந்தித்துப் பண உதவி செய்வது ஒன்று. பல ஆண்டுகளுக்கு முன் ஒரு பிரபல வாரப் பத்திரிகையில் ஜெயசுந்தரி வறுமையில் இருப்பதாக ஒரு கட்டுரை வந்தது. அதில் அவளின் புகைப்படம் இல்லை. தற்போது சில மாதங்களுக்கு முன், அதே பிரபல வாரப் பத்திரிகையில் மீண்டும் ஒரு கட்டுரை வந்திருந்தது. இதிலும் அவளின் தற்போதைய புகைப்படம் இல்லை.அவள் கஷ்டப்படுவதாகத் தெரிவிக்கப்பட்டிருந்தது. முதல் தடவை செய்தி வந்தபோது அதன்மூலம் ஜெயசுந்தரிக்கு ஏதாவது உதவி கிடைத்திருக்கலாம். அந்த நம்பிக்கையில் அவளிடம் பரிவு உள்ள அந்தப் பத்திரிகையாளரிடம் பேசி மீண்டும் ஒரு கட்டுரை வெளிவர அவள் ஏற்பாடு செய்திருப்பாளோ என்று எனக்குத் தோன்றியது. அந்தக் கட்டுரையைப் பார்த்தபின்தான் ராமசுப்பிரமணியனுக்கு அவளை நேரில் பார்த்து உதவி செய்ய வேண்டும் என்ற எண்ணம் ஏற்பட்டிருந்தது.

“அவ அட்ரஸ் தெரிந்ததா” என்று கேட்டான், ராமசுப்பிரமணியன்.

“நம்பர் மட்டும்தான் வாங்க முடிந்தது. அட்ரஸ் வாங்க முடியலை.”

“நம்ம போன் பண்ணா அட்ரஸ் சொல்வாங்களா.”

“சொல்வாங்க. ரசிகர்னு சொல்லி உதவி செய்றதுக்காகன்னு சொன்னா சொல்லுவாங்க.”

“நீ போன் பண்ணி அட்ரஸ் கேளு.”

நான் ஜெயசுந்தரி எண்ணுக்குத் தொடர்பு கொண்டேன். மறு முனையில் “ஹலோ” என்ற பெண் குரல் கேட்டது.

“ஜெயசுந்தரிதானே” என்று கேட்டேன். “என்ன” என்று அந்தக் குரல் கேட்டது. நான் “ஜெயசுந்தரிதானே பேசறது” என்று சத்தமாகப் பேசினேன்.”

“ஆமா என்ன வேணும்.”

“நாங்க உங்க ரசிகர், பத்திரிகை நிருபர் ரவிகிட்டேயிருந்து உங்க நம்பர் வாங்குனோம். என் ப்ரெண்டு ஒருத்தர் அமெரிக்காலேருந்து வந்துருக்கார். உங்க ரசிகர் . . . உங்களுக்கு உதவி பண்ணனும்னு நெனைக்கிறார். நேர்ல வர்றோம். என்ன அட்ரஸ்னு சொல்லுங்க” என்றேன்.

நான் பேசுவது சரிவரக் கேட்கவில்லை என்றாள், அவள். நான் மீண்டும் மீண்டும் சொன்ன பின்னால் புரிந்துகொண்டு அட்ரஸைக் கூறினாள். “1/23, புதூர், 2வது தெரு, கோதையம்மாள் ஸ்கூல் பின்புறம், காந்திபுரம்.”

அலைபேசியில் அவளிடம் பேசிக்கொண்டிருக்கும்போதே, பேசுகிறாயா என்று ராமசுப்பிரமணியனிடம் சைகையிலே கேட்டேன். அவன் சற்றுத் தயங்கி மறுத்துவிட்டான். எங்கள் பேச்சு முடிந்தபின் “நாளைக்கு காலைலே போன் பண்ணிட்டுப் போவோம்” என்றான்.

அவன் எழுந்து வெளிநாட்டு மது பாட்டிலை எடுத்து வந்து “கொஞ்சம் குடிக்கலாம்” என்றான். நான் சில உணவு வகைகளுக்கு தொலைபேசி மூலம் ஆர்டர் செய்தேன். இருவரும் குடிக்க ஆரம்பித்தோம்.

“ஜெயசுந்தரிக்கு எவ்வளவு பணம் கொடுக்கப்போறே” என்றேன் நான்.

“ஒரு லட்சம்” என்றான்.

“உன் மனைவிக்குத் தெரியுமா”

“எனக்கு என்ன பைத்தியமா பிடிச்சிருக்கு. இதைச் சொல்ல. ஜெயசுந்தரி படம் உள்ள நோட்டையே அவளுக்குத் தெரியாமத்தான் வைச்சிருக்கேன்.”

“ஏன் அவள்மேலே உனக்கு இவ்வளவு நாட்டம்.”

“தெரியலை. பதின் பருவப் பெண்ணின் பூரிப்பு அவள் முகத்திலே இருக்கும்.”

“அவள் இப்ப எப்படி இருக்காளோ... வேற மாதிரியில்ல இருப்பா.”

“இருந்துட்டுப் போறா. எனக்கு அவளைப் பார்க்கனும். உதவி செய்யணும். நான் அந்தக் காலத்துலே அவளைத் தேடி அவள் பங்களாவுக்குப் போனேன். பெரியகேட். கூர்க்கா

உள்ளேவிட மாட்டேண்ட்டான். அவள் கார்லே வெளியே போறப்ப பாத்திரலாம்னு சில நாட்கள் காலைலே போய் அவள் வீட்டுப் பக்கம் போய் நின்னேன். அதெல்லாம் எனக்கு நினைவுலே இருக்கு. எனக்கு அவளை பாக்கவே முடியலே."

"உன் மனைவி எப்படி இருக்காங்க?"

"இருக்கா. அவள் இஷ்டப்படி அவள் இருக்கா. என் இஷ்டப்படி நான் இருக்கேன். ஆரம்பித்திலேயிருந்தே பொருந்தி வரலை . . . என்ன செய்ய முடியும். கல்யாணம் நடந்துச்சு. குழந்தைகள் ஆகிப்போச்சு. வெளியேற முடியுமா. மகள் பதினெஞ்சு வயசுலே இறந்து போனாள். பையன் எப்பவுமே நான் சொல்லறதைக் கேக்கறதில்லை. அவுங்க அம்மா மாதிரி. ஒரு அமெரிக்கப் பெண்ணைக் கல்யாணம் பண்ணிக்கிட்டு தனியா இருக்கான். ஒண்ணும் ஒட்டலை. அவுங்க அம்மாவைப் பார்க்க வருவான். நான் ஒரு பொருட்டில்லை. ஏன் எங்கிட்டே நெருங்க மாட்டேன்கிறான்னே எனக்கு தெரியலை. தனியா போய் இருக்கலாம். அது இன்னும் மோசமாய் போயிரும். எனக்கு சமையல் பண்ணத் தெரியாது. வீட்டைப் பராமரிக்கத் தெரியாது. எங்கம்மா எனக்கு பதிமூணு வயசுலே நான் எட்டாங் கிளாஸ் படிக்கறப்ப இறந்து போனாங்க. அப்புறம் சித்தி. எங்கப்பாவோட இரண்டாம் தாரம். அவுங்க அலங்காரமும் நடவடிக்கைகளும் எனக்குப் பிடிக்கவே இல்லை. அவுங்க நெருங்கி வந்தாலே எனக்கு கூச்சமாவும் அருவருப்பாகவும் இருக்கும்.

அப்பாவுக்கு எப்பவுமே பிஸினசு. என்கிட்டே அன்பாவே அவர் பேசினதில்லை. எப்பப் பார்த்தாலும் அவருக்குப் பிஸினஸ்தான். என் அம்மா இறந்ததற்கு அப்புறம் நான் அன்னையிலிருந்து இப்ப வரைக்கும் மனசுலே தனி ஆளாத்தான் இருக்கேன். அதாவது தனிமை. குடும்பம் இருந்தும் தனிமை. தனிமை என்னைக் கொன்னுக்கிட்டேயிருக்கு. என்னோட பால்ய காலத்துலே நடந்த விஷயங்கள்தான் எனக்கு அடிக்கடி ஞாபகத்திலே வந்துக்கிட்டேயிருக்கு. பின்னாடி நடந்த விஷயங்கள் அவ்வளவா ஞாபத்துலே இல்லை.துயரம்...வாழ்க்கையே துயரம்தான். நான் காலாவதியாகிக் கொண்டே இருப்பதான உணர்வு. அக உரையாடலுக்கு ஆளே இல்லை. இந்த மாதிரி எப்பாவாவது ஒரு சந்தர்ப்பம் கிடைச்சா . . . அது அபூர்வம். என் மீது அன்பு செலுத்துவதற்கு ஆளே இல்லை. நான் அன்பில்லாமல் தவிக்கிறேன்."

எனக்குப் பேச்சை மாற்ற வேண்டும் என்று தோன்றியது. அடுத்த நாள் காலை எத்தனை மணிக்குக் கிளம்புவது, கிளம்புவதற்கு முன் ஜெயசுந்தரியிடம் தகவல் தெரிவிப்பது ஆகியவற்றைப் பேசினேன். ராமசுப்பிரமணியன் நிம்மதியற்று இருப்பதாகத் தோன்றியது.

அடுத்த நாள் காலை ராமசுப்பிரமணியன் தங்கியிருந்த ஹோட்டல் அறைக்குச் சென்றேன். அவன் லுங்கியுடன் உட்கார்ந்திருந்தான். அந்த இரண்டு நோட்டுப் புத்தகங்களும் மேசை மேல் இருந்தன. எடுத்துப் பார்த்திருப்பான் போல. நான் "கிளம்பலாம்" என்றேன். "போன் பண்ணிப் பேசு" என்றான், ராமசுப்பிரமணியன்.

நான் அலைபேசியில் அவள் எண்களை அழுத்தினேன். மறு முனையில் ரிங்டோன் கேட்டது. எடுக்கவில்லை. ராமசுப்பிரமணியனுக்குப் பதற்றமாகிவிட்டது. "நெனெச்சபடி பிளான் நடக்காமப் போயிருமோ" என்றான். சற்றுநேரம் கழித்து மீண்டும் அலைபேசியில் அவள் எண்களை அழுத்தினேன். அப்போதும் எடுக்கவில்லை. இப்போது எனக்கும் பதற்றம் ஏற்பட்டது. ராமசுப்பிரமணியன் கோபத்தில் துண்டை எடுத்துப் படுக்கையின் மீது எறிந்தான். நான் அவனைப் பொறுமையாக இருக்கச் சொன்னேன்.

மேசை மீதிருந்த நோட்டுப் புத்தகத்தை எடுத்துப் புரட்டினேன். விதவிதமான ஆடைகளில் கிளப் நடனப் படங்கள். சில கலர்ப் படங்களில் கவர்ச்சிகரமாகவும் அழகாகவும் இருந்தாள். முகத்தில் ராமசுப்பிரமணியன் கண்டதாகச் சொன்ன பூரிப்பை நானும் படங்களில் கண்டேன். மீண்டும் அலைபேசியில் தொடர்பு கொண்டேன். இப்போது எடுத்துவிட்டாள். அவளுக்கு உதவி செய்வதற்காக, அமெரிக்க நண்பரும் நானும் காரில் புறப்பட்டு வருவதாகவும், இன்னும் இரண்டு மணி நேரத்தில் வீட்டுக்கு வந்துவிடுவதாகவும், வீட்டில் இருக்குமாறும் கூறினேன். ரேசன் கடைக்கு அரிசி வாங்கச் செல்ல இருப்பதாகவும், நாங்கள் வருவதற்குள் போய் அரிசி வாங்கிவிட்டு வந்துவிடுவதாகவும் கூறினாள்.

நாங்கள் கிளம்பினோம். நான் கார் ஓட்ட, என் அருகில் ராமசுப்பிரமணியன். கார் கிளம்பி ஐந்து கிலோமீட்டர் வந்திருக்கும். "அய்யய்யோ அந்த நோட்டுப் புத்தகங்களை வைச்சுட்டு வந்துட்டேனே. போய் எடுத்துட்டு வந்துர்றலாம். நான் அந்த நோட்டுப் புத்தகங்களை அவளிடம் காமிக்கலாம்னு நெனைச்சேன். பாரு... மறந்துட்டேன்" என்றான். நான் காரை ஹோட்டலுக்குத் திருப்பினேன்.

நான் ஹோட்டல் வாசலில் காரை நிறுத்தினேன். அவன் உள்ளே சென்று அந்த நோட்டுப் புத்தகங்களை எடுத்து வந்தான்.

நாங்கள் காஞ்சிபுரத்தை அடைந்துவிட்டோம். அந்த முகவரி புறநகர்ப்பகுதியில் இருந்தது. விசாரித்து, விசாரித்து அந்தப் பகுதியை அடைந்துவிட்டோம். கோதையம்மாள் பள்ளியை

அடையாளம் சொல்லியிருந்ததால், அந்தப் பள்ளியை அடைந்து விட்டோம். அதற்குப் பின்புறமுள்ள புதூர் 2வது தெருவை அடைந்துவிட்டோம். அத்தெருவில் ஒரு புறத்தில் வீட்டுக்கு முன்பாகத் திறந்த சாக்கடை ஓடிக்கொண்டிருந்தது. கதவு எண்ணை விசாரித்தோம். அது ஒரு போர்ஷன் வீடாக இருந்தது. காரை சௌகரியமான ஒரு இடத்தில் நிறுத்தி வைத்துவிட்டு நடந்து சென்றோம். ராமசுப்பிரமணியன் அந்த நோட்டுப் புத்தகங்களை எடுத்துக்கொண்டான். வாலிபப் பிராயத்திற்கு மாறிவிட்டது போன்ற உணர்வு எங்களுக்கு ஏற்பட்டுள்ளதாக எனக்குத் தோன்றியது. கீழ்த்தளத்தில் நான்கு போர்ஷன்களும், மேல் தளத்தில் நான்கு போர்ஷன்களும் இருந்தன.

கீழ்த்தளத்தில் முதல் போர்ஷனில் இருந்த பெண்ணிடம் “ஜெயசுந்தரி வீடு எது” என்று கேட்டேன். “அப்படி யாரும் இல்லையே” என்றாள். “ஒரு காலத்தில் சினிமாவில் நடிச்சாங்க” என்றேன். “ஆமா கோபி அம்மாவா. மூணாவது வீடு” என்றாள். நாங்கள் சென்றோம். மூன்றாவது போர்ஷன் வீடு. திறந்திருந்தது. பாயில் ஒரு பெண் படுத்திருந்தாள். நான் “அம்மா” என்று கூப்பிட்டேன். அவள் பதறி எழுந்து உட்கார்ந்தாள். “நாங்கதான் உங்களுக்கு போன் பண்ணினோம்” என்றேன். “உட்காருங்க” என்று இரண்டு மடக்கு ஸ்டூல் சேர்களை விரித்து எங்கள் இரு வரையும் உட்காரச் சொன்னாள். “ரேசன் கடையிலே கூட்டம். களைப்பாயிருந்துச்சு செத்த படுத்துட்டு ரெடியாகலாம்னு பாத்தேன். அதுக்குள்ளே வந்துட்டீங்க. இந்தா வந்தர்றேன்” என்று வீட்டுக்குள்ளேயே இருந்த பாத்ரூமிற்குள் சென்றாள். அவள் முகம் அலம்பும் சத்தம் கேட்டது.

நாங்கள் உட்கார்ந்திருந்த அறை பத்துக்குப் பத்து அடி இருக்கும். ஒரு அரைச்சுவர். அதற்கு அந்த பக்கம் சின்ன சமையலறை. அதை ஒட்டியே பாத்ரூம். அறையில், அவளும் அவள் கணவரும் மார்பளவு எடுத்த கருப்பு வெள்ளைப் புகைப்படம், சட்டமிட்டு மாட்டப்பட்டிருந்தது. சில காலண்டர்கள். அந்தப் புகைப்படத்தில் அவளிடம், அவன் உணர்ந்த பூரிப்பை நான் கண்டேன். ராமசுப்பிரமணியன் அந்தப் புகைப்படத்தையே பார்த்துக்கொண்டிருந்தான்.

அவள் பாத்ரூமிலிருந்து வெளியே வந்தாள். முந்தானையில் முகத்தைத் துடைத்துக்கொண்டே வந்தாள். நாங்கள் உட்கார்ந்திருந்த அறையில் மாட்டியிருந்த ஒரு கண்ணாடியில் முகத்தைப் பார்த்து, பவுடர் போட்டுக்கொண்டாள். எனக்கு அவளைப் பார்க்கப் பரிதாபமாக இருந்தது. வந்து, எங்களுக்கு முன்பாகத் தரையில் சுவற்றில் சாய்ந்து உட்கார்ந்தாள்.

தலைமுடி நரைத்திருந்தது. போஷாக்கு இல்லாமல் உடல் மெலிந்திருந்தது. கழுத்தில் கருப்புக் கயிறு. நூல் சேலை. கன்னம் ஒடுங்கியிருந்தது. பரிதாபமான தோற்றம். உற்றுப் பார்த்தால்தான் யோசனைக்குப் பிறகு நடிகை ஜெயசுந்தரி என்று கண்டுபிடிக்க முடியும். அதுகூட சிரமம் என்றுதான் தோன்றுகிறது.

"நான் சின்ன வயசிலேருந்து உங்க ரசிகன். உங்க படம் எல்லாம் விடாம பாத்துருவேன். இப்ப நான் அமெரிக்காவிலே இருக்கேன். இந்தா பாருங்க அந்தக் காலத்துலே, உங்க படம் வந்ததை எல்லாம் ஒட்டி ஒரு ஆல்பம் மாதிரி வைச்சுருக்கேன் பாருங்க" என்று அந்த நோட்டுப் புத்தகங்களை, ராமசுப்பிரமணியன் அவளிடம் கொடுத்தான். அவள் அதை வாங்கிக்கொண்டாள். ராமசுப்பிரமணியன் சேரிலிருந்து எழுந்து அவள் பக்கத்தில் தரையில் அமர்ந்துகொண்டான். அவள் அந்த நோட்டுப் புத்தகங்களைப் புரட்டிப் பார்க்க உதவினான். அவள் அந்த நோட்டுப் புத்தகங்களைப் பக்கம் பக்கமாக பார்க்க ஆரம்பித்தாள்.

பார்த்துக் கொண்டிருக்கும்போதே அவள் கண்களில் நீர் திரண்டது. "எப்படி ராணி மாதிரி இருந்தேன். இப்படி ஆயிட்டேன்" என்றாள். "உங்களுக்கு பிள்ளைகள் இருக்காங்களா?" என்றேன் நான்.

"ஒருத்தன் இருக்கான். விளங்காதவன். ஆட்டோ ஓட்றான். கலியாணம் ஆகி தனியா இருக்கான். அங்கே இருக்கவே எனக்குப் பிடிக்கலே. மருமக சண்டை வந்தா என்னை தேவடியான்னு திட்றா. நாடகக்காரிங்கிறாள். நல்லாத்தான் இருந்தேன். காதலிச்சுத்தான் கலியாணம் பண்ணினேன். அவரு ஒரு ஆர்ட் டைரக்டர் கிட்டே இருந்தாரு. நல்லா படம் வரைவாரு. எனக்கும் சான்ஸ் குறைஞ்சுகிட்டே வந்துச்சு. அவர் வேலை பார்த்த ஆர்ட் டைரக்டர் இறந்து போனார். சான்ஸ் இல்லை. கைலே இருந்ததெல்லாம் கரைஞ்சுக்கிட்டே வந்தது. அவருக்கு பக்கவாதம் வந்தது. பின்னாடி ஹார்ட் அட்டாக் வந்து இறந்து போனாரு. எனக்கு என்ன வேலை தெரியும். ஆடத்தான் தெரியும். ஸ்பின்னிங் மில் முதலாளி ஒருத்தர் பழக்கமானாரு. அவர்கூட இருந்தேன். அவரு நைட் ஆனா டான்ஸ் ஆடச் சொல்வாரு. அவரும் போயிட்டாரு. எனக்கும் வயசாச்சு மருமக கூட இருக்க முடியலை. அரசாங்க பென்சன் வருது, அது பத்துமாங்க. இந்த வீட்டுக்கு வாடகை கொடுக்கணும். உடம்புக்கு ஒண்ணுன்னா பார்க்கணும். எம்மவன் எப்பவாவது வந்து பார்ப்பான். மருமக ரொம்ப சண்டைக்காரி. அவனாப் பார்த்து கலியாணம் பண்ணிக்கிட்டது. என்னைப் பார்த்தாலே அவளுக்குப் பிடிக்காது நான் என்ன எல்லோர்ட்டேயுமா போனன் ... தேவுடியாங்கிறா ..." என்றாள்.

பிறகு ராமசுப்பிரமணியனிடம் "நீங்க எவ்வளவு கஷ்டப்பட்டு இந்தப் படங்களையெல்லாம் சேகரிச்சு வைச்சிருப்பீங்க. எனக்கு ஆச்சரியமா இருக்கு. ஒன்னொன்னும் எந்த சினிமாங்கிறது நினைவுக்கு வருது" என்றாள்.

ராமசுப்பிரமணியன், பேன்ட் பாக்கெட்டில் இருந்த ஆயிரம் ரூபாய்க் கட்டை எடுத்தான். "இந்தாங்க இதுலே ஒரு லட்ச ரூபா இருக்கு. செலவுக்கு வைச்சுக்குங்க" என்று அவள் கையைப் பிடித்துக் கொடுத்தவன், திடீரென அழ ஆரம்பித்தான்.

"நீங்க எனக்கு அம்மா மாதிரி. எங்கம்மா என் சின்ன வயசிலே இறந்து போச்சு. எங்கம்மாட்டே இருந்த ஒரு பூரிப்பு உங்கள்ட்டே இருந்துச்சு. உங்களுக்கு கிடைச்ச வாய்ப்போ கிளப் டான்சர். நீங்க எனக்கு அம்மா மாதிரி" என்றான் அழுது கொண்டே. எனக்கு அவன் கூறுவது புதிர் போல இருந்தது. அவள் ஒன்றும் புரியாமல் கையில் அந்த ரூபாய்க் கட்டுடன் ராமசுப்பிரமணியனைப் பார்த்துக்கொண்டிருந்தாள். அவன் அழுதுகொண்டிருந்தான்.

"நீங்க யாருன்னே தெரியலை. இவ்வளவு ரூபா கொடுத்திருக் கீங்க. நீங்கள் சொல்றதும் எனக்கு விளங்கலை. காபி போட்டுத் தர்றேன்" என்று ஜெயசுந்தரி எழுந்தாள். அவளை உட்காரச் சொல்லிவிட்டு ராமசுப்பிரமணியன் தரையிலிருந்து எழுந்தான்.

"உங்களைப் பார்த்தே ரொம்ப சந்தோஷம். நாங்க போயிட்டு வர்றோம்" என்றான் ராமசுப்பிரமணியன். நானும் இருக்கையை விட்டு எழுந்தேன். "காபி சாப்பிட்டுப் போங்க" என்றாள் அவள் மீண்டும். அவளுடைய திருப்திக்காக காபி குடிக்கலாம் என்று எனக்குத் தோன்றியது. ஆனால் அவன் 'வேண்டாம்' என்றான். அவளும் மேலும் வற்புறுத்தவில்லை. விடைபெற்றுக்கொண்டு காரை நோக்கி நடந்தோம். அவன் கையில் கொண்டு வந்திருந்த நோட்டுப் புத்தகங்களைக் காணோம். ஞாபக மறதி என்று நினைத்து நான் நினைவுபடுத்தினேன்.

"இல்லை. அதை வேண்டுமென்றேதான் விட்டு வந்தேன். அதை இனிமேலும் என்னால் சுமக்க முடியாது" என்றான் ராமசுப்பிரமணியன். நான் 'முற்றுப்புள்ளி' என்று மனதிற்குள் சொல்லிக்கொண்டேன். திரும்பிப் பார்த்தேன். அவள் மெயின் வாசலில் நின்று நாங்கள் காரை நோக்கிச் செல்வதைப் பார்த்துக் கொண்டிருந்தாள்.

ஆண்டு – 2017

உருமாற்றமும் சாமியாரும்

நானும் காளிங்கராயனும் தாராசுரம் கோயிலைப் பார்ப்பதற்காகத்தான் வந்தோம். கும்பகோணத்தில் அறை எடுத்திருந்தோம். காளிங்கராயன் ஒரு கவிஞன். பான்ட்டஸிக்கு முக்கியத்துவம் கொடுத்து கவிதை எழுதுகிறவன். இரண்டு கவிதைத் தொகுப்புகள் வந்திருந்தன. பரவலாக இலக்கிய வாசகர்களிடமும் இலக்கிய எழுத்தாளர்களிடமும் கவனம் பெற்றிருந்தான்.

நாங்கள் காரில் வரும்போது ஏதோ ஒரு தெருவில், நடுவில் ஒரு குட்டி நாய் சுருண்டு படுத்திருந்தது அல்லது சுருண்டு இறந்து கிடந்தது. தெரியவில்லை. கார் அருகில் வரும்போதுதான் பார்த்தோம். காரின் நடுப்பகுதியில் குட்டி நாய் கிடந்த பகுதி வருகிறாற்போல் டிரைவர் அதைக் கடந்தார். உயிருடன் அந்தக் குட்டி நாய் சுருண்டு படுத்திருந்தாலும் அதற்குப் பாதிப்பு ஏற்பட்டிருக்காது.

இதைப் பற்றியே காளிங்கராயன் யோசித்துக் கொண்டிருந்தான். “இதை ஒரு கவிதையாக்க வேண்டும். ஆனால் கூடிவர மாட்டேன் என்கிறது” என்றான் காளிங்கராயன். “உன் கவிதைக்கான விசயம்தான் இது” என்றேன்.

நாங்கள் இருவரும் இன்று தலைப்பாகைச் சாமியாரைப் பார்க்கச் செல்வதாக தீர்மானித்திருந் தோம். அவர் முற்பகல் மது குடிக்க மாட்டாரென்றும், மதியம் 3 அல்லது 4 மணிக்கு பிராந்தி குடிக்க ஆரம்பிப்பார் என்றும், அதையும் மிகமிகக்

கொஞ்சமாக ரொம்ப நேரம் வரை அருந்துவார் என்றும், கேள்விப்பட்டிருந்தோம். ஆனால் பார்வையாளர்கள் யாரும் குடிக்கக் கூடாது, குடித்துவிட்டு வரவும் கூடாது என்று கட்டுப்பாடு. குடித்துவிட்டு வந்ததாகத் தெரிந்தால் அவருடைய சீடர்கள் அத்தகையோரை வெளியேற்றி விடுவார்கள் மிதமாகக் குடித்துவிட்டு வந்தால் ஏமாற்றிவிடலாம் என்றார்கள். தங்கள் பிரச்சினைகளுக்கு நிவர்த்திக் காகவும், தத்துவ விசாரத்திற்காகவும், ஆட்கள் கூடுவார்கள் என்றார்கள். நாங்கள் படையலுக்காக ஒரு முழு பாட்டில் பிராந்தி வாங்கி வைத்திருந்தோம்.

மாலை 4 மணி ஆகியது. அறையில் இருந்தோம். டிரைவர், தரையில் படுத்து உறங்கிக் கொண்டிருந்தார். அவரை எழுப்பித் தயாராகும்படி கூறினேன். காளிங்கராயன், அன்றைய தினப் பத்திரிகையில் வந்துள்ள சினிமாப் பகுதியைப் பார்த்துக் கொண்டிருந்தான். அவனையும் தயாராகுமாறு கூறினேன்.

திடீரென்று காளிங்கராயன் “கவிதை உருவாகிவிட்டது” என்றான். ஸ்பைரல் செய்யப்பட்ட நோட்டுப் புத்தகத்தை எடுத்துக் கவிதை எழுத ஆரம்பித்தான். சற்று யோசித்து, கவிதையை எழுதி முடித்து, என்னிடம் காண்பித்தான். அக்கவிதைக்கு “பெயரற்ற நாய்க்குட்டி” என்று தலைப்பிட்டிருந்தான். சந்தோஷமாக ஒரு பாட்டை முணுமுணுத்துக்கொண்டே பாத்ரூமிற்குள் நுழைந்தான்.

எல்லோரும் தயாராகி விட்டோம். காரில் ஏறி தலைப்பாகைச் சாமியார் இருக்குமிடத்தை நோக்கிச் சென்றோம். ஊருக்கு ஒதுக்குப்புறமாக புளியமரங்கள் அடர்ந்திருந்த இடத்தில் ஒரு ஓட்டு வீடு இருந்தது. அதற்குச் சற்று தள்ளி புளியமர நிழலில் விரிக்கப்பட்டிருந்த ஜமுக்காளத்தில் தலைப்பாகைக் கட்டிய ஒரு சாமியாரும், அவருக்கு முன்பாக சிலரும் அமர்ந்திருந்தார்கள்.

நாங்கள் காரிலிருந்து இறங்கியதும் சாமியாரின் சீடர்கள் போல் தெரிந்த இருவர் எங்களை வரவேற்று ஜமுக்காளத்தில் உட்காரச் சொன்னார்கள். நாங்கள் உட்கார்ந்தோம். சாமியார் பேசிக்கொண்டிருந்தார்.

“சிலைதானே விக்கிரகம். ஓவியந்தானே சாமி. உளன் எனில் உளன் இலன் எனில் இலன்தானே. என்ன பாப்பா இப்படி பாக்கறே (எதிரே உட்கார்ந்திருந்த ஒரு சிறுமியைப் பார்த்துக் கேட்கிறார்). என்ன படிக்கிறே? ஏழாவதா? சாமி இல்லைன்னா ஜனங்க என்ன செய்யும்? கும்பல் கும்பலா போயி கடல்ல விழுந்து சாக வேண்டியதுதான். எல்லாத்துயரத்தையும், ஆசையையும் கேக்கறதுக்கு ஒரு ஆள் வேணுமில்லை அதான் கடவுள். சாமி நீ கல்லைக் கும்பிடு, மரத்தைக் கும்பிடு. கும்பிடாம இருக்கிறதுன்னா

அது உன் வைராக்கியம். ஆனா சிரமம். இந்தா பாரு, நான் ஆகாசத்தைக் கும்பிடறேன். இந்த மண்ணைக் கும்பிடுறேன். வர்ற காத்தைக் கும்பிடுறேன்(கையைத் தூக்கி காற்றைப் பிடிக்கிறாற் போல் செய்து வணங்குகிறார்). அய்யோடி, அப்ப சிவன் யாரு? சிவன்தானே மண்ணு? சிவன்தானே ஆகாசம்? சிவன்தானே இந்தக் காத்து? அய்யோடி, இப்ப புரியுதா சிவனோட சூட்சுமம். ஏமாத்துக்காரன் பெருகிட்டா சாமி இல்லன்னுதான் அறிவாளி சொல்வான்... அப்ப நீ என்ன செய்யணும். ஏமாத்தைக் குறை... ஏமாத்தைக் குறைங்கிறேன். யார்யா கேட்டது சாமின்னா என்னன்னு (ஒருவர் எழுந்து நிற்கிறார்). ஒக்காருய்யா. நீ ஸ்தூலத்தைப் பாக்கறே.. நான் சூட்சுமத்தைப் பாக்கறேன். எல்லார்னாலையும் சூட்சுமத்தைப் பார்க்க முடியாதுல்ல. இதுல இன்னொரு பிரச்சினையும் இருக்கு. சூட்சுமத்தைப் புடிச்சி வெச்சுக்க, ஸ்தூலம் தேவைப்படுது. ஈஸ்வரா என்ன ஒரு வெளையாட்டு... இந்தா பாருடியம்மா, ஏழாங்கிளாசு. (அந்த சிறுமி எழுந்து நிற்கிறாள்) உக்காரடியம்மா. உனக்கு புரியுதா. எப்பவுமே புரியாதது தான் ஜாஸ்தி இருக்கும். புரிந்தது இம்புட்டுத்தான். இந்தாபாரு இம்புட்டுதான். ஏழாங்கிளாசு உன் பேரென்ன (அவள் 'நிர்மலா' என்கிறாள்)? நிர்மலா. நல்லபேரு. களங்கமில்லாதவள்னு அர்த்தம். இப்ப நீதான் பார்வதி. சிவப் பார்வதியே நமஹ(அவர் அவளை வணங்குகிறார்). இதுதான் உருமாற்றம்."

தன் முன் வைக்கப்பட்டிருந்த எவர்சில்வர் டம்ளரை எடுத்து ஒரு வாய் பருகிவிட்டுக் கீழே வைக்கிறார். பக்கத்தில் உடைக்கப்படாத பொரி கடலை ஒரு தட்டில் இருந்தது. இரண்டு மூன்று பொரிகடலையை எடுத்து வாயில் போட்டுக் கொண்டார். நாங்கள் சாமியாரை ஒரு குடிகார சாமியாராக இருப்பார் என்று நினைத்திருந்தோம். நாங்கள் கொண்டு வந்திருந்த முழு பிராந்தி பாட்டில் காரில் இருந்தது. அதை இவருக்குக் கொடுக்கத் தேவைப்படாது என்று தோன்றியது. அவர் முன் இருந்த டம்ளரில் இருந்ததை இரவு வரைக்கும் அருந்துவார் போலிருந்தது.

கூட்டத்திலிருந்த ஒருவர், "எனக்கும் என் மனைவிக்கும் பிரச்சினை. ஓயாத சண்டை... நான் என்ன செய்றது?" என்றார்.

சாமியார் பேச ஆரம்பித்தார், "உமக்கு என்ன வயசாகுது(அவர் ஐம்பது என்கிறார்). பொண்டாட்டிக்கு... (அவர் நாற்பத்தி இரண்டு என்கிறார்). சரி, சண்டை வருதுன்னா... நேசமில்லைன்னு அர்த்தம்... ஈடுபாடு இல்லைன்னு அர்த்தம்... லௌகீகம் குறுக் கிடலாம்... ஆனா அக ஈடுபாடு முக்கியம்... நீர் ஒண்ணு செய்யும். மனைவியை வேறு பெண்களா உருமாற்றம் செய்து

பாரும். என்ன திருதிருன்னு முழிக்கிறீர். இங்கே எத்தனை பொம்மனாட்டிங்க இருக்கீக... ஒன்னு, ரெண்டு, மூணு... பரவாயில்ல பேசலாம்... கும்மகோணத்துலே எத்தன கோயில் இருக்கு. அம்புட்டு கோயில் இருக்கா. சாரங்கபாணி கோயில் பாத்திருக்கிங்களா விஷ்ணுவோட உருமாற்றம். உங்களுக்கு கதை தெரியுமா... பிர்கு பிர்குன்னு ஒரு ரிஷி. ஏழு சப்தரிஷிகள்லே ஒருத்தரு. அவருக்கு திடீர்னு விஷ்ணுவோட பொறுமையை சோதிக்கணும்னு ஒரு ஐடியா வந்திருச்சு... நேரே வைகுண்டம் போனாரு. விஷ்ணு படுத்திருக்கார். பிர்கு ரிஷி என்ன செஞ்சார்னா, காலாலே விஷ்ணுவோட மார்புல எத்துறாரு... விஷ்ணு பொறுமையா இருக்காரு... லேசா சிரிக்கிறாரு. மகாலட்சுமிக்குப் பொறுக்கலை. விஷ்ணுவோட மார்பு மகாலட்சுமி குடியிருக்கிற இடம். அத்தோடு விஷ்ணுவை அவமரியாதை செய்ததற்கு அவர் கோபப்படாததும் மகாலட்சுமிக்குப் பிடிக்கலை. மகாலட்சுமி கோவிச்சுட்டு விஷ்ணுவை விட்டுப் போய்விடுகிறார். விஷ்ணு என்ன செஞ்சார்னா வெங்கடாசலபதியா உருமாற்றம் அடைஞ்சு பத்மாவதியைக் கல்யாணம் பண்ணிக்கிட்டு திருமலையிலே செட்டிலாயிடுறார். மகாலட்சுமி கோபமா இருந்தார்னு சொன்னேன்ல. அப்ப பிர்கு ரிஷி நான் செஞ்சதுக்கு பிராயச் சித்தம் பண்றேன். நீங்க எனக்கு மகளா பிறக்கணும்னு வேண்டிக்கிறார். அப்புறம் ஹேம ரிஷியா, பிர்கு ரிஷி உருமாற்றம் பெற்று கும்மகோணத்துலே இருக்கிறார். ஹேம புஷ்கரணிங்கற குளத்துலே, தாமரைப் பூவில் மகாலட்சுமி குழந்தையாய் கிடக்கிறார். அந்தக் குழந்தையை ஹேம ரிஷி எடுத்து கோமளவல்லின்னு பேர் வெச்சு வளக்கிறாரு. இப்ப மகாலட்சுமி கோமளவல்லியா உருமாற்றம் அடைஞ் சாச்சு. கோமளவல்லி வளர்ந்து. பாரிஜாத மரத்துக்குக் கீழே உக்காந்திருக்காங்க. அப்ப விஷ்ணு சாரட்லே கையில் வில்லோட வராரு. அப்ப சாரங்கபாணியா உருமாற்றம் அடையறார். கோமளவல்லியா உருமாற்றம் அடைந்த மகாலட்சுமியைத் திருமணம் பண்ணிக்கிறார். இதான் ஸ்தல புராணம். உருமாற்றம், உருமாற்றம், உருமாற்றம், ஸ்ஸ்ஸ்... அப்பா (டம்ளரில் இருந்ததை லேசாக ஒரு மிடறு அருந்துகிறார்) நான் சொன்னது ஒரு சூட்சுமம்... கணவனுக்குச் சொல்றதுதான் மனைவிக்கும். சூட்சுமத்தைக் கண்டு பிடிக்கிறவன்தான் ஞானி, சாமியார். சயின்ட்டிஸ்ட்... ஸ்ஸ்ஸ்... அம்மா கோமளவல்லித் தாயாரே (ஆகாசத்தைப் பார்த்து இரு கைகளையும் விரித்து வணங்குகிறார்).

கேள்வி கேட்டவர் "நான் எப்படி அவளை உருமாற்றம் பண்றது?" என்றார்.

"எல்லாம் மனசு. மனசுதான். இதுக்கு மேலே பேசினா சூட்சுமம் மறைஞ்சிரும். அம்மா கோமளவல்லி தாயாரே, மனுசங்க ஏன் இப்படி ஸ்தூலத்துலே சூட்சுமத்தை பார்க்க முடியாம இருக்காங்க" என்று பெருமூச்செறிந்தார்.

எனக்கும், காளிங்கராயனுக்கும் காப்காவின் மெட்டாமார் பஸிஸ் – உருமாற்றம் – கதை நினைவுக்கு வந்தது. ஒருவரையொருவர் பார்த்துக்கொண்டோம். காளிங்கராயன் எழுந்து "நாங்கள் ரெண்டு பேரும் எழுத்தாளர்கள்" என்றான். நானும் எழுந்து நின்றேன்.

"அப்படின்னா உங்க ரெண்டு பேருக்கும் காப்கா எழுதின உருமாற்றம் நினைவுக்கு வந்திருக்குமே" என்றார் சாமியார். நாங்கள் இருவரும் பெருமையுடன் தலையாட்டினோம்.

"அந்த வரி ஞாபகம் இருக்கா சொல்லுங்க பார்ப்போம்" என்றார். நாங்கள் பேசாமல் நின்றோம்.

"கேள்வி ஞானமா அல்லது படித்திருக்கிறீர்களா" என்றார்.

எங்களுக்குள் ஏதோ உடைந்து ஒடுங்கியது போலிருந்தது. நாங்கள் ஒருவரையொருவர் பார்த்துக்கொண்டோம். தயங்கியபடியே "கேள்வி ஞானம்தான்" என்றான் காளிங்கராயன்.

"As Gregor Samsa awoke that morning from uneasy dreams, he found himself transformed in his bed into a gigantic insect" இதுதான் அந்த வரி என்றார், சாமியார்.

எங்கள் அகந்தை ஒடுங்கியது. நாங்கள் மௌனமாக நின்றோம். எங்களைச் சிறுவர்களைப் போல உணர்ந்தோம். எங்கள் படிப்பு, பெருமை, கர்வம், முகமூடி எல்லாம் கலைந்துகொண்டிருப்பதைப் போல் உணர்ந்தோம்.

"காப்ரியேல் கார்சியா மார்க்கேஸ் தி பாரிஸ் ரெவியூ பத்திரிகைக்கு கொடுத்த பேட்டியிலே – அது பீட்டர் ஹெச். ஸ்டோன் எடுத்த பேட்டி – வருஷம் 1981 அல்லது 1982 ன்னு நினைக்கிறேன்.. சரியா ஞாபகமில்ல. இந்த வரியைப் படிச்ச பின்னாடிதான், இதுபோல எல்லாம் எழுதலாம்னு தோணி கதைகள் எழுதினதா சொல்லியிருக்கார்" என்றார் சாமியார்.

நாங்கள் புழு போல ஆகிவிட்டோம் போலிருந்தது. காளிங்கராயன் சமாளித்துக்கொண்டு "நான் ஒரு கவிஞன். இன்று காலையிலே ஒரு கவிதை எழுதினேன்" என்றான். சாமியார் "கொண்டு வா" என்றார். காளிங்கராயன் காருக்குச் சென்று, அந்த நோட்டை எடுத்துக்கொண்டு வந்து, அந்தப் பக்கத்தைப்

பிரித்து, அவரை நெருங்கி, அவரிடம் காண்பித்தான். கூட்டம் அமைதியாக நடப்பதைக் கவனித்துக்கொண்டிருந்தது.

"பெயரற்ற நாய்க்குட்டி" என்ற தலைப்பை சத்தம் போட்டுப் படித்தார். கவிதையைப் படித்தார். "எனக்கு அடையாளமில்லாத மனிதன் நினைவுக்கு வருகிறான்" என்றார். அந்த நோட்டை காளிங்கராயனிடம் கொடுத்தார்.

எங்கள் இருவரிடமும் "உருமாற்றம் பற்றி எழுதுங்க" என்றார். பிறகு தலையில் கட்டியிருந்த தலைப்பாகையை அவிழ்த்து உதறி "இத்தோடு சபை கலைந்தது" என்றார். கூட்டத்திலிருந்தவர்கள் எழுந்தார்கள். நாங்கள் காருக்கு அருகே வந்து அதில் ஏறிக் கொண்டோம். கார் ஓடிக்கொண்டிருந்தது. இருவரும் பேசிக் கொள்ளவில்லை. எங்களுக்கிடையே பெரிய அமைதி நிலவியது.

உயிர்மை, ஆகஸ்ட் 2017

தோழிகள்

வீட்டின் உள்ளறையிலிருந்து காவிரியும் அவளுடைய கணவனும் வெளியே வந்தார்கள். காவிரி நெற்றியிலும், தலைமுடி வகிட்டிலும் குங்குமம் வைத்துத் தலையில் மல்லிகைப் பூக்கள் நிறையச் சூடியிருந்தாள். அவள் கணவன் தொப்பையில்லாமல், சட்டையை பேண்டுக்குள் இன் பண்ணி, பார்ப்பதற்குத் திருத்தமாக இருந்தான். சோபாவில் அமர்ந்திருந்த வைகை அவர்களைப் பார்த்தாள். அவள் ஏற்கனவே வெளியே செல்வதற்கான ஆடைகளை அணிந்திருந்தாள். நெற்றியில் சிறுபொட்டு, அதற்குமேல் திருநீறு. தலையில் பூக்கள் இல்லை.

வைகையும் காவிரியும் தோழிகள். நதிகளின் பெயர்களைக் கொண்டிருப்பதால் இருவரும் தோழிகளாகிவிட்டனர் என்று இவர்களின் தோழமையை அறிந்தவர்கள் சொல்வது வழக்கம். காவிரி மும்பையில் கணவனுடன் வசிக்கிறாள். அவளுக்கு இரண்டு மகள்கள். இருவருக்கும் திருமணமாகி சென்னையில் வசிக்கிறார்கள். வைகைக்கு இரண்டு மகன்கள். இருவரும் வெளிநாட்டில் குடும்பத்துடன் வசிக்கிறார்கள். வைகையின் கணவர் சில ஆண்டுகளுக்கு முன் ஒரு விபத்தில் இறந்துவிட்டார். மதுரையில் தனியே வசிக்கும் வைகை, மும்பையில் கணவருடன் வசிக்கும் காவிரியை மதுரைக்கு வந்து ஒரு வாரம் தங்குமாறு அழைத்ததால், காவிரியும் அவள் கணவனும் சென்னை வந்து மகள்களைப் பார்த்துவிட்டு, மதுரைக்கு வந்துவிட்டார்கள். வைகையின் வீட்டில் இருவரும் தங்கியிருக்கிறார்கள்.

அனைவரும் வெளியே கிளம்பினார்கள். கார் சாவியை வலது ஆட்காட்டி விரலில் நுழைத்து அதைச் சுற்றிக்கொண்டே வைகை நடந்தாள். காவிரியும் அவளின் கணவனும் வைகையின் பின்னே வந்துகொண்டிருந்தார்கள். வைகையின் இடை சிறுத்து, பின்புறம் பெரிதாக இருந்ததைக் காவிரியின் கணவன் பார்த்துக் கொண்டே நடந்து வந்தான்.

வைகையும், காவிரியும் பள்ளியில் படிக்கும் காலத்திலேயே தோழிகள். பின்னர் கல்லூரியில் படிக்கும்போதும் தோழிகளாகத் தொடர்ந்தனர். . ஒரே கல்லூரி. ஆனால் இருவரும் வெவ்வேறு பாடப்பிரிவில் படித்தனர்.

பள்ளியில் படிக்கும்போதே காவிரிக்கு ஒரு காதலன் இருந்தான். இருவரும் காதல் கடிதங்கள் பரிமாறிக்கொள்வார்கள். அவளைச் சந்தித்துப் பேசும்போது வைகையையும் உடன் வைத்துக்கொள்வாள். வைகை சற்று தள்ளி நின்றுகொள்வாள். ஆனால் அவர்கள் பேசிக்கொள்வது அவளுக்கும் கேட்கும். ஆரம்பத்தில் பள்ளி, பாடங்கள், ஆசிரியர்கள் பற்றிப் பேசிக் கொண்டிருந்தார்கள். பின்னர் காவிரியின் தோற்றத்தையும் அணிந்துவரும் ஆடைகளையும் பற்றி அவன் பேசலானான. காவிரி வெட்கத்தில் முகம் சிவந்து நிற்பாள்.

ஒருநாள் உடல்நிலை சரியில்லாததால் வைகை பள்ளிக்குச் செல்லவில்லை. அன்று மாலையில் காவிரி, வைகையின் வீட்டுக்கு வந்தாள். படபடப்பாகவும், பதற்றமாகவும் அவள் பேசுவதாக வைகைக்குத் தோன்றியது. பின்னர் வைகையைத் தனியே கூப்பிட்டு, இன்று அவன் தன்னைக் கட்டிப்பிடித்து முத்தமிட்டதாகவும், கை, கால் உடல் எல்லாம் நடுங்கிவிட்டதாகவும் கூறினாள். “இன்னமும் நடுக்கம் போகவில்லை போலேருக்கு” என்று வைகை கேலி செய்தாள். அவன் காவிரியைத் தொட ஆரம்பித்துவிட்டாள் என்றும் இது வாய்ப்பு கிடைக்கும்போது தொடரும் என்றும் வைகைக்குத் தோன்றியது.

காரை வைகை ஓட்டினாள். அனைவரும் ஒரு மாலுக்குச் சென்றார்கள். வைகையுடன் மாலுக்குச் செல்வது காவிரிக்குச் சங்கடமாக இருந்தது. வைகை நிறைய பொருட்கள் வாங்குவாள். அதுவும் விலையுயர்ந்த பொருட்களாகப் பார்த்து வாங்குவாள். குறைந்த விலையில் சின்னப் பொருட்களாக வைகையின் முன்னால், வாங்குவதற்கு காவிரிக்குக் கூச்சமாக இருக்கும். அவவ்வாறேதான் நடந்தது. வைகை விலையுயர்ந்த பொருட்களாக வாங்கினாள். காவிரி ஒன்றும் வாங்கவில்லை. எல்லாம் இருக்கிறது என்று சொல்லிவிட்டாள். ஆண்களுக்கான ஆயத்த ஆடைக் கடைக்குள் சென்று காவிரியின் கணவனிடம் சட்டைகள்

எடுத்துக் கொள்ளுமாறு கூறினாள். மூன்று சட்டைகளை அவளே தேர்ந்தெடுத்துக் கொடுத்தாள். அதில் இரண்டு சட்டைகளை காவிரியின் கணவன் எடுத்துக்கொண்டான்.

கல்லூரியில் படிக்கும்போது வைகை, காவிரி அவன் ஆகிய மூவரும் முதன் முறையாக மதிய சினிமாக் காட்சிக்குச் சென்றார்கள். ஆரம்பத்தில் சும்மா இருந்த அவன், சற்று நேரத்தில் காவிரியின் கைவிரல்களைத் தன் விரல்களினால் கோத்து இறுக்கினான். அவள் தொடையில் அவன் கை வைக்கும் போதெல்லாம் அவள் அதைத் தள்ளிவிட்டுக்கொண்டிருந்தாள். இனிமேல் மதிய சினிமாக் காட்சிக்கு இவர்களுடன் வரக்கூடாது என்று வைகைக்குத் தோன்றியது. அதற்குப் பின் வைகை இல்லாமல், அவர்கள் தனியே மதிய சினிமாக் காட்சிக்கு செல்ல ஆரம்பித்தார்கள்.

காவிரி கல்லூரியில் சேரும்போது அவன் வேறு கல்லூரியில் படித்துக்கொண்டிருந்தான். காவிரி கல்லூரிப் படிப்பை முடிக்கும்போது அவன் வேலை தேடிக்கொண்டிருந்தான். கல்லூரி படிப்பை முடித்த பின் இருவரும் சந்திப்பதற்கு வாய்ப்பு இல்லாமல் போய்விடுமே என்பதற்காகக் காவிரி கல்லூரியில் முதுகலைப் படிப்பில் சேர்ந்தாள். வைகையையும் வற்புறுத்தி, அதே கல்லூரியில் முதுகலைப் படிப்பில் சேர வைத்தாள்.

காரில் வீட்டுக்குத் திரும்பிச் செல்லும்போது, கல்லூரிக்குச் செல்லாமல் மூவரும் மதிய சினிமாக் காட்சிக்குச் சென்றது பற்றியும், காவிரியின் காதல் பற்றியும் பேசிச் சிரித்துக்கொண்டார்கள். அவளின் காதல் நிறைவேறியதும், திருமணம் நடைபெற்றதும், மகள்களுக்குத் திருமணமானதும், கனவுபோல இருப்பதாகவும், கடவுள் அவள் பக்கம் இருப்பதை இவையெல்லாம் காட்டுகின்றன என்றும் வைகை கூறினாள். வயதான தோற்றம் தெரியாத, கணவன் உடன் இருப்பதும் அவளுடைய அதிர்ஷ்டம் என்று சொல்லவந்ததை அவள் சொல்லவில்லை.

வைகையும் காவிரியும் கல்லூரிக்குச் சென்றுகொண்டிருந்த நிலையில், காவிரியும் அவனும் வாய்ப்புகளை உருவாக்கி சந்தித்துக் கொண்டிருந்தார்கள். முதுகலைப் படிப்பில் இருபாலரும் சேர்ந்து படித்தார்கள். வைகைக்குத் தன் வகுப்பில் படிக்கும் ரவி என்ற ரவிச்சந்திரன் மீது ஈர்ப்பு ஏற்பட்டது. வைகையிடம் அவன் சகஜமாகப் பேசிக்கொண்டிருந்தானே தவிர, வேறு வகையான பேச்சுகளைப் பேசுவதில்லை. அவள் புது ஆடைகள் அணிந்து வந்தாலும், அலங்கரித்து வந்தாலும், அவன் அதைப் பற்றிப் பேசுவதில்லை. ரவி தன்னைக் காதலிக்க வேண்டும் என்றும், காதல் மொழி பேச வேண்டும் என்றும் அவள் விரும்பினாள்.

பின் நவீனத்துவவாதியின் மனைவி

ஒருசமயம் அவளுக்கு அவனுடைய சாதி பற்றித் தெரியவந்தது. தனது எண்ணம் கூடிவராது என்றும், பிரச்சினைகள் உருவாகும் என்றும் அவளுக்குத் தோன்றியது. அவன்மீது அவளுக்கிருந்த ஆர்வம் குறையத் தொடங்கியது.

திடீரென்று வைகைக்குக் குணா என்ற குணசேகரன் மீது ஈர்ப்பு ஏற்பட்டது. அவன் அழகன். நன்றாகப் படிப்பவன். அவன் தனக்குப் பொருத்தமானவன் என்று வைகைக்குத் தோன்றியது. ஆனாலும், அவன் அவளைக் காதலிக்க வேண்டுமே. அதற்காக அவனைக் கவரும் வழிகளில் ஈடுபட்டாள். அவனுடன் கைகுலுக்கும்போது அவனுடைய உள்ளங்கையை விரல்களால் சுரண்டினாள். அவன் பதிலுக்குச் சுரண்டவில்லை. அவள் அவனை மனதாரக் காதலித்தாள். கற்பனையில் மதிய சினிமாக் காட்சிக்கு அவனுடன் சென்றாள். அவனைத் திருமணம் செய்துகொண்டாள். உறவு வைத்துக்கொண்டாள். குடும்பம் நடத்தினாள். பிள்ளைகள் பெற்றுக்கொண்டாள். ஆனால் குணாவிடமிருந்து எந்த வெளிப்பாடும் இல்லை. காதலைக் கூறுவதற்கு அவனுக்கு ஏதோ மனத் தடை இருக்கலாம் என்று நினைத்து தானே காதலைத் தெரிவித்துவிடலாம் என்று முடிவு செய்து, அதற்கான தருணத்தை எதிர்பார்த்துக்கொண்டிருந்தாள். ஒருநாள் அந்தத் தருணம் வாய்த்தது. வைகை அவனிடம் சென்று – அன்று குணா நீல நிறச் சட்டை அணிந்திருந்தான் – காதலைச் சொன்னாள். அவன் நாளை மீண்டும் அவளைச் சந்திப்பதாகக் கூறினான். அன்று இரவு முழுவதும் அவளுக்குத் தூக்கம் வரவில்லை. அடுத்த நாள் அவளைச் சந்தித்து, தன்னை மன்னிக்குமாறும், தன்னுடைய அத்தை மகளைக் காதலிப்பதாகவும் கூறினான். நிராகரிப்பின் அவமானத்தில், வைகைக்கு ஆத்திரமும் அழுகையும் வந்தன.

வைகையின் பெற்றோர் வசதியானவர்கள். வைகைக்கு வரன் பார்க்கத் தொடங்கினாாகள். அந்தக் காலகட்டத்தில் காவிரியின் காதலனுக்கு மத்திய அரசு அலுவலகத்தில் வேலை கிடைத்துவிட்டது. காவிரிக்கு ஒரே சந்தோஷம். அவனுக்கு வேலை கிடைத்ததை சொல்லும்போது, காவிரி அடைந்த பரவசம் வைகையின் நினைவில் இன்னும் உள்ளது. காவிரிக்கு மட்டும் எப்படி, அவள் விருப்பப்படி எல்லாம் நடக்கிறது என்ற எண்ணம் ஏற்பட்டு, வைகை வெறுமையை உணர்ந்தாள்.

காவிரியின் தந்தை ஒரு நிறுவனத்தில் வேலை செய்துவந்தார். காவிரியின் காதல் வீட்டுக்குத் தெரியவந்தது. காவிரியின் தந்தை தொழிற்சங்க இயக்கத்தில் இருப்பவர். அவர் காதலைப் பிரச்சினைக்குரியதாக எடுத்துக்கொள்ளவில்லை. பையனும்

மத்திய அரசு வேலையில் இருக்கிறான். சாதியிலும் உட்பிரிவு வித்தியாசம் தவிர ஒரே சாதியாக இருந்தார்கள். காவிரியின் காதல் விசயம் அவர்கள் வீட்டுக்குத் தெரியவந்தபோது, பெரிய பிரச்சினையாகி, காதல் முறிந்துவிடக்கூடிய சூழ்நிலை ஏற்பட வேண்டும் என்று வைகை மனதார நினைத்தாள். அப்படி எண்ணம் ஏற்படுவதை அவளால் தவிர்க்க முடியவில்லை. அவ்வப்போது தனக்கு ஏற்படும் பிரச்சினைகளையும் தீர்வுகளையும், வைகையிடம் காவிரி கூறும்போது, வைகை அவற்றைப் போலி அக்கறையோடு கேட்டுக்கொள்வாள்.

எல்லாம் கூடிவர, காவிரிக்குத் திருமணம் முடிவாயிற்று. அதை வைகையிடம் காவிரி சொல்லும்போது, காவிரி பூரிப்பிலிருந்தாள். வைகையின் மனம் ஏமாற்றத்தை உணர்ந்துகொண்டிருந்தது. என்னமோ நடந்து ஏதோ பிரச்சினைகள் உருவாகும் என்று நினைத்திருக்க எல்லாம் நல்லமுறையில் நடப்பது வைகைக்கு நம்ப முடியாததாகவும் இருந்தது. காவிரியின் திருமணம் நடந்தது. மணப்பெண்ணின் தோழியாக வைகை இருந்தாள். மூன்று நாட்கள் கழித்து, வைகையைச் சந்தித்தபோது, வெட்கத்துடன் சில விஷயங்களைக் காவிரி கூறினாள். தனக்கும் சீக்கிரம் திருமணம் நடக்க வேண்டும் என்ற எண்ணம் வைகைக்கு ஏற்பட்டது.

வைகை வீட்டில் வரன் பார்க்கத் தொடங்கியிருந்ததால், வைகையைப் பார்க்க வரன் வீட்டார் வந்துகொண்டிருந்தார்கள். வைகையின் பெற்றோர் வியாபாரம் செய்யும் வரன்களையே விரும்பினார்கள். மூன்று முறை பெண் பார்க்கும் நிகழ்ச்சி நடைபெற்றது. ஏதும் கூடிவரவில்லை. வந்த வரன்களையும் வைகைக்குப் பிடிக்கவில்லை. நான்காவது முறையாக, அரிசி ஆலை நடத்திவரும் ஒரு வரன் வைகையைப் பார்க்க வந்தான். வைகைக்கு அவனைப் பிடிக்கவில்லை. ஆனால், அவள் பெற்றோருக்கு அவனையும், குறிப்பாக அவனுடைய குடும்பத்தினரையும் பிடித்துவிட்டது. வேறு வரன் பார்க்கலாம் என்று அவள் லேசாகச் சொல்லிப் பார்த்தாள். அவளுடைய பெற்றோர் கேட்கவில்லை. விருப்பமில்லாமல்தான் அவள் அந்த வரனைத் திருமணம் செய்துகொண்டாள். திருமணம் செய்துகொண்டவன் பணக்காரன். வசதிக்குக் குறைவில்லை. ஆனால் கணவனின் வீட்டைச் சேர்ந்தவர்கள் பழமையான எண்ணங்களை உடையவர் களாக இருந்தார்கள். கணவன் தன் தொழிலுக்கு அளித்த கவனத்தை வைகையிடம் செலுத்தவில்லை.

காவிரியின் கணவன் மத்திய அரசு வேலையிலிருந்தாலும், எப்போதும் பணத் தட்டுபாடு இருந்துகொண்டேயிருந்தது.

வைகையோ கார், பங்களா என்று பணக்கார வாழ்வு வாழ்ந்து கொண்டிருந்தாள். தன் இரண்டு மகள்களுக்கும் திருமணம் செய்துவைக்க காவிரி திணறிவிட்டாள். வைகையின் இரண்டு மகன்களும் வெளிநாட்டில் வசித்தாலும், அங்கு சென்று இருக்க அவளுக்குப் பிடிக்கவில்லை. மருமகள்கள் இருவரும் அவளுக்குப் பெரிய பிரச்சினையாக இருந்தார்கள். அவர்களின் ராஜ்யத்தில் அவர்களுக்குக் கட்டுப்பட்டவர்களாக இருப்பதில் வைகைக்குச் சங்கடம் இருந்தது. தனியாக இருப்பது சில சமயங்களில் சிரமமாக இருந்தாலும் இதில் மனநிறைவு இருப்பதாக வைகை உணர்கிறாள்.

வைகையின் பணக்கார வாழ்வுக்கு முன், தான் சிறுமையடைந்திருப்பதாகப் பல சந்தர்ப்பங்களில் காவிரி உணர்ந்திருக்கிறாள். அவளுடன் இருக்கும்போது, அவள் செய்யும் செலவுகளை தன்னால் செய்ய முடியாமல் இருப்பது கூச்சத்தையும், சங்கடத்தையும் தரும். சாப்பிடச் செல்வதென்றால் பெரிய ஓட்டலுக்குத்தான் செல்வாள். அந்த ஓட்டலின் சாப்பாட்டுச் செலவைக் காவிரியால் ஏற்க இயலாது. சும்மா கூடச் செல்வது தன்னைத் தாழ்வாக உணர்வது போலிருக்கும் காவிரிக்கு.

காரிலிருந்து இறங்கி, ஓட்டலுக்குச் சென்று உணவு உண்டார்கள். வீட்டை அடைந்து வீட்டிற்குள் நுழைந்தார்கள். ஆடைகளை மாற்றிக்கொள்வதற்காக அவரவர் அறைகளுக்குள் நுழைந்து கதவைச் சாத்திக்கொண்டார்கள். ஆடை மாற்றிக் கொண்டிருக்கும்போது, காவிரியின் கணவன் சொன்னான்: "வைகை பணக்காரி." காவிரி சொன்னாள்: "பணக்காரிங்கிற திமிர் அவளுக்குக் குறையலை."

வைகை அவள் அறையில் ஆடை மாற்றும்போது, "வாழ்க்கையே வேஸ்ட். காவிரி கொடுத்துவைத்தவள். அவளுக்கு மட்டும் எல்லாம் நல்லா நடக்குது" என்று நினைத்துக்கொண்டாள். கதவைத் திறந்துகொண்டு, வெளியே வந்தார்கள். காவிரியின் கணவன் லுங்கி பனியன் அணிந்திருந்தான். சேரில் அமர்ந்தான். சோபாவில் காவிரியும் வைகையும் அமர்ந்திருந்தார்கள். காவிரியின் கணவனின் புஜங்களையே சற்றுநேரம் வைகை பார்த்தாள். பழைய கதைகளைப் பேசி மூவரும் சிரித்துக்கொண்டார்கள்.

காவிரியின் கணவன் ஓய்வு எடுப்பதாகக் கூறி, அறை உள்ளே சென்றான். தொலைக்காட்சிப் பெட்டியைக் காவிரி இயக்கினாள். பழைய காதல் பாட்டு காட்சியாக ஓடியது. "நமக்கு வயதாகிக் கொண்டிருக்கிறது" என்றாள் காவிரி. "காபி குடிக்கலாமா" என்று வைகை கேட்டாள். "சாப்பிடுவோம். நான் போட்டுத் தர்றேன்" என்று அடுக்களைக்குள் நுழைந்தாள் காவிரி.

காவிரி அடுக்களையிலிருந்து காபி தம்ளருடன் வெளியே வந்தாள். சோபாவில் உட்கார்ந்திருந்த வைகையின் முன் இருந்த டீபாயில் அந்தத் தம்ளரை வைத்தாள். அடுத்த கணம் வைகை மறைத்து வைத்திருந்த கத்தியை எடுத்து, காவிரியின் நெஞ்சில் குத்தினாள் அதற்கடுத்தகணம் இடது கையால் நெஞ்சைப் பிடித்துக்கொண்டு, மறைத்து வைத்திருந்த கத்தியை வலது கையால் எடுத்து வைகையின் வயிற்றில் காவிரி குத்தினாள். இருவரும் சரிந்தார்கள். ரத்தம் தரையில் பரவியது;.

டீபாயில் இருந்த காபியை எடுத்து, வைகை உறிஞ்சினாள். காபி நன்றாக இருப்பதாகக் கூறினாள். "நம்ம நட்பு பள்ளிக்கூடத்திலிருந்து இன்னும் தொடர்கிறது. கடைசி வரைக்கும் இப்படியே இருக்கனும்" என்றாள். "நிச்சயம் தொடரும்" என்று கூறி, வைகையின் கையை காவிரி பற்றிக்கொண்டாள். இருவருக்கும் கண்களில் நீர் திரண்டது. தொலைக்காட்சியில் ஒரு காதல் பாட்டு காட்சியாக ஓடிக்கொண்டிருந்தது.

தி. இந்து, தீபாவளி மலர், 2015

10